AF756731

राजहंस प्रकाशन प्रा. लि.

निवडक

विश्वसंवाद

मन्दार कुलकर्णी

संपादक

संतोष शिंत्रे

राजहंस प्रकाशन

निवडक विश्वसंवाद
मन्दार कुलकर्णी

संपादक : संतोष शिंत्रे

प्रकाशक
दिलीप माजगावकर
राजहंस प्रकाशन प्रा. लि.
१०२५, सदाशिव पेठ
पुणे - ४११ ०३०
फोन - (०२०) २४४७३४५९
E-mail : rajhansprakashan1@gmail.com
Website : www.rajhansprakashan.com

Nivadak Vishwasamwaad
Mandar Kulkarni

E-mail : mandardk@gmail.com

मुखपृष्ठ आणि आतील मांडणी :
राजू देशपांडे

अक्षरजुळणी :
आसावरी महाजन, ९६८९११३१३९८
मुग्धा दांडेकर, ९८२२७०७९७१

मुद्रितशोधन : मन्दार कुलकर्णी

आवृत्ती पहिली : जून २०२२
राजहंस क्र. F-04-2022
ISBN 978-93-91469-77-1

'विश्वसंवाद'चा सगळा उद्योग
हा सतत स्वत:ची नव्यानं ओळख करून देणारा निरंतर प्रवास आहे.
या प्रवासात 'गृहिणी सचिव: सखी मित्र:'
या सगळ्या भूमिकांबरोबरच व्यक्तिगत मार्गदर्शक (personal coach)
ही नवी, आजच्या काळाशी सुसंगत आणि आवश्यक भूमिका
जी समर्थपणे निभावून नेते आहे,
त्या शुभाला...

प्रस्तावना

मन्दार कुलकर्णी याची आणि माझी ओळख इप्रसारण या इंटरनेट रेडिओवरील मुलाखतीच्या निमित्ताने दहा वर्षांपूर्वी झाली. मला त्या पहिल्या भेटीतच त्याचे उमदेपण आणि त्याची विविध विषयांतील आस्था जाणवून गेली. मग निमित्ता-निमित्ताने, आमचे फोन संभाषण व आमच्या भेटीही झाल्या; क्वचित, कारण तो अमेरिकेत व मी इकडे 'इंडिया'त! परंतु त्याने त्याच्या सततच्या उपक्रमशीलतेमधून २०१७ साली 'पॉडकास्ट' हे नवे प्रसारतंत्र मराठीत आणले आणि आमचे बोलणे वाढले. आम्ही दोघे एकमेकांच्या कामावर अधिक नजर ठेवून, जागरूक राहू लागलो. मन्दार त्याच्या 'विश्वसंवादी' वृत्तीमुळे तेथे मला सपासप मागे टाकू लागला. त्याचा संपर्क महाराष्ट्रासहित जगभर असे. मी माझे क्षेत्र 'थिंक महाराष्ट्र डॉट कॉम'च्या रूपाने महाराष्ट्रापुरते निवडले होते, पण माझ्या या प्रकल्पाची नाळ विश्वाशी जोडलेली होती. परंतु त्याच्या या विश्वसंवादी वृत्तीमुळे माझा गंड वाढण्याऐवजी माझे त्याच्याबद्दलचे कौतुक वाढत गेले. मी त्याला असलेल्या माहितीमुळे अचंबित होऊ लागलो. अमेरिकेतील माणसे थोडी जास्त 'स्मार्ट' असतातच, परंतु मन्दार नुसता 'स्मार्ट' नव्हता, त्याला सखोल माहिती असायची, त्याची बुद्धी शोधक असायची. त्याने त्या माहितीतील मुद्दे अचूक निरखलेले असायचे व तो ते समर्पकपणे उपस्थित करत असे.

तो त्याच्या त्या कौशल्याचा कल्पक उपयोग 'पॉडकास्ट'साठी समर्थपणे करत आहे. 'पॉडकास्ट' ही कल्पना काय आहे? तर जगभर उपलब्ध असलेल्या अथवा मुद्दाम तयार केलेल्या ध्वनिमुद्रित साहित्याचे व माहितीचे प्रक्षेपण! त्यातील 'टेक्नॉलॉजी' तशी आता सहज हाताळता येते, परंतु 'कंटेण्ट' महत्त्वाचा. तो जेवढा रोचक व आशयपूर्ण, तेवढी 'पॉडकास्ट'बद्दलची उत्सुकता जास्त. तर मन्दार हा स्वतःच माहितीने ठासून भरलेला माणूस आहे. उत्सुकता, कुतूहल व जिज्ञासा हे त्याचे प्राण आहेत. तो त्याचे ते गुण या 'पॉडकास्ट'मधून 'शेअर' करत असतो आणि जगाला त्या जगाच्याच आतील दुसरी सृष्टी दाखवत असतो. तिला प्रतिसृष्टीदेखील म्हणता येईल. म्हणजे मन्दार विश्वामित्राचाच अवतार म्हणायचा की! विश्वामित्राने नाही का पुराणात देवांना शह देण्यासाठी प्रतिसृष्टी निर्माण केली होती? गोष्ट अशी - सूर्यवंशात त्रिशंकू नावाचा राजा

होता. त्याने नैमिषारण्यात यज्ञ सुरू केला आणि कुलगुरू वसिष्ठपुत्रांची प्रार्थना केली, की "तुम्ही असे हवन करा, ज्यायोगे मी सदेह स्वर्गाला जाईन." परंतु वसिष्ठपुत्रांनी त्रिशंकूला सदेह स्वर्गाला जाणे अशक्य असल्याचे सांगितले. तेव्हा त्रिशंकू म्हणाला, "तुम्हाला यज्ञ नीट करता येत नाहीसे दिसते. मी दुसऱ्या आचार्यांकडून ते काम करून घेतो." ते ऐकून वसिष्ठपुत्रांना राग आला. त्यांनी त्रिशंकूला 'तुझी यज्ञपूर्ती होणार नाही' असा शाप दिला. त्रिशंकू विश्वामित्र यांना शरण गेला. त्याने त्यांना सर्व हकिगत सांगितली. विश्वामित्र यांनी त्याला निर्दोष करून सदेह स्वर्गाला नेण्याचे वचन दिले. त्यांनी यज्ञाला आरंभ केला. त्यांच्या यज्ञाची पूर्णाहुती होताच, यज्ञदेव प्रसन्न झाला व त्याने त्रिशंकूला सदेह स्वर्गात नेण्याची योजना केली; पण वसिष्ठपुत्रांच्या शापामुळे कलंकित झालेल्या त्रिशंकूचे सदेह स्वर्गात येणे योग्य नाही, असे देवांना वाटले. त्यांनी त्रिशंकूला 'खाली डोके वर पाय' अशा स्थितीत करून त्याला खाली ढकलून दिले. त्रिशंकू 'ना स्वर्ग ना पृथ्वी' असा लटकत राहिला! त्रिशंकूने पुन्हा विश्वामित्रांकडे धाव घेतली. विश्वामित्रांनी त्यांच्या मंत्राच्या सामर्थ्याने त्रिशंकूला आकाशात दक्षिण ध्रुवाचे स्थान दिले आणि ते 'प्रतिसृष्टी' निर्माण करू लागले. त्यामुळे देवांनी घाबरून जाऊन माघार घेतली व त्यांनी त्रिशंकूला विमान पाठवून सदेह स्वर्गात नेले.

मन्दारसारख्या व्यक्तींचे कार्य सद्यस्थितीच्या पार्श्वभूमीवर समजावून घेतले तर त्रिशंकूची गोष्ट अधिक अन्वर्थक बनते... सद्य:स्थिती आहे कशी? मानवजात खरोखरीच अधांतरी लोंबकळत्या अवस्थेत आहे. ना धड भूतकाळाचा संदर्भ सांगता येतो, ना भविष्याविषयी नि:शंक आशा बाळगता येते. वर्तमानकाळ गेल्या तीस वर्षांच्या काळातील तंत्रवैज्ञानिक प्रगतीच्या आधीन, अस्थिर होत गेला. त्यास कोरोना विषाणूने दोन वर्षांच्या अवधीत कड्याच्या टोकाला आणून ठेवले आहे. त्यामधून नाना तऱ्हेचे प्रश्न निर्माण झाले आहेत, होत आहेत आणि होणार आहेत. ही अवस्था त्रिशंकू नव्हे, तर काय? अशा काळात 'पॉझिटिव्ह' कामे करून जगण्यावरील विश्वास दृढ करणाऱ्या माणसांचा आधार फार मोठा ठरतो. मन्दारचे पुस्तक व त्याचा 'पॉडकास्ट' उपक्रम त्या दृष्टीने सद्यकाळात फार मोठा आधार बनणार आहे. त्याच्या पुस्तकातील एकेक पात्र पाहा -

प्लॅस्टिकपासून इंधननिर्मिती करणारे मेधा ताडपत्रीकर व शिरीष फडतरे, हलगरा-लातूर जलसंपन्न करणारे दत्ता पाटील, न्याय-सहायक लेखा परीक्षक अपूर्वा जोशी, 'टीच फॉर इंडिया'वाली सानिया किर्लोस्कर, गावोगावी

बैलगाडीतून पुस्तके नेणारे काशिराज कोळी, इप्रसारणचे अतुल वैद्य, बहुभाषिक शब्दकोशाचे जनक सुनील खांडबहाले, 'पोस्टकार्ड मॅन ऑफ इंडिया' प्रदीप लोखंडे, 'एक गाव गणिताचा' करून टाकणारे प्रकाश यादगिरे, अंतराळातील तारका अनिमा पाटील-साबळे, एंजल मेण्टरिंग करणारे अतुल-प्राजक्ता, खगोलशास्त्रज्ञ आशिष महाबळ, आणि जुन्या हस्तलिखितांचे डिजिटायजेशन करणारे दिनेश वैद्य अशी एकाहून एक सरस माणसे मन्दारने या पुस्तकातून सादर केली आहेत. ती ध्येयप्रवृत्त व विधायक मनोवृत्तीची माणसे आहेत. त्यांना अस्थिरता, नकारात्मकता मंजूर नाही. त्यांना 'अर्धा ग्लास भरलेला' वगैरे भाषा कळणारच नाही कारण त्या प्रत्येकाचा पूर्ण ग्लास भरलेला आहे आणि ते समाजाला जे देत आहेत त्यातून त्यांचे ग्लास अधिकाधिक मोठे होत चालले आहेत. त्रिशंकूसारखी लोंबकळणारी माणसे बहुसंख्येने वाढत असलेल्या काळात मन्दारने स्थिर पायावर भक्कमपणे उभी असलेली आणि उंच उंच झेप घेणारी माणसे सादर केली आहेत, ही फार महत्त्वाची गोष्ट होय.

ही माणसे उठली आणि विधायक कामाला लागली असे घडलेले नाही. त्यांची ध्येयवृत्ती घडलेली आहे. त्यांनी स्वप्ने पाहिलेली आहेत आणि त्यांच्या चिंतन-मननातून ती थोड्या मोठ्या निष्कर्षापर्यंत येत आहेत वा आली आहेत. बैलगाडीतून वाचनप्रसार करणारे काशिराज कोळी आपले निरीक्षण कसे मांडतात, बघा. ते म्हणतात, की तंत्रविज्ञानाने वाचन-संस्कृतीचा ऱ्हास झाला आहे. परिणामत: वाचनक्षमता कमी झाली आहे, घरातील सुखसंवाद हरवला आहे, मैदाने ओस पडली आहेत, आपलेपणा कमी झाला आहे आणि दुरावा जास्त आहे. काशिराज त्यापुढे जाऊन सांगतात, की वाचनालय हे निव्वळ पुस्तक-मासिकांचे केंद्र न बनता सांस्कृतिक केंद्र बनले आहे. म्हणजे सध्याच्या चिंताजनक काळात मानवी मन संपन्न, समृद्ध करण्यावर त्यांचा भर आहे. त्यांना सांस्कृतिक उन्नयन महत्त्वाचे वाटते. म्हणून ते ग्रंथप्रसार करत आहेत. काशिराज यांना त्यांच्या कामातून प्राप्त झालेली विशाल जाणीव फार उद्बोधक आहे. अशी या पुस्तकातील प्रत्येक नायक-नायिकेची गोष्ट आहे. पुस्तकातील प्रत्येक माणूस असाधारण व्यक्तित्वाचा आहे. माधुरी दीक्षित, उर्मिला मातोंडकर यांच्यासारख्या सेलिब्रिटींच्या, त्यांच्या वीस-बाविसाव्या वर्षी घेतलेल्या मुलाखती वाचून स्वप्नजगतात रमणाऱ्या मराठी जनांनी या पुस्तकातील मंडळींची स्वप्ने पाहावीत, ध्येये ऐकावीत. ती मंडळी त्यांच्या निष्ठेत टिळक-सावरकर-आंबेडकर यांच्यापेक्षा कोठेही कमी नाहीत. ते आजच्या जगाचे शिवाजी-संभाजीराजे व बाजीरावच आहेत!

मन्दारची बौद्धिक झेप अशी उंच अवकाशाला भिडणारी आहे. तिचा प्रत्यय अनिमा पाटील-साबळे यांची या पुस्तकातील मुलाखत वाचली असता येतो. खानदेशात जन्मलेली ही मुलगी (आता, दोन मुलांची आई) अवकाशात, पृथ्वी आणि मंगळ यांच्या मध्यावर कोठेतरी मुक्काम टाकायचे म्हणत आहे. त्यासाठी ती सबस्टेशनची तयारी, उमेदवारांची निवड- त्यांचे प्रशिक्षण अशा जंगी तयारीत एका मोठ्या कंपनीबरोबर गुंतली आहे. तिने वयाच्या सातव्या वर्षी पाहिलेले ते स्वप्न पूर्ण होण्याच्या मार्गावर असताना तिची आकांक्षा आहे, तोच उद्योग तिला 'नासा'बरोबर साधायचा आहे! तिच्या त्या प्रवासातील एकेक तपशील वाचताना थक्क व्हायला होते. जिद्द, कष्ट, अभ्यास, बुद्धिकौशल्य हे सारे गुण तिच्या मुलाखतीत दिसून येतात. मला मन्दारचे कौतुक वाटले ते त्याने अनिमाला तिचे क्षेत्र अभ्यासून, त्यास अनुसरून वेधक-शोधक प्रश्न विचारले आणि तिला यथार्थपणे बोलते ठेवले, त्याचे. त्यामुळे तिच्या कर्तृत्वाचा आवाका तर स्पष्ट झाला, परंतु तिचे माणूसपण सतत कळत राहिले. मी अनिमाबद्दल चार-सहा ओळी लिहिल्या, कारण या पुस्तकात अवतरलेल्या माणसांपैकी ती अगदीच वेगळ्या क्षेत्रातील व त्याचबरोबर उद्याच्या विश्वातील व्यक्ती आहे. मन्दारने अशा उंच उड्या या पन्नासहून अधिक पॉडकास्टमध्ये अनेक वेळा घेतल्या असल्या तरी त्याचे पाय पक्के भूमीवर आहेत. त्यामुळे बैलगाडीतून महाराष्ट्रातील एका खेड्यात आणि आसपासच्या गावांमध्ये पुस्तकप्रसार करणाऱ्या काशिराज कोळी यांच्यापासून मुलांना गणित शिकवण्याचा ध्यास घेतलेल्या प्रकाश यादगिरे यांच्यापर्यंतची व्यक्तिचित्रे या पुस्तकात समाविष्ट होतात आणि हा देश (व हे जगही) अजूनही एकाच वेळी विमानात, अंतराळयानात व बैलगाडीतही प्रवास करत आहे याची जाणीव होते. मन्दार मराठीच्या जोडीला इंग्रजी भाषेतील पॉडकास्टही (The Agile Planet) चालवतो ही गोष्ट भारीच आहे.

मला मन्दारबद्दल आणखी कुतूहल वाटते, ते तो स्वत: चतुरस्र कर्तृत्वाची व्यक्ती असताना त्याला पत्रकाराचे वाटावे, असे कल्पकता, बुद्धी व कौशल्य हे गुण कसे लाभले असावेत याबद्दल! पत्रकाराला स्वत:चे व्यक्तित्व विसरून दुसऱ्या व्यक्तीचा शोध घ्यावा लागतो आणि पत्रकार मुलाखत घेतो तेव्हा ते एक वेगळ्या तऱ्हेने नाटकच असते.

मन्दारमध्ये आमनेसामने दोन्ही व्यक्तींचे गुणविशेष असल्याने तो हे काम एवढ्या सक्षमपणे कसे करू शकतो याचे कुतूहलमिश्रित कौतुक वाटणे स्वाभाविकच आहे. मन्दार स्वत: सॉफ्टवेअर इंजिनीयर - एम.बी. ए. त्याने तेवढ्यात इंग्रजी साहित्य हा विषय घेऊन बी.ए. ही करून ठेवले. त्याचा कॉम्प्युटर

प्रोग्रामिंगमध्ये हातखंडा, पण त्याने तेवढ्यावर न थांबता, प्रोजेक्ट मॅनेजमेंट या विषयात स्वतंत्र करिअर केली आहे. त्याने या क्षेत्रातल्या व्यावसायिकांचे 'करिअर मेण्टरिंग' करण्याचे कामही कुशलतेने केले, तेथे तो 'गुरु' बनला! आमचे दोघांचे 'गुरु डॉट कॉम' या वेबसाईटच्या निमित्ताने बरेच संभाषण झाले आहे. त्यात भारतातील प्राचीन 'गुरु' संकल्पनेचा आढावा जसा होता, तसा विद्यार्थ्याला 'हाय डूड' म्हणणारा अमेरिकेतील मार्गदर्शक मित्रही होता. मन्दारचे वैशिष्ट्य असे, की तो या दोन्ही परंपरा नीट समजून घेतो, त्या दोन्हीतील 'बेस्ट ऑफ द बोथ' निवडतो व ते संमिश्र रीतीने अनुसरतो. खरे तर, या पुस्तकात मन्दारची स्वत:ची मुलाखत, त्याची त्याने घेऊन प्रसिद्ध करण्यास हवी होती. तो एक वेगळाच अंतर्वेध झाला असता. या मुलाखतमालेत 'फिट' बसेल असेच मन्दारचे कर्तृत्व आहे आणि त्याची पॉझिटिव्ह दृष्टी आहे.

मन्दारच्या भाषेची सहजता व सुगमता यांचा मुद्दाम उल्लेख करण्यास हवा. माझे सहज निरीक्षण असे आहे, की अमेरिकेत जाऊन जुनी झालेली, म्हणजे आता त्यांच्या सत्तरीच्या जवळपास असलेली माणसे मराठी भाषा प्रमाण स्वरूपात रम्यपणे वापरतात. ती महाराष्ट्रातील आधुनिक मीडियामुळे भ्रष्ट झालेली नसते. त्यांची शब्दांची निवड चपखल व चोख असते- तो त्यांच्या शैक्षणिक काळातील शिस्तीचा भाग असावा. त्यामुळे त्यांचे भाषेचे व्याकरण पक्के असते; स्वाभाविकच, त्यांचे संभाषण अधिक संवादी असते. येथे तर मन्दार 'विश्वसंवाद'च प्रस्थापित करण्यास निघाला आहे. त्याचे प्रश्न अनौपचारिकता व आपुलकी कायम ठेवून असतात, तरी सरळ भिडणारे असतात. त्या प्रश्नावर तसेच थेट उत्तर देणे, ही ज्याची मुलाखत घेतली जात आहे, त्याची जबाबदारी ठरते. स्वाभाविकच, प्रत्येक मुलाखत मुलाखतकाराने जशी योजली आहे तशीच चढत्या क्रमाने रंगत जाते.

मी तरी मन्दारच्या 'पॉडकास्ट' या उपक्रमावर व त्यांतील निवडक मुलाखती पुस्तकरूपाने प्रसिद्ध करण्याच्या कल्पनेवर खूष आहे. मन्दारला लाख लाख शुभेच्छा! त्याचा हा उपक्रम असाच उंच उंच चढत राहो!

दिनकर गांगल
dinkargangal39@gmail.com
+91-98671-18517

मनोगत

२०१४-१५ या वर्षात इंग्लिशमधले पॉडकास्टस् ऐकायची संधी मला मिळाली आणि तेव्हापासून मी पॉडकास्टिंग या माध्यमाच्या प्रेमात पडलो. 'आपल्या मराठीतही पॉडकास्ट असायला हवा' या विचारातून 'विश्वसंवाद' या मराठीतल्या पहिल्या पॉडकास्टचा जन्म झाला. १ जानेवारी २०१७ या दिवशी सुरू झालेला हा प्रवास अजूनही चालू आहे आणि दर महिन्याला एक नवा एपिसोड प्रसिद्ध होतो आहे. पहिल्या ५० एपिसोडस्पैकी काही निवडक पाहुण्यांच्या मुलाखतींवर आधारित हे पुस्तक तुमच्या हाती देताना मला अतिशय आनंद होतो आहे.

रूढ अर्थानं ज्यांना ख्यातकीर्त, मान्यवर म्हणता येणार नाही, अशी अनेक मराठी मंडळी वेगळ्याच वाटेनं चालत असतात. प्रसिद्धी, मानसन्मान, त्यातून मिळणारा पैसा या सगळ्यांच्या पलीकडे जाऊन आपल्या मनाला पटेल, आवडेल ते काम ही मंडळी 'स्वान्त सुखाय' करीत राहतात. फेसबुक, मराठी वृत्तपत्रं, वैयक्तिक ओळखी अशा वेगवेगळ्या मार्गांनी 'विश्वसंवाद' चे पाहुणे मला भेटले आणि अजूनही भेटत राहतात. सर्वात आधी या सगळ्या पाहुण्यांचे आभार मानायला हवेत. कारण त्यांनी या उपक्रमात सहभागी होण्याची तयारी दाखवली नसती, तर काहीच घडू शकलं नसतं. या सगळ्या मंडळींची ओळख हीच माझी श्रीमंती आहे!

या निमित्तानं 'विश्वसंवाद'च्या जन्माला आणि आजवरच्या प्रवासाला कारणीभूत ठरलेल्या एका प्रश्नाबद्दलही सांगायला हवं. मराठी पॉडकास्ट सुरु करण्याचा विचार मी जेव्हा माझ्या पत्नीला-शुभाला सांगितला, तेव्हा तिनं एक महत्त्वाचा प्रश्न विचारला. ''या सगळ्या प्रकारात तुला काहीही आर्थिक प्राप्ती होण्याची शक्यता मला दिसत नाही. कदाचित खर्चच होईल. आणि तसं झालं तरीही पॉडकास्ट करत राहण्यातला तुझा उत्साह टिकून राहील का?''

हा प्रश्न ऐकून मी जरा विचारात पडलो. ''आपल्या भाषेवर आपलं प्रेम आहे आणि म्हणून मराठीमध्ये पॉडकास्ट करण्याचा विचार आपण करतो आहोत. मग पैसे मिळत नाहीत म्हणून पॉडकास्ट करायचा नाही, इतकं आपलं आपल्या भाषेवरचं प्रेम बेगडी आहे का?'' तर त्यावर मीच दिलेलं उत्तर होतं: ''पैसे मिळोत वा न मिळोत, जोपर्यंत पॉडकास्ट करण्यातली गम्मत, आनंद

मिळत राहील तोपर्यंत हे काम करायला मला आवडेल.'' 'विश्वसंवाद'ची पायाभरणी या स्वसंवादावर झालेली आहे. शुभानं तो प्रश्न विचारला नसता तर कदाचित आज पाच वर्षं आणि ६२ एपिसोडस् (आणि अद्याप जोमाने सुरूच...) या टप्प्यापर्यंत मी पोहोचलोच नसतो. त्यामुळे 'विश्वसंवाद' सुरू होणं आणि टिकून राहणं या दोन्हीचं श्रेय तिला द्यायला हवं.

शुभाच्या बरोबरीनं दुसरं नाव घ्यायला हवं ते अतुल आणि विद्या वैद्य या दोघांचं! जवळ जवळ २० वर्षं अमेरिकेत राहून ते भारतात परत जाऊन नाशिकला स्थायिक झाले आहेत. ऑडिओ-विडिओ या क्षेत्रात तीस वर्षांहून अधिक अनुभव असलेला अतुल म्हणजे उत्साहाचा नायगारा आहे. पॉडकास्टिंग हे रेडिओशी खूप साधर्म्य असलेलं माध्यम असल्यानं हे काम कसं करावं, त्यातले बारकावे, खाचा-खोचा हे सगळं सगळं मला अतुलकडून शिकायला मिळालं. १ जानेवारी २०१७ या दिवशी, अतुलच्या नाशिकच्या घरातूनच आम्ही 'विश्वसंवाद'चा पहिला एपिसोड प्रसारित केला होता आणि त्यानंतर आजपर्यंत अनेक वेळा 'विश्वसंवाद'च्या तांत्रिक बाजू सांभाळायला अतुल कायम तयार असतो. 'इप्रसारण' या त्यानं चालविलेल्या इंटरनेट रेडिओ स्टेशनवरून 'विश्वसंवाद'चे एपिसोडस् पुन:प्रसारित होत असतात. या पॉडकास्टवर येणारे पाहुणे, त्यांच्याबरोबर होणाऱ्या गप्पा, त्यातले बारकावे या सगळ्यात विद्याताईचा सल्ला खूप महत्त्वाचा. विषय कोणताही असो, अडचण काहीही असो, शुभा, अतुल आणि विद्याताई यांच्याशी बोलल्याशिवाय 'विश्वसंवाद'शी संबंधित कोणतीच गोष्ट पुढं जात नाही.

'विश्वसंवाद'चे पहिले ५० एपिसोडस् झाल्यानंतर माझी मैत्रीण आरती रानडे हिनं 'सकाळ'च्या 'सप्तरंग' पुरवणीत या प्रकल्पाबद्दल एक लेख लिहिला होता. त्या लेखाला प्रचंड प्रतिसाद मिळाला आणि त्यामुळे 'विश्वसंवाद'च्या जगभरातल्या श्रोत्यांच्या संख्येत लक्षणीय वाढ झाली. आरती आणि 'सप्तरंग'चे संपादक मंदार कुलकर्णी (होय, ही वेगळी व्यक्ती आहे!) यांचे मनापासून आभार.

पॉडकास्ट या श्राव्य (audio) माध्यमातल्या मुलाखतीवर आधारित पुस्तक करण्याचा अनुभव आवर्जून सांगण्याजोगा आहे. आपण रोज बोलतो तशा अनौपचारिक, मिंग्लिश (मराठी आणि इंग्लिशचं मिश्रण असलेल्या) भाषेत या मुलाखती रेकॉर्ड झालेल्या होत्या. त्यावर मुद्रित स्वरूपासाठी आवश्यक ते संपादकीय संस्कार तर आवश्यक होतेच पण त्यापूर्वी या मुलाखतींचं प्रतिलेखन (transcription) करणं गरजेचं होतं. हे काम अतिशय कष्टाचं तर असतंच पण त्यासाठी खूप वेळही लागतो. मुलाखतकार आणि पाहुणे यांचे उच्चार, त्यात

संदर्भानुसार येणारे इतर भाषांतील परिचित आणि अपरिचित शब्द समजून घेत, ध्वनिमुद्रणातील बोलण्याचा वेग आणि तांत्रिक दोष या सगळ्याशी सामना करण्याचं हे काम! अचूक आणि उत्तम दर्जाचं प्रतिलेखन करण्यासाठी एका ध्वनिमुद्रित मिनिटासाठी एक तास असं ते गणित असतं.

हे जिकिरीचं काम करून देण्याची जबाबदारी घेतली आमच्या सुहृद विद्याताई हर्डीकर सप्रे यांनी. विद्याताईंची भाची राजसी वीरकर यांनी हे अवघड काम अतिशय उत्कृष्ट पद्धतीनं, न कंटाळता आणि ठरलेल्या वेळात पूर्ण करून दिलं. या प्रकारच्या कामाचा काहीही पूर्वानुभव नसतानाही सगळे बारकावे शिकत, समजून घेत त्यांनी या कामावर हुकूमत मिळवली आहे. लेखनाबरोबरच संगणकावर मराठी टायपिंग, शुद्धलेखन माहिती असणं गरजेचं होतं. आणि सर्वात महत्त्वाचा भाग म्हणजे इंटरनेटचा वापर, कारण हे सगळं काम करताना मी कॅलिफोर्नियात आणि राजसी चिपळूणमध्ये बसून, दूरस्थ पद्धतीनं हे काम करीत होतो. आमच्या कामाचा समन्वय साधण्याची बहुमोल मदत विद्याताईंनी केली. या प्रकल्पात राजसी यांनी ही सगळी कौशल्यंही आत्मसात केली आहेत हे मला आवर्जून सांगावंसं वाटतं.

राजसीनं करून दिलेल्या प्रतिलेखनाचं संपादन करण्याचं काम माझा ४२ वर्षांपासूनचा मित्र संतोष शिंत्रे यानं अंगावर घेतलं होतं. संहिता-लेखन आणि पर्यावरण-पत्रकारिता या दोन विषयांमध्ये तज्ज्ञ असणारा संतोष उत्तम ललित लेखकही आहे. (हे लिहितानाच आलेली आनंदाची बातमी अशी की अमेरिकेतल्या महाराष्ट्र फाउंडेशनतर्फे २०२१चा पर्यावरण वाङ्मय पुरस्कार संतोषला मिळाला आहे.) त्या कामांमधून वेळ काढून संपादनाचं हे काम त्यानं स्वीकारलं नसतं तर हे पुस्तक तयार होऊच शकलं नसतं. विद्याताई, राजसी आणि संतोष या तिघांचाही या पुस्तकाच्या निर्मितीत सिंहाचा वाटा आहे.

ह्या पुस्तकाला प्रस्तावना लिहिणारे श्री. दिनकर गांगल यांची ओळख करून देण्याची आवश्यकता नाही. 'महाराष्ट्र टाईम्स'चे संपादक, 'ग्रंथाली' या वाचक चळवळीचे संस्थापक आणि सध्या 'थिंक महाराष्ट्र' या ऑनलाईन पोर्टलचे सर्वेसर्वा असणाऱ्या गांगल सरांशी काही वर्षांपूर्वी ओळख झाली आणि तेव्हापासून आम्ही वेळोवेळी संपर्कात असतो. अतिशय ऋजू व्यक्तिमत्त्व असणाऱ्या गांगल सरांचा कामाचा झपाटा विस्मित करून टाकणारा आहे. या पुस्तकाला प्रस्तावना लिहिण्यासाठी त्यांच्यापेक्षा योग्य व्यक्ती सापडणं अशक्यच होतं. '२४ तास पुरत नाहीत' इतका कार्यभार असूनही त्यांनी माझी विनंती तात्काळ मान्य केली आणि अगदी योग्य वेळात प्रस्तावना लिहूनही पाठवली.

त्यांचे आशीर्वाद या पुस्तकाला आणि मला लाभले, हे माझं भाग्य आहे.

मराठी प्रकाशन क्षेत्रात मानाचं स्थान असलेल्या राजहंस प्रकाशनानं या पुस्तकाच्या प्रकाशनाची तयारी दाखवली, ही खरोखरच आनंदाची बाब आहे. त्याबद्दल श्री. दिलीप माजगावकर यांचा मी अतिशय आभारी आहे. या संदर्भात आरती रानडे आणि शिरीष शेवाळकर यांची मोलाची मदत झाली, त्यांचेही आभार!

आसावरी महाजन यांनी अचूक अक्षरजुळणीचं महत्त्वाचं काम केलं आहे. तसंच माझ्या वेगवेगळ्या सूचनांना न कंटाळता अर्थपूर्ण मुखपृष्ठ आणि आकर्षक मांडणीचं काम राजू देशपांडे यांनी केलं आहे. त्याबद्दल त्यांचे मनापासून आभार.

गेल्या चार-पाच वर्षात पॉडकास्टिंग या माध्यमानं मराठीच नव्हे तर इतरही अनेक भारतीय भाषांमध्ये स्वत:चं स्थान निर्माण केलं आहे. पॉडकास्ट ऐकणाऱ्या देशांच्या यादीत भारत आज तिसऱ्या क्रमांकाचा देश आहे. मराठीमध्ये या माध्यमाची ओळख करून देण्यात 'विश्वसंवाद'चा हातभार लागला याचा अतिशय आनंद वाटतो.

त्याचबरोबर 'विश्वसंवाद'च्या निमित्तानं केलेल्या दोन नव्या प्रयत्नांबद्दल सांगणं उचित ठरेल. एक म्हणजे मुळात ऑडिओ स्वरूपात असलेल्या या मुलाखती वाचकांना सहजगत्या ऐकायला मिळाव्यात या हेतूनं प्रत्येक मुलाखतीच्या बरोबर संबंधित Youtube episodeचा दुवा (लिंक) आणि क्यू आर कोडही दिला आहे. हाताशी स्मार्ट फोन असेल तर तो वापरून, क्यू आर कोड स्कॅन करून ती मुलाखत फोनवरच ऐकता येईल.

नव्यानं उपलब्ध झालेल्या तंत्रज्ञानाचा फायदा घेत 'विश्वसंवाद' हा पॉडकास्ट अमेझॉन अलेक्सा या उपकरणातूनही ऐकता येणार आहे. ''अलेक्सा, स्टार्ट फर्स्ट मराठी पॉडकास्ट'' ही सूचना वापरून अलेक्सावर हा पॉडकास्ट ऐकता येईल.

हे पुस्तक वाचून आणि 'विश्वसंवाद'च्या Youtube channelवरचे इतर एपिसोडस ऐकून मराठी वाचकांमध्ये या माध्यमाची आवड निर्माण झाली, आणि त्याही पुढे जाऊन कुणी स्वत:चा पॉडकास्ट सुरू केला तर या धडपडीचं सार्थक झालं असं वाटेल.

मन्दार कुलकर्णी
mandardk@gmail.com
+1-408-529-6312

अनुक्रम

१. अतुल-प्राजक्ता / ५

२. सानिया किर्लोस्कर / २३

३. काशिराज कोळी / ३९

४. सुनील खांडबहाले / ५१

५. अपूर्वा जोशी / ७५

६. दत्ता पाटील / ९५

७. अनिमा पाटील-साबळे / १११

८. शिरीष फडतरे आणि मेधा ताडपत्रीकर / १३१

९. आशिष महाबळ / १४७

१०. प्रकाश यादगिरे / १६७

११. प्रदीप लोखंडे / १८३

१२. अतुल वैद्य / २०५

१३. दिनेश वैद्य / २२७

□ 'विश्वसंवाद'वर प्रसिद्ध झालेल्या सर्व मुलाखतींची यादी / २३७

□ मन्दार कुलकर्णी : संक्षिप्त परिचय / २४४

अतुल-प्राजक्ता

सामाजिक क्षेत्रात काम करू इच्छिणाऱ्या युवक-युवतींना त्यांच्या सुरुवातीच्या काळात, काहीही अपेक्षा न ठेवता आर्थिक मदत आणि व्यावसायिक सल्ला पुरविण्याचं 'एंजल मेण्टरिंग' हे एक नवीनच क्षेत्र निर्माण करून त्यात उल्लेखनीय काम करणारं दाम्पत्य

अतुल आणि प्राजक्ता. त्यांचा मुख्य व्यवसाय हा सॉफ्टवेअर डेव्हलपमेंटचा आहे. नागपूरमध्ये त्यांची स्वतःची सॉफ्टवेअर कंपनी आहे, आणि त्यांचे अनेक ग्राहक परदेशात, विशेषतः अमेरिकेत पसरलेले आहेत. पण त्याचबरोबर ते एक अतिशय एकमेवाद्वितीय काम करतात. ते काम इतकं वेगळं आणि इतकं पडद्यामागे राहून ते करतात, की त्या उपक्रमाला त्यांनी काही नावही दिलेलं नाही. संवादाच्या सोयीकरता मीच त्याला, ते काम समजून घेतल्यावर, 'एंजल मेण्टरिंग' अशी संज्ञा ह्या संवादात वापरणार आहे. ही नक्की संकल्पना काय आहे, त्यात हे दोघे काय करतात ह्या सगळ्याबद्दल जाणून घेऊ या.

१.

अतुल-प्राजक्ता

तुमच्या मूळ कामाबद्दल म्हणजे सॉफ्टवेअरबद्दल थोडंसं सांगा आणि मग आपण तुमच्या बाकीच्या कामाकडे वळू या. तुमची ही जी सॉफ्टवेअर कंपनी तुम्ही चालवता ती काय करते? काही विशेष कौशल्य असणारी आहे का ही संस्था? तुमचे मुख्य ग्राहक कुठे आहेत?

अतुल: आमची ही व्यावसायिक संस्था, काहीशा आगळ्यावेगळ्या स्वरूपाची सॉफ्टवेअर कंपनी आहे, जी थोडीशी स्पेशलाईज्ड सॉफ्टवेअरमध्ये काम करते. आमचे ग्राहक म्हणजे अमेरिकेतील कंपन्या आहेत, आणि त्यांचे ग्राहक म्हणजे ज्यांना आपल्या घराचं छप्पर दुरुस्त करून घ्यायचं आहे, किंवा आपल्या स्वत:च्या घराच्या गच्चीवर सौर ऊर्जेचे फलक (सोलर पॅनेल्स) बसवायचेत, ते असतात. त्यांच्यासाठी आम्ही एक सॉफ्टवेअर तयार केलेलं आहे. त्या सॉफ्टवेअरद्वारा आम्ही त्यांना प्रत्येक छपराच्या अशा कामाच्या खर्चाच्या रकमेचं अंदाजपत्रक काढण्यासाठी अहवाल बनवून देतो. वर्षभरात किती सौर ऊर्जेची निर्मिती होईल, अशा निर्मितीमुळे किती बचत होईल, सावल्या नक्की कुठे आणि कशा आहेत, कुठे फलक बसवायचेत, कुठे नाही, हे सर्व त्यावरून कळू शकतं. घराची किंवा गच्चीची दुरुस्ती करत असताना इन्शुरन्स कंपनीकडे जो दावा सादर करावा लागतो- तिथे हा अहवाल उपयोगी पडतो.

अरे वा, हे अगदी एकमेव आहे. कारण अशा प्रकारचं कुठे सॉफ्टवेअर असेल आणि ते भारतातून कुणीतरी केलेलं असेल, असं कल्पनेतही येत नाही. फारच रोचक प्रकार आहे. पण मला सांगा की, सौर ऊर्जा निर्मिती ह्या विषयात तुमची काही विशिष्ट शैक्षणिक किंवा व्यावसायिक पार्श्वभूमी आहे का?

अतुल: मी भौतिकशास्त्रातला पदव्युत्तर स्नातक आणि त्यामुळे सुरुवातीपासून थोडी शास्त्रीय पार्श्वभूमी होतीच. अजूनही मी पूर्ण शास्त्रीय विषयांकडेच झुकलेला आहे. मी गणितं आणि भौतिकशास्त्रातील बऱ्याच आकडेमोडी स्वत: करू शकत असल्यानंही कदाचित हे सर्व सोपं गेलं असावं. खूपच वेगळं क्षेत्र आहे हे आणि त्यातलं आमचं काम खूप महत्त्वाचं ठरतं.

आपण त्याला त्या विशिष्ट क्षेत्रात सर्वाधिक संधी असलेलं, ज्याला आपण इंग्रजीत 'नीश' (niche) म्हणतो असं म्हणू शकतो. कारण ते तसं असल्यानेच तुम्हाला ते गुणवत्तेच्या सर्वोच्च पातळीवर नेता आलं. अगदी अभिनंदनास्पद आणि अभिमानास्पद आहे हे.

अतुल : अमेरिकेतच आमचे सुमारे पाच हजार नोंदणीकृत ग्राहक आहेत.

वा! मोठी संख्या आहे आणि हे पाच हजार ग्राहक तुम्ही सत्तर लोकांद्वारे सांभाळताय, हे प्रमाण तर फारच चांगलं आहे. कारण सध्या जगात सगळीकडे कमीत कमी मनुष्यबळात अधिकाधिक कामगिरी करून दाखवण्याचा जो कल आहे, तो तुम्ही प्रत्यक्षात आणलाय असं म्हणायला हरकत नाही. आता आपण मुख्य विषयाकडे वळू या. आता तुम्ही तुमच्याच शब्दात 'एंजल मेण्टरिंग' हे नक्की काय आहे हे सांगा. मी काही वर्णन करण्यापेक्षा तेच अधिक उत्तम होईल.

प्राजक्ता: सामाजिक क्षेत्रात काम करणाऱ्या खूप संस्था-समूह भारतभरात काम करत आहेत आणि खूप चांगली चांगली कामं होत आहेत, ही तर वस्तुस्थिती आहे. आजूबाजूला परिस्थिती निराशाजनक असताना ह्या संस्था आशेचा एक अत्यंत महत्त्वाचा किरण दाखवतात. तर ह्या वेगवेगळ्या क्षेत्रात काम करणाऱ्या ज्या संस्था आहेत, ह्या संस्थांना कृतीशील आणि सकारात्मक पद्धतीने हुडकून काढणं, त्यांना ज्या पद्धतीची मदत अपेक्षित असते किंवा गरज असते ती मदत पुरवणं आणि त्याच्याशिवाय काही दूरदृष्टीसुद्धा त्यांच्यामध्ये विकसित करणं, असं आमच्या कामाचं स्वरूप. कारण बरेचदा काय होतं, ह्या संस्थांचे जे संस्थापक असतात ते आपल्या कामाबद्दल इतके प्रेरित असतात, आपल्या कामामध्ये इतके बुडलेले असतात की कदाचित ते ज्याला आपण 'विहंगावलोकन' (Bird's Eye View) म्हणतो, तो घेण्यात काही वेळा ते कुठेतरी कमी पडू शकतात. प्रत्येक वेळेला असं होईल, असं नाही म्हणत, पण काही वेळेला तो कमी पडतो. अशा ठिकाणी सकारात्मक हस्तक्षेप करून जर आपण त्यांना तो दृष्टिकोन देऊ शकलो, आणि त्यांना मदत करून आज

ज्या प्रमाणावर ते काम करत आहेत, ते प्रमाण उंचावू शकलो, तर त्यांची पोच आज जर 'क्ष' इतक्या लोकांपर्यंत असेल तर ती 'क्ष'चा घन इतकी, किंवा त्याहूनही अधिक वाढू शकते.

अतुल: आणखी एक गंमत होते. आम्ही त्यांच्या कामात 'हस्तक्षेप' केला असं न म्हणता त्या कामाला पाठिंबा दिला असं म्हणतो- तसं करतोही. ह्यामुळे काय होतं की त्यांची कार्यक्षमतेची पातळी वाढते. आपल्या कामात पूर्ण बुडून गेल्यामुळे काही वेळा त्यांची व्यवस्थापन-कौशल्यं कमी पडतात. उदाहरणार्थ, पाण्याविषयी काम करणारी कोणी संस्था असेल, तर ते फक्त पाण्याबाबतच विचार करत असतात. आपला कळीचा संदेश अन्य लोकांपर्यंत प्रभावी रीतीने कसा पोहोचेल, आपली मांडणी आणखी कोणी संस्था चांगल्या पद्धतीने कशी उचलून धरेल, अशासाठी काही चांगले साहित्य कसं निर्माण करता येईल, ह्या सर्व गोष्टींकडे त्यांचं दुर्लक्ष होतं. कारण त्यांचं लक्ष एकवटलेलं असतं ते 'आज गावात पाणी पोहोचवायचं आहे' ह्या एकमेव ध्येयाकडं. त्यामुळे अशा आवश्यक साहित्याची निर्मिती इत्यादींकडे त्यांचं लक्ष नसतं. अशा परिस्थितीत जर आपण त्यांना एक व्यापक दृष्टिकोन देऊन त्यांची ही बाकी कामं केली, तर त्यांचं मूळ काम कैक पटींनी वृद्धिंगत होतं. अशी अनेक उदाहरणं आम्हाला जवळून ठाऊक आहेत. इथे जवळ यवतमाळमध्ये पाण्यावर काम करणारी संस्था आहे. एक लाख हेक्टर शेतीच्या पाणी-पुरवठ्यासाठी ते काम करतात. ह्यात सहभागी होऊन, पूर्ण दस्तावेजीकरण नीट करणं, दृष्टिकोन विकसित करणं, त्या कामाशी लोकांना जोडून घेणं, या जबाबदाऱ्या आम्ही घेतल्या आणि मूळ कामासाठी त्यांना मोकळीक दिली.

वा! क्या बात है! पण ह्या सगळ्याचं बीज कसं रोवलं गेलं? एखादा प्रसंग, किंवा बघितलेली एखादी संस्था-असं काही सांगता येईल?

अतुल: एक काही असं सांगता नाही येणार. आमच्या मते ही एक जीवनप्रणाली आहे. वे ऑफ लाइफ! हे सर्व आपोआप होत गेलं. एक अत्यंत मोठा बदल झाला तो दहा-बारा वर्षांपूर्वी, जो मला अत्यंत ठळकपणे आठवतो. त्या आधी आम्ही जे काम करायचो, त्यात आपल्या बाजूनं मदत देऊन तिथं ते प्रकरण संपायचं, आम्ही विसरून जायचो. आपण आपली भूमिका निभावली, इतकंच! आम्ही त्या सर्वांकडे एक सुसंघटित प्रयास, प्रयत्न म्हणून पाहात नव्हतो. पण दहा-बारा वर्षांपूर्वी रमेश कचोलिया अंकल आणि निमेशभाई सुमती हे आम्हाला भेटले आणि त्यांना भेटल्यावर प्रकाश पडला की हेच काम

जर सुविहित पद्धतीने, नीट संघटित करून पार पाडलं तर त्याचा परिणाम केवढा व्यापक होऊ शकेल. आणि गेल्या दहा बारा वर्षात तसं झालंही. ह्या बाबतीत हे दोघे-रमेशजी आणि निमेशभाई हे आमचे घनिष्ट मित्र आणि आदर्श आहेत.

प्राजक्ता: त्यांना आपण आमचे मेंण्टर्स म्हणू शकतो.

अतुल: ते जरी मुंबईत असले तरी आमच्या निकट सान्निध्यात असल्यासारखेच आहेत. त्यांनी आम्हाला हे समजावताना शब्दच्छल बिलकूल केला नाही, त्यांच्या कामांकडे पाहता पाहता आम्हाला ते सहजी कळून गेलं.

कुठलाच शाब्दिक फुलोरा न दाखवता, काही लोक फक्त आणि फक्त आपल्या कामाद्वारा जितीजागती उदाहरणं बनून जातात आणि हे किती महत्त्वाचं आहे! कित्येक पटीनं परिणामकारक आहे! आता मला, तुम्ही मदत केलेली काही सुनिश्चित उदाहरणं ऐकायला आवडतील- जसं तुम्ही त्या पाणी क्षेत्रात काम करणाऱ्या संस्थेचं सांगितलं. बाकी कुठल्या कुठल्या क्षेत्रातले लोक आहेत की ज्यांना तुम्ही मदत केली आहे?

प्राजक्ता : या संस्थांच्याबद्दल बोलायच्या आधी मी एक गोष्ट सांगू इच्छिते की, जे काम आम्ही दहा-बारा वर्षं करत होतो, ते रमेशजी आणि निमेशभाई भेटल्यानंतर एका सुनिश्चित, सुसंघटित पद्धतीने आम्ही चालू केलं. हे काम करताना अशा बऱ्याच एकेकट्या लोकांना आम्ही भेटलो. कुठल्याही संस्थेची पार्श्वभूमी नसणारे एकएकटे लोक होते ते. पण कुठल्यातरी क्षेत्रात काम करू पाहत होते, खूप धडपड करीत होते. आणि मग असं जाणवलं की त्यांनासुद्धा थोड्याशा मदतीची गरज असते. कारण त्यांना जर अगदी मूलभूत मदत, पाठिंबा नाही मिळाला की गोष्टी अवघड होतात. आज आपल्याकडे परिस्थिती अशी आहे की तरुण मुलं सामान्यत: घरातून बाहेर पडली की त्यांनी 'कमावणे' ही घरच्यांचीही अपेक्षा असते आणि त्यांचाही तो एक प्रमुख उद्देश बनतो. कारण रोजच्या जगण्याला पैसे तर लागतातच. जगण्याकरता, जगण्याच्या गोष्टींकरता. मग त्याच्यामागे जर ते लागले तर कदाचित त्यांना जे मूळ काम करायचं आहे. ज्याच्याकरता त्यांना धडपड करायची आहे, जी आस त्यांच्या मनात आहे करण्याची, ते काम पुढे नेऊ नाही शकत, त्याच्यामागे नाही जाऊ शकत. अशा बऱ्याच व्यक्ती, अशा बऱ्याच तरुण मुलांना आम्ही भेटत गेलो. ते तरुण आमच्या संपर्कात येत गेले. संस्थांबरोबर आम्हाला जाणवलं की या तरुण मुलांनासुद्धा अशाच प्रकारच्या पाठबळाची गरज आहे. त्याच्यामुळे आमचा

हा व्याप फक्त संस्थांपुरता मर्यादित न राहता बऱ्याचशा तरुण मुलांपर्यंतसुद्धा पोचला आहे.

अतुल: ह्यात आणखी एक चांगली गोष्ट होते. ही जी बावीस-तेवीस वर्षांची मुलं असतात, जी अत्यंत तळमळीनं झोकून देऊन काम करत असतात, त्यांना ह्या वयात ना कुठली नोकरी असते, ना कुठला संस्थात्मक ढाचा/चौकट असते, ज्याद्वारे ह्यांना काही 'फंडिंग' मिळेल. तेव्हाच नेमकी ही मुलं पैसे मिळवण्यासाठी कुठलीतरी नोकरी करू लागली, कुठल्यातरी छोट्या जागी कामाला लागली, तर मला वाटतं, समाज म्हणून आपलं हे फार मोठं नुकसान होतं!

अगदी महत्त्वाचा विचार सांगितलात. आणखी कुठं जर ही मुलं खेचली गेली, तर नुकसान समाजाचंच होणार असतं!

अतुल: म्हणून अशा मुलांना आम्ही थोडीशी छात्रवृत्ती देणं चालू केलं. त्यासाठी आम्ही 'फेलोशिप' ही संज्ञा वापरतो. छोटी छात्रवृत्ती, जिच्यामुळे ही मंडळी टिकून राहू शकतील. ही रक्कम मग १५ हजार रुपये, २० हजार, २५ हजार, अशी कितीही असू शकते. तो मुलगा किंवा ती मुलगी कुठल्या ठिकाणी स्थित आहे, काय काम करत आहे, किंवा आर्थिक पार्श्वभूमी काय आहे, ह्यावर हे अवलंबून असतं. ह्यामुळे होतं काय की तो/ती नोकरी शोधत बसून वेळ वाया घालवत नाही. ते लोक आपल्या कामात राहतात. असं काम की जे एरवी लाखो रुपये देऊनदेखील कुणी करायला उभं राहिलं नसतं.

हो, कारण त्यासाठीची तळमळ इतरांकडे कुठून येणार?

अतुल: हो ना! नुसते पैसे देऊन ती तळमळ, ती समर्पित वृत्ती कुठून आणणार? त्यामुळे आमच्यासाठी हा स्वस्तातला सौदा ठरतो!

प्राजक्ता: म्हणजे अगदी व्यावसायिक दृष्टीने जरी पाहिलं, तरी ती व्यक्ती आमच्या फेलोशिपच्या महिना पंधरा हजारात वर्षभर स्वत:च्या इच्छेचंच काम करते आहे- पण त्याचा फायदा मात्र संपूर्ण समाजाला होतो आहे. समाजाचं काही नुकसान होण्यापासून वाचतं आहे आणि आम्ही ह्याच समाजाचे घटक आहोत, मलाही ते काम पसंत पडतं आहे. स्वस्तातलाच नाही का हा सौदा?

खूप जास्त परतावा मिळतोय म्हणा की गुंतवणुकीवर!

अतुल: आणि म्हणून आम्ही नेहमी म्हणतो, की आमच्या गुंतवणुकीतील परतावा, कोणत्याही शेअर बाजार, वायदे बाजाराहून जास्त आहे. फक्त तो

परतावा माझ्या बँक खात्यात जमा होत नाही, इतकंच काय ते! पण मला ते चालतंय, कारण माझ्यापुरतं माझ्याकडे पुरेसं आहे. तरी मी त्याचा लाभार्थी आहेच ना?

अप्रत्यक्ष लाभार्थी?

नाही! थेट, प्रत्यक्ष लाभार्थी. कारण ह्या तरुण लोकांचा फायदा हाच माझाही थेट फायदा आहेच.

आता मला सांगा, तुम्ही एखाद्या तरुण व्यक्तीला वर्षभर ही छात्रवृत्ती दिली, आणि एक वर्षानंतर ते काम काही कारणानं पुढं जात नसेल, तर तुमचं काय म्हणणं असतं?

अतुल: ह्यात दोन गोष्टी लक्षात घ्याव्या लागतात. एक म्हणजे एक वर्ष हा कालावधी खूपच कमी आहे. त्यामुळे आम्ही त्या तरुण व्यक्तीला जेव्हा छात्रवृत्ती देण्याचं ठरवतो, तेव्हाच आम्ही त्यांना सांगतो की तुम्ही म्हणाल तोपर्यंत आम्ही हे तुम्हाला देत राहू. अमर्याद बांधिलकी ह्या तत्त्वावर. काही छात्रवृत्त्या पाच-सहा वर्षंसुद्धा चालू राहतात. मग जेव्हा त्या व्यक्तीची संस्था उभी राहते, त्यांना निधी मिळू लागतो, तेव्हा ती व्यक्ती स्वत: होऊन सांगते, की आता मला गरज नाही. दुसरी गोष्ट म्हणजे काही वेळा ते अपेक्षित कामगिरी नाहीच करू शकत. असंही खूपदा होतं, झालेलं आहे. त्याचा आम्ही आमच्या कामावर अजिबात परिणाम होऊ देत नाही. ती आमच्यासाठी फक्त एक विसरून जाण्यासारखी कहाणी असते, बस! त्याला आणखी कोणताही अर्थ नाही. तसा आम्ही काढतही नाही- की पुढील वेळी जास्त काळजी घेऊ, इत्यादी.

प्राजक्ता: त्याचा आम्ही कुठं उल्लेखही करत नाही, किंवा त्यामुळे निराशही होत नाही.

एकंदर प्रक्रियेचा एक भाग म्हणूनच तुम्ही त्याकडे पाहता, असं दिसतंय. म्हणजे नवउद्यमी व्यवसायांना भांडवल पुरवणारे व्हेंचर कॅपिटलिस्ट किंवा एंजेल इन्वेस्टर जसा विचार करतात- मी जर दहा ठिकाणी पैसे गुंतवले आणि त्यातली एक जरी कंपनी पुढे गेली तरी आपलं उद्दिष्ट साध्य झालं, बाकीच्या कदाचित अयशस्वी ठरतीलही. हेच तत्त्व, हेच प्रारूप मला दिसतं. पण मी विचार करतोय, अर्थात हे माझं अगदी व्यक्तिगत मत आहे- की समजा एखाद्या प्रकल्पाला म्हणावं तसं यश आलेलं नाही आणि जर तुम्हाला वाटलं की अरे ह्या व्यक्तीची दिशा तर बरोबर आहे, ह्याचे हेतू

चांगले आहेत, पण काहीतरी चुकतंय. तेव्हा, ज्याला आपण नवउद्यमींच्या शब्दकोशात pivoting म्हणतो- तसे काही उपाय तुम्ही सुचवता का? म्हणजे आहे तेच काम, पण थोडी दिशा बदलायची; बाजारपेठ वेगळी पाहायची; उत्पादनाची पातळी किंवा वैशिष्ट्ये बदलायची; असं तुम्ही काही सुचवता का? जेणेकरून ते सर्व टिकेल, वाढेल?

प्राजक्ता: एखादी व्यक्ती तीन-चार किंवा काही वेळा पाच-सहा वर्षंसुद्धा आमच्याबरोबर असते, तेव्हा एक असं नातं तयार होतं की जिथे तुम्ही त्यांच्याबरोबर अधिक वेळ व्यतीत करता. चर्चा होतात, आपण कुठे चुकतो आहोत का, ह्याचा शोध घेतला जातो, काय सुधारणा करता येतील त्याची चर्चा होते. ही भूमिका तर नेहमीच निभावावी लागते आणि ते खूप सहजी होतं. हा एक सहज संवाद असतो.

वा! म्हणजे अत्यंत organically असं हे नातं तयार होत जातं. कारण मी असं डोळ्यासमोर आणतोय, की इतका प्रदीर्घ काळ बरोबर काम केल्यावर तुम्ही बहुदा एकमेकांच्या कुटुंबियांसारखेच होऊन जाता.

अतुल: अगदी बरोबर. आम्ही त्यांच्या कामाचं विहंगावलोकन करू शकतो. हे लोक किंवा त्यांच्या संस्था जेव्हा जमिनीवर घट्ट पाय रोवून काम करत असतात, तेव्हा आम्हाला कधीकधी जरा लांबचं दिसतं. त्यानुसार काही सुधारणा व्हाव्यात, ह्यासाठी आम्ही त्यांना काही सूचना करतो, नेहमीच करत असतो. पण त्या स्वीकारणं-न स्वीकारणं सर्वस्वी त्यांच्या मनावर असतं. आमची ती काही अट नसते, की आम्ही काही सूचना केली तर तुम्ही ती मानली/स्वीकारलीच पाहिजे. आम्ही त्यांचा कुठलाही अवकाश न व्यापता, रंगमंचामागूनच असलो पाहिजे. त्यामुळे संस्थेला जी चौकट, जो अवकाश मिळतो, तो त्यांचाच राहतो. कारण असंही पाहू गेलं तर आमचा त्या कामातला वाटा फार छोटा आहे. एक संस्था आहे, तिचे संस्थापक आहेत, त्यांनी पूर्ण आयुष्य त्यासाठी पणाला लावलं आहे, त्या तुलनेत आम्ही तर आमचा रोज एखादा तास किंवा आम्ही कमावलेल्या पैशाचा थोडासा भाग त्यात ओतला आहे. त्या लोकांनी तर पूर्ण आयुष्य वाहून घेतलं आहे. त्यांना आमच्यापेक्षा त्या कामाचं महत्त्व कित्येक पटींनी जास्त आहे, ते आम्ही कमी करू नाही शकत किंवा ते त्यांच्याकडून हिरावूनही नाही घेऊ शकत. कोणतीही सूचना करताना आम्ही इतकीच एक गोष्ट लक्षात ठेवतो, बस!

आणि इथेच तुम्ही इतरांहून अगदी अभिमानास्पद रीतीने वेगळे उठून

दिसता. कुणाचा अवकाश, बांधिलकी हिरावून न घेता, त्यावर आक्रमण न करता, मंचामागून मदत. आता काही उदाहरणं पाहू या का? व्यक्ती किंवा संस्थांची- ज्यांना तुम्ही ही अशी मदत केली आहे?

अतुल: पाच-सहा वर्षांपूर्वी आमच्याकडे काही मुलं आली. त्यांच्यातील बहुतांश आयुर्वेदिक डॉक्टर होते. आमच्यासोबत त्यातील तीन लोकांनी सुरुवात केली होती-आता त्यात सव्वीस डॉक्टर आहेत. त्यांची नागपूरमध्ये चार रूग्णालयं आहेत. शिवाय नागपूरच्या आसपासही अगदी छोट्या छोट्या जागांवर जाऊनही हे लोक सेवा पुरवतात. आठवड्याच्या शेवटी, सुट्टीच्या दिवशी आपआपल्या खेड्यात जाऊन काम करतात. कामाच्या दिवशी नागपुरात काम करतात. त्यांच्यातील काही तरुण व्यक्ती कायमस्वरूपी गडचिरोली, गोंदिया, भंडारा, यवतमाळ अशा ठिकाणी स्थायिक होऊन तिथे प्रॅक्टिस करत आहेत. अत्यंत उच्च नीतीमूल्यं वागण्यात असणारं आणि औषधाविना, असं जीवन ते जगत आहेत. त्यांच्या व्यवसाय करण्याचं सूत्रच मुळी, 'आम्ही आरोग्याकडे पाहतो, रोगाच्या इलाजांकडे नाही पाहात' असं आहे. आता ही एक सुंदर व्यवस्था निर्माण झाली आहे त्यांची. आता त्यांच्यात होमिओपॅथी, एम.बी.बी.एस. डॉक्टर लोकही जोडले जाऊ लागले आहेत. आता तो मोठा समूह होतो आहे. आता ते, सर्वंकष पद्धतीने आरोग्याकडे पाहण्याची जी 'holistic health practice' म्हणतात, ती सुरू करतील. आरोग्याकडे सर्व-समावेशक दृष्टिकोनातून पाहणं त्यांनी चालू केलं आहे. आपल्याला रुग्णावर उपचार करून त्याला बरं करायचं आहे, कोणती पॅथी हे महत्त्वाचं नाही हे त्यांचं सूत्र आहे. तीन मुलांपासून सुरू केलेला हा उपक्रम आता सव्वीस मुलांपर्यंत पोहोचला आहे. आणखीही लोक येत आहेत. आयुर्वेदिक अभ्यासक्रमाच्या अंतिम वर्षाचे विद्यार्थी आता ह्यांच्या समवेत उमेदवारी (इंटर्नशिप) करतात. दोन-तीन वर्षं ह्यांच्याबरोबर राहतात, त्या मार्गाचे डॉक्टर बनतात. खरं सांगू का, आयुर्वेद ही देखील उत्तम 'पॅथी' आहे. म्हणजे मी आपल्या संस्कृतीचं गुणगान वगैरे अंगाने नाही म्हणत, फक्त उपचाराची पद्धत-ह्या अर्थी. मी ह्याकडे अत्यंत शास्त्रीय अंगानेच पाहतो. ती प्रत्येक प्रश्नावर जादूची कांडी ठरेल असं नाही, पण जिथे ती चांगली आहे, तिथे मात्र खूपच चांगली आहे, हे निश्चित. आपल्याकडे छोट्या-मोठ्या हॉस्पिटल्समध्ये हे जे आयुर्वेदिक डॉक्टर असतात, त्यांना फक्त निवासी डॉक्टर म्हणून, म्हणून रात्रभर लावून घेतलेलं असतं. त्यांच्याकडे स्वत:ची प्रॅक्टिस असलेला डॉक्टर म्हणून कोणीच पाहत नाही. ह्या मुलांना स्वत:ची प्रॅक्टिस सुरू करायची असते. त्यामुळे ह्यांना पैसे

मिळवायलाही खूप वेळ लागतो, तितके दिवस त्यांच्याच्यानं निभत नाही. मग पुन्हा कुठेतरी रात्रीची ड्युटी! हे सगळे त्रास असतात आणि डॉक्टर म्हणूनसुद्धा त्यांना सापत्न-भावाचीच वागणूक मिळते. निर्णय घेता येईल, अशी ट्रीटमेंट नाहीच! ह्या सगळ्यावर उपाय म्हणून, नागपूरमध्ये आता आमच्या समूहामुळे एक चळवळच सुरू झाली आहे. आता खूप मुलांना वाटू लागलं आहे, की आपणही प्रॅक्टिस केली पाहिजे. असा एक मोठा समूह तयार होतो आहे. हा एक मोठा बदल म्हणता येईल. मी नेहमी थोडा वैज्ञानिक दृष्टिकोनातून विचार करतो. त्यामुळे मी त्यांना सांगितलं आहे, नेहमीच सांगतो, की तुम्ही पन्नास, पंचावन्न वर्षांचे झालात तरीही जोवर तुम्ही चरक-संहितेचं एकही पान सुधारून लिहिलं नसेल, एखादं कालबाह्य पान काढून टाकलं नसेल, एखाद्या पानाची त्यात भर घातली नसेल, तोवर मी तुम्हाला डॉक्टर मानणार नाही.

वा! अगदी वेगळाच दृष्टिकोन आहे हा!

तुम्ही निव्वळ 'चरक-अनुयायी' बनून राहावं असं आम्हाला वाटत नाही. आमची इच्छा अशी आहे की तुम्ही ती मूळ संहिता अधिक कालसुसंगत करण्याचा प्रयत्न करावा, त्यात आवश्यक ते बदल कालानुरूप करावेत, आणि त्या पद्धतीने ही मुलं स्वत:ला तयार करत आहेत.

अत्यंत पथदर्शी उदाहरण आहे हे. आता मला व्यक्तिशः केलेले काही प्रयत्न, आणि तेही विशेषकरून बायका अथवा मुलींनी केलेले असतील तर ते ऐकायला खूप आवडेल. कारण मला असं वाटतं की भेदभावामुळे नेहमीच बायकांना ओळख, वाव कमीच मिळतो एकूणात!

प्राजक्ता: एक उदाहरण अगदी सांगण्यासारखं आहे. एक कलाकार मुलगी आहे. तिचं काम खूपच सुंदर आहे. आम्हाला तिच्या क्षेत्रातलं काहीच कळत नाही, पण आमची ओळख झाली, तेव्हा तिच्यात एक आंतरिक तळमळ होती, ती आम्हाला खूपच भावली होती. आम्ही सतत तिच्याबरोबर बोलत राहिलो, समजून घेत राहिलो, की तिची कला काय आहे, आणि ती मुख्यत्वे काय करते! तिचं एक नक्की ठरलेलं होतं: नागपूरपासून साठ किलोमीटरवर, मध्य प्रदेशच्या सीमेवर तिचं गाव आहे- बारासिंगा नावाचं. तिथं तिचं घर होतं, काका, आजोबा होते. तिथं जाऊन तिला काहीतरी करायचं होतं आणि नक्की काय करायचं, हे ठरलं नसलं तरी कलेच्या माध्यमातून आपण गावातल्या लोकांपर्यंत काही पोहोचवून बदल घडवून आणू शकतो का, हे तिला तपासून पाहायचं होतं. त्यासाठी ती गावाकडे गेलीही. तिने अगदी एकमेव असे काही प्रयोग केले. ते

खरोखरच वेगळे प्रयोग होते. तिथे त्यांचं शेत आहे. तिथे तिने 'लँड आर्ट' हा प्रकार चालू केला. म्हणजे शेताचा काही भाग निवडून त्यात एका विशिष्ट आकारात पिकं, भाज्या लावायच्या. त्या आकारातून काही संदेश समाजापर्यंत पोहोचला पाहिजे. आम्हाला त्याचा काय आणि किती परिणाम होतो, हे केव्हा कळलं? तर तिने शेतात आपले पंतप्रधान मोदींच्या चेहऱ्याचा आकार तयार केला. वेगवेगळ्या भाज्या, पिकं त्या चेहऱ्यात वाढवल्या. वरून पाहिलं तर तो अगदी मोदींचा चेहरा दिसायचा आणि त्याच्या खाली तिने लिहिलं होतं,'Dear Prime Minister, Please Grow in India.' मोदींच्या लोकप्रिय, 'मेक इन इंडिया' मोहिमेशी सुसंगतच होतं ते.

अतुल: तेव्हा काय होत होतं, की एखादी वस्तू उपलब्ध नसेल किंवा तिचे दर वाढलेले असतील ती करा आयात! कांदे, वाटाणे.. बी बियाणे तर पूर्ण बाहेरचे, आयात केलेले आहेत. हा संदेश त्या 'लँड आर्ट'च्या माध्यमातून गेल्यामुळे दोन प्रकारचे प्रभावी परिणाम झाले. एक तर, दिल्लीहून माध्यमं येऊन त्यांनी प्रसिद्धी दिल्याने तो संदेश देशभर पोहोचला. दुसरी प्रभावी गोष्ट म्हणजे, त्या काळात हा संदेश काय आहे, कोणी केला आहे, कसा आहे, हे पाहण्यासाठी दहा हजार लोक त्या गावाला भेट देण्यासाठी आल्यानं ग्रामस्थांनाही वाटलं की अरे, आपल्या गावालाही काही इज्जत, काही प्रतिष्ठा आहे! कोणताही समाज एखाद्या गावात, जागेवर टिकून राहायचा असेल, तर त्यासाठी ही प्रतिष्ठेची भावना खूप महत्त्वाची असते. त्यांना असं वाटून जातं, की आपण इथे जन्म घेतला हे आपलं भाग्यच आहे! दुर्दैवाने भारतात बहुतांश ठिकाणी 'गाव' ह्या प्रकाराला दुर्भाग्यवशच ठरवून लोक मोकळे झाले आहेत, पण ह्या घटनेने त्या गावाला सद्भाग्याशी लोकांनी जोडून घेतलं. हाही मोठा परिणाम होता.

प्राजक्ता: त्याचा तिला फायदा असा झाला, की गावातले लोक तिच्याबरोबर जोडले जाऊन त्यांनी तिला तिच्या कामांमध्ये पाठबळ द्यायला सुरुवात केली. मग तिनं गावातल्या महिलांचा एक गट तयार केला. तिला सेंद्रीय शेतीमध्ये काम करायचं होतं. त्यामुळे त्याचा प्रचार तिनं गावात सुरू केला, आणि तशा प्रकारच्या शेतीनंही फायदा कसा होतो, हे ती सांगू लागली. ह्या 'लँड आर्ट' इवेंटमुळे तिच्या बोलण्याला जरा वजन आलं होतं. इतक्या महिला जोडल्या गेल्यानं सेंद्रीय शेतीत गाव तिच्यासमवेत उभं राहिलं. मग ह्या जोडल्या गेलेल्या महिलांना घेऊन गृहोद्योग म्हणता येईल असे अनेक उपक्रम तिने सुरू केले. सीड पेपर बनवणे, राख्या बनवणे असे. त्या राख्या तयार करतानाही कापूस बी.

टी. न घेता देशीच घ्यायचा, त्या राखीतही आपले परंपरागत बियाणे ठेवायचे. ह्यामुळे संदेश असा जातो, की ही राखी वापरल्यानंतर तुम्ही जेव्हा फेकाल तेव्हा कुठल्यातरी मातीत फेका, तिथं ते बीज रुजेल, तिथं झाड उगवेल. आणि त्याचबरोबर तिथल्या महिलांना रोजगारही मिळाला. एक प्रतिष्ठा मिळाली.

अतुल: नंतर तर त्यांनी तिथं संपूर्ण हातकागद निर्मितीचा छोटा कारखानाच सुरू केला. त्याला लागणारी छोटी छोटी यंत्रसामग्री, ती कलाकार असल्यानं तिने स्वत: रचना करून बनवली आहे. अत्यंत सुंदर, देखणं युनिट उभं राहिलं आहे. हे सर्व करतानाच सुमारे तीन वर्षांपूर्वी तिचा विवाहही झाला. आपल्याच समूहातील तन्मय नावाचा मुलगा तिच्याबरोबर होता. त्यानंही आपली पुण्यातील नोकरी आणि सगळं काम शेती करता येण्यासाठी सोडलं होतं. मग दोघेही गावातच राहिले आणि खूप मस्त काम करत आहेत तिथं.

जबरदस्त उदाहरण! कलेचा दृष्टिकोन जीवनाशी किती घट्ट जोडला जाऊ शकतो, आणि ते व्यावसायिक दृष्ट्याही फायदेशीर कसं होतं, त्याचं! सुरुवात कलेला प्रोत्साहन देण्यापासून- ते रोजगार आणि यंत्रसामग्री स्वत: बनवणं!

अतुल: आणि पाहा-ह्यात आर्थिक पाठबळाचा भाग मर्यादित असतो. इथे काही संकल्पना द्यायच्या, दृष्टिकोन द्यायचा, असा काहीच भाग नव्हता. फक्त तिला तो विश्वास द्यायचा होता, की तू तुला हवं ते कर- आम्ही आहोत. इतक्या छोट्या मदतीनंही किती मोठं काम उभं राहिलं. आणि समजा लाखो रुपये पगार दिला तरी त्या गावात राहून आयुष्य काढणारं आणि हे सर्व करणारं कोण मिळालं असतं? त्यामुळे आमची ही छोटीशी गुंतवणूक, आम्हाला किती फायद्याची ठरली! आम्ही कधी कधी त्यांच्याबरोबर वेळ काढतो, तेव्हा आम्हालाही खूप मजा येते.

आता मला विचारायचं आहे, की तुम्ही आणि तुमचे हे संभाव्य मित्र- व्यक्ती असतील, संस्था असतील-त्यांचा तुमचा पहिला संपर्क कसा होतो? केवळ सांगोवांगीने की त्याच्यासाठी तुमची काही अधिकृत प्रक्रिया आहे?

प्राजक्ता : नाही. अशी काही खूप औपचारिक प्रक्रिया नाही. आमची पोच (reach) पण तशी तितकी नाही. वेबसाईटसुद्धा नाही.

अतुल: ते करायचंही नाहीये. आम्हाला कुणी कुठं काम करताना दिसलं तर आम्ही जाऊन भेटतो त्यांना. मौखिक प्रसिद्धी पण होत असतेच.

प्राजक्ता: आणि आमची एक मर्यादा आहे, ती म्हणजे आम्ही नागपूरमध्ये

राहतो. आम्ही निवडलेली संस्था जर फार लांब असेल, तर आमच्या-त्यांच्या गाठीभेटी, जुळणारे बंध कमी होतात. ते काम तितक्या परिणामकारकरीत्या पुढे जाऊ शकत नाही. आम्हाला ते नको असतं. तर हे लक्षात घेऊन, आमचा परीघ आम्ही नागपूर आणि आसपास-म्हणजे विदर्भापुरता म्हणू या, इतकाच ठेवला आहे. विदर्भात मात्र कोणी तरी कोणाला तरी नक्की संदर्भ देतात, की यांना भेटा नागपुरात. आम्हाला कुणी सांगतं की अमुक ठिकाणी खूप चांगलं काम चालू आहे, तुम्ही बघून घ्या-मग आम्ही तिथे पोचतो.

बरोबर, ज्या गुणवत्तेचं आदान-प्रदान तुम्हाला करायचं आहे, त्यासाठी ही मर्यादा राहणं आवश्यक आहे. तुम्ही सुरुवातीला म्हणालात, की आधी आम्ही काहीसे विस्कळीत स्वरूपात काम करत असू, पण सुसंघटित पद्धतीने करायला लागल्यावर आमची कार्यक्षमता वाढली. तर म्हणजे आधी काय होत होतं आणि आता काय बदल झाला आहे, हे समजून घ्यायला मला आवडेल.

अतुल: पूर्वी आम्ही कुणाला काही दिलं तर त्याचा नंतर पाठपुरावा, फॉलो-अप असं काही करत नसू. सुसंघटित होताना आम्ही सर्वप्रथम आपण करतो आहोत ते महत्त्वपूर्ण आहे, हे स्वत: समजून घेतलं. मग आम्ही व्यक्ती/संस्था निवडली, की ते ते प्रकल्प संपूर्ण समजून घेऊ लागलो. त्यांचं पूर्ण काम समजून घ्यायचं. ते समजल्यावर कुठे उणीवा आहेत का, तिथे आमची प्रत्यक्ष काही मदत होऊ शकते का, आर्थिक काही मदत होऊ शकते का, आमचा कुणी मित्र एखाद्या विषयात काही मदत करू शकतो का, याची चाचपणी करायची. ह्याला आम्ही सुसंघटित स्वरूप येणं असं म्हणतो. आता आम्ही लोकांना सांगतो, की ह्या लोकांना किंवा संस्थेला आम्ही पाच वर्षं मदत करतो आहोत- तुम्हीही करा.

प्राजक्ता: ह्या 'पूर्वी आणि आता' मधील फरकाची रेषा फारच छोटी आहे. फक्त पूर्वी आम्ही कुणापुढेच 'आम्ही हे करतोय, ते करतोय' हे बोलायचो नाही. आता आपल्यापुरतं ते मर्यादित न ठेवता आम्ही ते लोकांपर्यंत पोचवतो आहोत.

अतुल: आता त्यांच्या कामाचं थोडं दस्तावेजीकरणही आम्ही करतो. त्यांना सांगतो, तुम्ही आम्हाला महिन्याला अहवाल देत जा.

हेच कौशल्यपूर्ण आहे! अजिबात सुसंघटित नसणं, हे कामाला शिस्त राहण्यासाठी मारक आहे आणि organization, structure हे जर खूप झालं, तर सगळं त्याखालीच दबून जाण्याचा धोका-त्यामुळे तुम्ही अगदी गरजेपुरतं हे सर्व ठेवलं आहे.

अतुल: ह्या सर्वात अजून एक बारकावा फार कष्टप्रद असू शकतो. ह्या संस्थांच्या फंडिंग एजन्सीज् त्यांना काही विवक्षित प्रकल्प, काम ह्यासाठी निधी पुरवतात. तो अन्य कोणत्याही कामासाठी वळवायला परवानगीच नसते. समजा, कुपोषणासाठी काही निधी मिळाला आहे आणि त्यात काम करणाऱ्या त्यांच्या कार्यकर्त्यांपैकी कुणाला गंभीर आजाराने गाठलं तर त्याच्या उपचारासाठी त्या संस्थेकडे कोणताही निधी नसतो. तो कार्यकर्ता गमावून किंवा दुरावूनही चालणार नसतं! अशा 'अनधिकृत', आणीबाणीच्या गरजा भागवण्यात आमचा निधी कामाला येतो. मुळात, आमच्याकडून होणाऱ्या अर्थपुरवठ्यासाठी कुठलाही प्रकल्प अहवाल, मग तो मार्चमध्ये दिला तरच एप्रिलमध्ये पैसे, असलं काहीही नसतंच. आम्हाला कुणी १७ एप्रिल किंवा २३ जून रोजी जरी म्हणालं की अशी अशी अवघड परिस्थिती ओढवली आहे, तरीही आम्ही देतो.

प्राजक्ता: आम्ही आधी ज्या रमेश अंकल आणि निमेश भाईंचा उल्लेख केला ना, मुंबईचे आमचे हितचिंतक-त्यांच्या बोलण्यात एक गोष्ट खूप स्पष्ट असायची-ती म्हणजे आपण त्या उपक्रमाच्या संस्थापक व्यक्तीत गुंतवणूक करायची. म्हणजे काय? आपला वेळ, शक्ती त्याच्यात गुंतवायची. तिथे जर ती तळमळ आणि ध्यास दिसला तर तो उपक्रम पुढे जातोच.

अतुल: आणखी एक गोष्ट आवर्जून सांगावीशी वाटते. प्राजक्ताने त्या मुलीची कहाणी सांगितली ना- श्वेताची, तिचं बारासिंगा गाव नागपूरपासून ६० किलोमीटर दूर आहे. आता ज्या गावांमध्ये आमचं काम आहे, तिथून काही वेळा, कुण्या मुलांना नोकरी वगैरे हवी असल्यास साहजिकच आम्हाला विचारणा होते. आम्हीही काही मित्रांशी बोलून शक्य असेल तर पाहतो. एक दिवस ह्या गावातून फोन आला की काही लोकांना नोकरी मिळू शकेल का? मी त्यांना भेटायला बोलावलं. चार-पाच मुलं आणि तितक्याच मुली होत्या. त्यांना नागपुरात राहून काही कमाई सुरू करण्याची इच्छा होती. मला फार वाईट वाटलं. हे ठीक नव्हतं चाललं. मी त्यांना म्हणालो, मी तुम्हाला नोकरी तर लावू शकतो, पण आधी जरा मी जे दाखवतो ते पाहा, आणि मग ते तुम्हाला जमेल की नाही ह्याचा विचार करा. मग त्यांना आमच्या ऑफिसचं काम दाखवलं आणि विचारलं, हे करू शकाल तुम्ही? आता ते काम म्हणजे अमेरिकेतील घरांचं थ्री-डी मॉडेल्स करण्याचं काम चालू होतं, ज्यावरून आम्ही आपला अहवाल बनवतो. हे काम सॉफ्टवेअर करतं, ते सगळं त्यांना दाखवलं, त्यांनाही आवडलं. पण ते म्हणाले, आम्ही आजवर संगणक कधीच वापरलेला नाहीये. आम्ही करणार कसं हे काम? मी म्हणालो, तुम्हाला संगणक वापरायला

शिकवणं आणि त्यात अत्यंत कार्यक्षम बनवणं हे माझं काम आहे, अट फक्त एकच: तुम्ही हे काम तुमच्या गावात राहून करायचं. ते म्हणाले, चालेल. मग आम्ही त्यांचं नागपुरात प्रशिक्षण सुरू केलं, जे दोन महिने चाललं. त्यानंतर आम्ही त्यांच्याच गावात छोटं कार्यालय उघडलं आणि त्यांना तिथेच काम दिलं. त्यांना पगारही नागपूरच्या कर्मचाऱ्यांइतकाच दिला, गावात राहूनही! ह्याचा फायदा म्हणजे ते नागपुरात राहिले असते, तर त्यांनी पगारातला अगदी छोटा वाटा गावाला पाठवला असता. त्याऐवजी आता ते पूर्ण खर्च गावातच करतात. गावातलाच चहा पितात, दूध विकत घेतात, मोबाईल रीचार्ज करतात. त्या पूर्ण गावाच्या अर्थव्यवस्थेवर त्याचा परिणाम झाला. दहा मुलं गावातून नागपूरला आल्यानं अर्थव्यवस्थेला काहीच फरक पडला नसता, पण दहा मुलं गावातच थांबल्यानं पडतो. हे सर्व करण्यात अडथळे दोनच होते- वीज आणि इंटरनेटची उपलब्धता. ते दूर झाले, मग त्यांची शहरात येण्याची गरज नाहीशी झाली. फार तर काय, आमचं प्रशिक्षण एरवी पंधरा दिवसांचं असतं ते दोन महिन्याचं झालं. कदाचित तीन महिन्यांचंही झालं असतं. पण इतकं जर आपण सोसलं, तर गावापर्यंत रोजगार आणि पैसा आपण पोहोचवू शकतो. ते प्रशिक्षण संपवून, त्या मुलांनी गावात काम चालू केलं त्यालाही दोन वर्षं झाली. काही मुलींची लग्नं झाल्यानं त्या गावापासून लांब गेल्या. जी नवी भरती आम्ही त्यांच्या जागी केली, त्यांना प्रशिक्षणही आम्ही गावामध्येच दिलं. इथे नागपूरला यावं लागलं नाही. आता ते युनिट फायद्यात चाललं आहे. आता आम्ही तिथे नागपूरवरून नियंत्रणही ठेवत नाही.

प्राजक्ता: म्हणजे ही मुलं आता गुणवत्ता राखणं, तपासणीचं कामही स्वत:च करतात.

अतुल: आणि हे सर्व फक्त दोन वर्षात साध्य झालं. मागे एकदा मी प्रशिक्षणासाठी तिकडे गेलो होतो. तिथं ते पहिल्यांदाच होत होतं. मी त्यांना विचारलं, 'कसं चाललं आहे प्रशिक्षण?' एक मुलगी म्हणाली, "छान, एक जरा काळजी वाटते आहे, की हे सर्व कसं होणार?" मी त्यांना म्हणालो, "तुम्ही का भिताय? प्रयोग अपयशी झाला तर माझा होणार आहे. काळजी मला वाटायला हवी." ते त्यांनी लक्षात ठेवलं. आणि काही महिन्यांनी तिथे गेल्यावर त्यांनी विचारलं, "सर, तुमची भीती, काळजी कमी झाली की नाही?" तेव्हा मी म्हटलं, "मला तर कधीच वाटली नव्हती भीती किंवा काळजी!!"

प्राजक्ता: ह्याचा आणखी एक फायदा म्हणजे त्यांच्याकडे आता गावासाठी वेळ आहे. एकजण आता आमच्याकडे काम करत नाही. त्याला रोपवाटिका

सुरू करायची होती. त्यांनं ह्या सर्वांची मदत घेऊन ती सुरू केली.

अतुल: कसं आहे, आता ह्या दहा मुलांना आर्थिक स्थैर्य आलं आहे. त्यामुळे आता त्यांचे विचार अधिक सर्जनशील होऊ लागले आहेत. सर्जनशीलता ही आर्थिक स्थैर्यावर काहीशी अवलंबून असावी! म्हणजे आमच्या ऑफिसची वेळ नऊ ते सहा होती, ती त्यांनी सकाळी सहा ते दुपारी दोन अशी करून घेतली. त्यामुळे ते गावासाठी काही करू शकतात. आपल्या नजरेनं आपण ते गाव पाहिलं तर आपल्याला वाटेल इथं फक्त शेती होऊ शकते, इथल्या लोकांना काही सांगणं, शिकवणं शक्यच नाहीये. पण आमचा दृष्टिकोन जर अनेक व्यावसायिकांनी अंगीकारला, तर बदल फार चांगला आणि वेगाने होऊ शकतो, हे खरं.

अगदी खरं आहे. मी स्वतःच हे सगळं पहिल्यांदा ऐकलं आणि थक्क होऊन गेलो आहे. तुमचे आभार कसे आणि किती मानू, हाच मी विचार करतोय. मनापासून धन्यवाद.

अतुल आणि प्राजक्ता यांच्याशी संपर्क साधण्यासाठी त्यांचा इमेल आहे : atul.prajakta@gmail.com

अतुल आणि प्राजक्ता यांच्या मूळ मुलाखतीचा ऑडिओ एपिसोड ऐकण्यासाठी खाली दिलेली लिंक वापरा किंवा सोबत दिलेला क्यू आर कोड स्कॅन करा.

https://tinyurl.com/vs-yt-48-ap

पूर्व-प्रसिद्धी : ३ मे, २०२०

सानिया किर्लोस्कर

शालेय शिक्षणाच्या क्षेत्रात
करिअर करणारी युवती

''मणिपूरमध्ये नोने जिल्ह्याच्या जवळ इजरॉंग नावाचं एक छोटं गाव आहे. तिथे मी दीड वर्ष राहिले. तो एक खूपच वेगळा, अनोखा अनुभव होता, कारण ते गाव इतकं सुदूर, दुर्गम होतं की, आपण त्याची कल्पनाच करू शकत नाही. तिथल्या जिल्ह्याच्या ठिकाणापासून त्या गावापर्यंत जायला एक-दीड तासाचा कच्चा रस्ता आहे, जिथून फक्त फोर बाय फोर बोलेरो जाऊ शकते, जी त्या चिखलातून त्या गावापर्यंत पोहोचू शकेल. किराणा मालाचं एकही दुकान नाही. भाजी मंडई नाही. त्यामुळे तिथे जर काही आणायचं असेल तर तुम्हाला थेट जिल्ह्याच्या ठिकाणी यावं लागतं. तिकडे विजेचा प्रश्नही मोठा आहे, म्हणजे सलग २१ दिवस गावात वीज नव्हती. अशा वातावरणात आम्ही राहिलो होतो.''

२.

सानिया किर्लोस्कर

आज आपल्याकडे आलेली पाहुणी, पुण्यातली नव्या पिढीची प्रतिनिधी म्हणता येईल अशी मुलगी आहे- सानिया किर्लोस्कर. नवीन पिढी वेगवेगळ्या क्षेत्रांमध्ये काम करते. साचेबद्ध क्षेत्रांमध्येच काम करायच्या ऐवजी हे लोक खूप वेगळ्या पद्धतीच्या क्षेत्रांमध्ये आपली कारकीर्द घडवायचा प्रयत्न करतात. सानियाचं उदाहरण त्याकरता फार महत्त्वाचं आहे. कारण तिनं एका अतिशय महत्त्वाच्या क्षेत्रात काम करण्याचा निर्णय घेतला आणि ते आहे शिक्षणाचं क्षेत्र. पुण्यातली असूनही तिनं शिक्षण क्षेत्रातल्या कामाच्या अनुभवासाठी ऋषिकेश किंवा मणिपूरसारख्या वेगवेगळ्या ठिकाणी जाऊन काम केलेलं आहे. त्याचबरोबर संगीत, वन्य-जीव निरीक्षण अशी वेगवेगळी क्षेत्रं तिला यामुळे अनुभवता आली. मणिपूरमधलं शाळा उभारण्याचं काम संपवून ती नुकतीच पुण्याला परत आलेली आहे. आज आपण तिच्याशी या सगळ्या प्रवासाबद्दल गप्पा मारणार आहोत.

तू मणिपूरमधलं तुझं काम संपवून आलेली आहेस. त्या सगळ्या कामाची सुरुवात तुझ्या 'टीच फॉर इंडिया' या अभ्यासवृत्तीने (fellowship) झाली. तर तू आधी 'टीच फॉर इंडिया' हा काय प्रकल्प आहे आणि तू तिकडे कशी वळलीस ते सांग, आणि त्यानंतर आपण तुझ्या पुण्याबाहेरच्या कामांबद्दल बोलू या.

नक्कीच. तर 'टीच फॉर इंडिया' ही भारतामधली एक चळवळ आहे. शाहीन मिस्त्री यांनी ही चळवळ सुरू केली. 'टीच फॉर ऑल' असं जगभरात वेगवेगळ्या देशांमध्ये चालू असलेलं जे मॉडेल आहे त्याची ही भारतामधली प्रतिकृती आहे. त्यामध्ये असं असतं की, जे पदवीधर आहेत किंवा व्यावसायिक

आहेत, त्यांची एका सरकारी किंवा खासगी-पण संसाधनांचा अभाव असलेल्या, म्हणजेच इंग्रजीत आपण underprivileged म्हणतो, अशा एखाद्या शाळेमध्ये दोन वर्षांसाठी नेमणूक होते. त्या दोन वर्षांमध्ये तुम्ही त्या शाळांमध्ये जो काही बदल घडवून आणायचा असतो तो सगळा तुमच्या हातात असतो. तर अशीच पुण्यातल्या वडगाव बुद्रुक एरियामधल्या एका खासगी, अभावग्रस्त शाळेमध्ये माझी नेमणूक झालेली होती. त्या दोन वर्षात मी मला दिलेल्या वर्गासाठी आणि माझ्या शाळेसाठी सातत्यानं काम केलं. ती दोन वर्षं माझ्यासाठी खूप आमूलाग्र बदल घडवून आणणारी होती, कारण या संस्थेने मला भरपूर काही दिलं. भारतातल्या सध्याच्या शैक्षणिक व्यवस्थेची मला चांगलीच जाणीव करून दिली. आपल्याला बऱ्याच गोष्टी माहिती नसतात, पण त्या लख्ख आकडेवारीच्या स्वरूपात आपल्यासमोर आल्यावर आपल्याला त्याची तीव्रता कळते. उदाहरणार्थ, भारतामध्ये पाचवीतल्या शिकणाऱ्या मुलाला इयत्ता दुसरीच्या पातळीवरचीदेखील भाषा वाचता येत नाही. दुसरीच्या पुस्तकातला जो मजकूर असेल, तो पाचवीतल्या ५०% मुलांना वाचता येत नाही. त्यानंतर ४६% मुलं माध्यमिक शिक्षण पूर्ण करू शकत नाहीत. ९०% मुलं ही महाविद्यालयीन शिक्षण पूर्ण करू शकत नाहीत. असली तथ्यं डोळ्यासमोर आल्यानंतर मला प्रत्येक वेळेला असंच वाटायचं की शिक्षण हेच सगळ्या गोष्टींचं मूळ कारण आहे आणि बऱ्याच प्रश्नांची उत्तरं तिथेच दडलेली आहेत. त्यामुळे ह्या दोन वर्षांत मला ज्या इतक्या वेगवेगळ्या गोष्टी अनुभवायला मिळाल्या त्यासाठी मी खूप कृतज्ञ आहे.

पुण्यातली दोन वर्षं तू जे काम केलंस ते झाल्यानंतरही 'टीच फॉर इंडिया'साठी तू काही करत राहिलीस, का तुझं 'टीच फॉर इंडिया' बरोबरचं जुळलेलं नातं संपलं आणि तू काहीतरी वेगळं करायला लागलीस ?

'टीच फॉर इंडिया'मध्ये असताना मी बरेच वेगवेगळे प्रकल्प केले. मी त्या मुलांबरोबर कचरा व्यवस्थापनासंबंधी एक प्रकल्प केला. त्यानंतर सर्जनशील शनिवार (Creative Saturday) अशी एक संकल्पना राबवली. जिथे आम्ही प्रत्येक शनिवारी वेगवेगळ्या क्षेत्रातल्या लोकांना शाळेत, वर्गात बोलवायचो. मुलांना अशा विविध विषयांशी सुपरिचित होता यावं यासाठी प्रयत्न केले. मला लहानपणापासून संगीत आणि वन्य-जीव निरीक्षण हे परिचित झालं होतं. त्यामुळे मला ते मुलांपर्यंत पोहोचवायचं होतं. त्यामुळे माझ्या शाळेतल्या पूर्ण वर्गालाच मी 'कट्यार काळजात घुसली' हा चित्रपट जेव्हा आला तेव्हा तो

दाखवला होता. प्रसिद्ध गायक महेश काळे ह्यांनी त्या सगळ्या ४० मुलांचं तिकीट स्पॉन्सर केलेलं होतं. ते स्वत: शाळेत आले आणि त्यांनी सगळ्या मुलांशी गप्पा मारल्या. (महेश काळे यांना 'कट्यार काळजात घुसली' या चित्रपटामधल्या पार्श्वगायनासाठी 'उत्कृष्ट पार्श्वगायक' हा राष्ट्रीय पुरस्कार मिळाला आहे.) अशा वेगवेगळ्या क्षेत्रातल्या लोकांना मी शाळेत आणायचा प्रयत्न करून, मुलांशी त्यांची ओळख करून देण्याचा एक प्रयत्न केला. 'टीच फॉर इंडिया' हे एक विशाल स्वरूपाचं व्यासपीठ आहे. इथे तुम्हाला भारतभरातल्या शिक्षण आणि प्रगती ह्या क्षेत्रात काम करणाऱ्या विविध स्वयंसेवी संस्थांचं एक मोठं दालन खुलं होतं. मलाही तसं ते झालं. मग त्यानंतर मला असं वाटलं की, जर पुण्यासारख्या भागामध्ये अशी परिस्थिती आहे, तर भारताच्या दुर्गम, दूरवरच्या भागांमध्ये काय अवस्था असेल? भटकंती आणि पर्वतरांगा ह्याची मला खूप आवड असल्यानं मला भटकंती करत करत शिक्षणक्षेत्रात काम करावंसं वाटलं. म्हणून मग मी 'टीच फॉर इंडिया'च्याच द्वारे एका वेगळ्या संस्थेच्या, ऋषिकेशजवळच्या गुलर डोगी नावाच्या गावामध्ये एका सरकारी शाळेसाठी अध्यापक-प्रशिक्षण आणि शाळेच्या विकास कार्यक्रमासाठी एक वर्ष काम करत होते.

म्हणजे 'टीच फॉर इंडिया'नंच तुला ही सगळी दारं उघडून दिली असं म्हणता येईल?

'टीच फॉर इंडिया'च्या अंतर्गत बऱ्याच स्वयंसेवी संस्था आहेत. त्या सर्व एकमेकांच्या उत्तम संपर्कात असतात. तर अशा वेगवेगळ्या संस्थांची ओळख मला त्यामुळे झाली आणि या अभ्यासवृत्तीमुळे दोन वर्षात मी जे जे काही शिकले, तो एक खूप मोठा अनुभव होता माझ्यासाठी. कारण ह्या अभ्यासवृत्तीमध्ये फक्त शिकवणं हाच एक अनुभव नव्हता, तर 'नेतृत्वगुण विकसित करणारा एक कार्यक्रम' हे त्याचं उद्दिष्ट होतं. जवळपास एम.बी.ए. अभ्यासक्रमाच्या तोडीची नेतृत्वकौशल्यं इथे तुम्ही विकसित करू शकता. ते कसं? तर शाळेमध्ये काम करताना जेव्हा तुम्ही त्या शाळेकडे समूळ बदल घडवण्याचं साधन समजून अत्यंत तळमळीनं काम करता, तेव्हा तुम्हाला वेगवेगळ्या लोकांना त्यात सहभागी करून घ्यावं लागतं, त्यांच्यात तुमची 'गुंतवणूक' करावी लागते. इथं विद्यार्थी असतात, पालक असतात, शिक्षक असतात. ह्या सर्वांचा एक एकसंध समाज असतो. मी समजा शाळेत शिकवते आहे, तर माझ्यासमोर ४० मुलं आहेत. तर त्या ४० मुलांची प्रत्येकाची

काहीतरी कहाणी असते. एखाद्या मुलाचं शाळेमध्ये, वर्गात लक्ष नाही, कारण त्याच्या घरी काहीतरी घडलेलं आहे. शिक्षक या नात्यानं बऱ्याच कमी वेळेला असं होतं की शिक्षक त्या मुलाशी व्यक्तिगत पातळीवर संवाद साधण्याचा काही प्रयत्न करतो. आमच्या अभ्यासवृत्तीचा हा एक भाग होता की आम्ही त्यांच्या घरी जायचो, त्यांच्या पालकांबरोबर स्वत:ला जोडून घ्यायचो, त्यांच्या घरातले प्रश्न, समस्या समजावून घ्यायचो. मग आपसूकच वर्गात मला कळायचं की एखाद्या मुलाचं लक्ष नाही, ह्याचा अर्थ घरी काहीतरी झालेलं असणार आहे. त्याबरोबरच संपूर्ण विज्ञान प्रयोगशाळा मी आमच्या शाळेमध्ये विकसित केली. मग त्यासाठी लागणारा सगळा काथ्याकूट आलाच. कारण ती शाळा एका नगरसेवकाच्या अखत्यारीत होती. म्हणजे त्या नगरसेवकाला ह्यात जोडून घेणं आलं. अशी प्रयोगशाळा विकसित व्हावी ह्यासाठी त्याच्याकडून निधी उभा करणं आलं! त्यानंतर मुख्याध्यापकांना त्यात सहभागी करून घेणं, स्थानिक शिक्षकांची त्यात मदत घेणं हे सर्व आलं. असं एका व्यासपीठावर तुम्ही बऱ्याच लोकांची मदत घेऊन एकत्रितपणे काहीतरी काम करता तेव्हा तुमच्यातला नेतृत्वगुण जागा होतो असं मला वाटतं आणि ती माझ्यासाठी खूप छान संधी ठरली.

नक्कीच, नक्कीच. कारण तुम्ही एका बाजूला काहीतरी चांगलं करू इच्छिता, त्याचवेळी तुम्हाला नगरसेवकांना, ज्यांचा मूळ उद्देशच वेगळा, राजकीय आहे, अशा लोकांना ते पटवून त्यांच्याकडून निधी आणायचा आहे किंवा ह्या कामात त्यांनाही कुठेतरी सामावून घ्यायचं आहे. हे खूपच आव्हानात्मक आहे, यात काही वादच नाही. आता तुझ्या पुढच्या, पुण्याच्या बाहेरच्या कामाकडे वळू या. ऋषिकेश आणि मणिपूर इथेही तू काम केलं आहेस, आणि आता तू ते मणिपूरचं सगळं काम संपवून आलेली आहेस. तर मणिपूरमधले तुझे अनुभव सांग.

हो नक्कीच. 'टीच फॉर इंडिया'नंतर मला कुठल्यातरी आणखी आव्हानात्मक ठिकाणी काम करायचं होतं. ऋषिकेशमधल्या दुर्गम भागामध्ये काम केल्यानंतर त्याहूनही अधिक दुर्गम, सुदूर प्रदेशात आपल्याला काम करता येईल का, हा मी विचार करत होते. ईशान्य भारत म्हणजे माझ्या सर्व इच्छांची पूर्ती करणारीच जागा होती म्हणा ना... कारण ईशान्य भारतातील जी जी राज्यं आहेत, ज्यांना आपण 'Seven Sisters' असं म्हणतो, त्यांच्याबद्दल आपण भूगोल शिकताना फार जुजबी प्रकारे शिकतो. फक्त अरुणाचल प्रदेश-इटानगर, मणिपूर-इंफाळ अशा जोड्या लावा, इतपतच आपण शिकतो. तो सगळा भूभाग नैसर्गिक

संपत्तीनं खूप समृद्ध असा आहे. तिथे २६० पेक्षा जास्त वेगवेगळ्या जमाती आहेत. त्या प्रत्येक जमातीचे पेहराव, त्यांच्या रूढी, परंपरा ह्या वेगवेगळ्या आहेत. खाण्याच्या पद्धती वेगळ्या आहेत. हे कधी आपल्याला पुण्यात बसून किंवा खरंतर भारतात राहून जाणवत नाही, कारण भारताचा तो एक दुर्लक्षित भाग आहे. जेव्हा मी तिकडे काम करायला सुरुवात केली तेव्हा तिथल्या लोकांनाही असं कधीच वाटत नव्हतं की आपण भारताचा एक भाग आहोत. कारण त्यांनी पहिला प्रश्न आम्हाला असा विचारला,"You are from which country?"

त्यामुळे त्यांना कधी असं वाटलं नाही की आपण भारताचा भाग आहोत. म्हणजे जेव्हा त्या शाळांमध्ये राष्ट्रगीत गायलं जातं, किंवा आम्ही त्यांना सांगतो की "तुम्ही गा", तेव्हा त्यांच्यासाठी ते एक नुसतं गाणं असतं, कारण त्यांच्यामध्ये तो देशाभिमान नाहीये, ती जाणीवच त्यांना कुणी कधी करून दिलेली नाही. म्हणजे आता एन.आर.सी. (National Register of Citizens) आणि सी.ए.ए. (Citizenship Amendment Act) या विषयांवरच्या चर्चेमुळे निदान हे भाग प्रकाशात तरी आलेले आहेत. पण आत्तापर्यंत त्यांच्या फक्त चेहऱ्याच्या ठेवणीमुळे त्यांना 'चिनी' किंवा 'नेपाळी' असंच संबोधलं जाऊन त्यांच्याबरोबर प्रचंड प्रमाणात भेदभावच केला गेला आहे. त्यामुळे त्यांच्याशी व्यक्तिश: संपर्कात आल्यावर खूप जाणवून येतं की त्यांचा हा जो सल आहे, त्यांचं हे दु:ख आहे की 'आम्हाला आम्ही कधीच भारताचा भाग आहोत असं वाटत नाही', हे माझ्या लक्षात येणं, ही माझे डोळे खाडकन उघडणारी घटना होती. मणिपूरमध्ये नोने जिल्ह्याच्या जवळ इजरॉंग (Ijeirong village, Noney district of Manipur) नावाचं एक छोटं गाव आहे. तिथे मी दीड वर्ष राहिले. तो एक खूपच वेगळा, अनोखा अनुभव होता. कारण ते गाव इतकं सुदूर, दुर्गम होतं की आपण त्याची कल्पनाच करू शकत नाही. तिथल्या जिल्ह्याच्या ठिकाणापासून त्या गावापर्यंत जायला एक-दीड तासाचा कच्चा रस्ता आहे, जिथून फक्त फोर बाय फोर बोलेरो जाऊ शकते, जी त्या चिखलातून त्या गावापर्यंत पोहोचू शकेल. किराणा मालाचं एकही दुकान नाही. भाजी मंडई नाही. त्यामुळे तिथे जर काही आणायचं असेल तर तुम्हाला थेट जिल्ह्याच्या ठिकाणी यावं लागतं. तिकडे विजेचा प्रश्नही मोठा आहे. म्हणजे सलग २१ दिवस आमच्या गावात वीज नव्हती. अशा वातावरणात आम्ही राहिलो होतो. शेजारी एक झाड होतं. त्या झाडाखाली जाऊन आम्ही फोन करायचो. कारण फक्त तिथेच नेटवर्क यायचं. आमच्या राहण्याच्या खोलीत नेटवर्क यायचं नाही.

पाण्याची भरपूर टंचाई होती. अशा विविध समस्या, आव्हानं होती. मुळात घरापासून वेगळं एकटं राहणं हेच एक आव्हान आहे, तेही अशा दुर्गम जागी राहणं, जिथं आपल्या रोजच्या मूलभूत गरजा आहेत, त्यांच्यासाठीसुद्धा झगडावं लागतं आहे. त्यामुळे तो एक-दीड वर्षाचा अनुभव मी कधीच विसरू शकत नाही. आणि त्या सर्व अनुभवांसाठी, घटनांसाठी मी कृतज्ञ आहे.

मला विचारायचं असं होतं की या गावात शाळा काढावी, किंवा या गावात तुझी नेमणूक व्हावी हा निर्णय ज्या संस्थेतर्फे तू काम करतेस ते लोक घेतात का?

'टीच फॉर इंडिया'मुळे मला हे सर्व जण कळले आणि ह्या सर्व संधी उपलब्ध झाल्या. पण ह्या सगळ्या गोष्टींचं मला श्रेय एका व्यक्तीला द्यायचंय ते म्हणजे कर्नल ख्रिस्तोफर रेगो. ते निवृत्त कर्नल आहेत. त्यांनी आठ वर्षं मणिपूर आणि मिझोराम हा भाग पिंजून काढला आहे. कर्नल असताना त्यांनी जेव्हा हा भाग खूप जवळून बघितला. तेव्हा त्यांना तिथली आव्हानं, तिथल्या लोकांचे प्रश्न हे खूप जवळून समजले. तेव्हा त्यांना वाटलं की आपण ह्यांच्यासाठी काहीतरी केलं पाहिजे. तिथल्या ज्या सरकारी शाळा आहेत, त्या जवळपास लयाला गेल्यात जमा आहेत. म्हणजे तिथे शाळेची इमारत तर आहे पण त्या शाळेमध्ये नेमून दिलेला, जो सरकारनं नेमलेला शिक्षक असतो, तो राजधानी इंफाळमध्ये बसून मस्त सहाव्या, सातव्या वेतन आयोगाचा पगार घेत असतो. प्रत्यक्ष दुर्गम भागातल्या शाळेत त्याने अजूनच एक कंत्राटी शिक्षक नेमलेला असतो. त्याला तो महिन्याचे ५-६ हजार देतो आणि तो कंत्राटी शिक्षकसुद्धा शाळेत पूर्ण वेळ उपस्थित नसतो. तो फक्त २ तास येतो, हजेरी घेतो, ती मुलं ते १-२ तास शाळेत थांबतात, एवढीच शाळा. अशी जवळपास सगळ्याच सरकारी शाळांची तिथली अवस्था आहे आणि ही ख्रिससरांनी बघितली. एकीकडे ह्या लोकांसाठी काही करण्याची त्यांची ऊर्मी अत्यंत प्रबळ होती. त्यामुळे त्यांनी Sunbird Trust नावाची विना-नफा संस्था सुरू केली आणि सुरुवातीच्या काही वर्षांमध्ये अतिशय झोकून देऊन काम केलं. म्हणजे सुरुवातीला दोन लोक होते, त्यानंतर आम्ही चार लोक आणि आता वीस लोक आहेत. त्यामुळे शून्यातून ही संस्था कशी उभी राहिलेली आहे, आणि सरांनी सुरुवातीपासून काय आणि किती कष्ट घेतलेत हे आम्ही बघितलेले आहेत. तर अशा ठिकाणी त्यांनी शाळा, प्रायव्हेट शाळांसाठी निधी-संकलन सुरू केलं. खासगी शाळांना प्रोत्साहन देण्यासाठी त्यांनी वेगवेगळ्या ठिकाणांहून अर्थसाहाय्य गोळा केलं.

तिथं मी शिक्षकांना प्रशिक्षण देणं आणि आणि स्कूल-लीडर अशा कामासाठी गेले होते.

आता जरा आपण याचे तपशील पाहू. तू तिथे नक्की काय काम केलंस? आणि त्या कामाचा आवाका किती होता?

सांगते. आपण आत्ताही बघतो, पुण्यासारख्या शहरांमध्येही बऱ्याचशा शाळांमध्ये Rote Learning पद्धतीनं शिकवतात. म्हणजे घोकंपट्टी असते. प्रत्येक वेळेला एखादा विषय खोलात जाऊन समजून घेण्यापेक्षा विद्यार्थ्यांना परीक्षार्थी बनवतात. फक्त एक परीक्षेपुरता असा दृष्टिकोन राहतो मग एकूण. तर तसं करायचं नाही. ही जी मुलं आहेत ही आदिवासी आहेत, ती खूप भटकणारी मुलं आहेत. त्यांच्याबरोबर फिरल्यावर लक्षात येतं की त्यांना खूप माहिती आहे. जंगलात गेल्यावर कुठलं भूछत्र विषारी आहे, कुठलं नाही, कुठल्या झाडांची फळं तुम्ही खाऊ शकता, वेगवेगळ्या पद्धतीने मासेमारी कशी करतात, ह्या सगळ्या गोष्टींमध्ये ती मुलं चांगली माहितगार आहेत. त्यांचं हे जे त्यांच्या भवतालच्या परिसराचं ज्ञान आहे ह्याचा वापर करून त्यांच्यात आपण शिक्षणाची गोडी निर्माण करू शकतो का, हा एक मुद्दा होता. म्हणजे त्यांना ठरीव-ठाशीव, साचेबद्ध प्रकारांनी नेहमीचं गणित आणि विज्ञान शिकवण्यापेक्षा त्यांचं जे वैशिष्ट्य आहे, त्यांच्याकडे जी ताकद आहे त्याचा वापर करून आपण त्यांच्यात शिक्षणाची रुची निर्माण करू शकतो का, हाही एक दृष्टिकोन ठेवला होता. त्यासाठी त्यांच्या शिक्षकांनाच आम्ही प्रशिक्षित करायचो. कारण तिथले जे शिक्षक आहेत ते अगदी किमान अर्हतेवर नेमले जातात. आम्हाला 'टीच फॉर इंडिया'मध्ये उपक्रम-आधारित शिक्षण (activity based learning) शिकवण्यात आलं होतं. त्या पद्धतीने त्यांचं शिक्षण कसं करता येईल, किंवा त्यांना शिक्षणामध्ये रस वाटण्यासाठी कशा रंजक पद्धतीनं एखादा विषय शिकवता येईल, हा माझ्या कामाचा एक भाग होता. दुसरा भाग म्हणजे शाळेची सर्वांगीण प्रगती, उन्नती. ह्याचं श्रेय मात्र ख्रिससरांनाच द्यावं लागेल, कारण त्यांनी आम्हाला पूर्ण स्वातंत्र्य दिलं होतं की कशा प्रकारे आम्ही शाळेत कोणत्या गोष्टी राबवू शकू. तर विज्ञान हा माझा सगळ्यात आवडीचा विषय असल्यामुळे तिकडे मी विज्ञानाची प्रयोगशाळा उभी करण्याचे प्रयत्न केले आणि पाण्याची टंचाई होती, म्हणून मी जल-संधारणाचा एक प्रकल्प, नुसत्या शाळेऐवजी संपूर्ण समाज-पातळीवरच राबवला. अनुभव-सन्मुख आकलन आणि त्यातून शिक्षण हे माझ्या स्वत:च्या कळीच्या कौशल्यांमधील एक आहे, त्यामुळे

तेच तंत्र मी त्या मुलांवरही वापरून त्यांना विविध प्रकारचे अनुभव प्रत्यक्ष देऊन त्या कार्यानुभवातून शिक्षण पुढे नेलं. पुण्यातल्या काही लोकांना घेऊन तिथे रंगभूमीविषयक काही कार्यशाळा केल्या. त्यानंतर पुण्यातल्याच आभा भागवतनं तिकडे चित्रकलेची कार्यशाळा घेतली. तिथल्या शाळेतल्या भिंती आभानं मुलांबरोबर रंगवल्या. असे वेगवेगळे प्रकल्प आम्ही त्या मुलांबरोबर केले. त्यात मला खूप काही काही शिकायला मिळालं.

अरे वा! अर्थातच, हे आता तू इतक्या सहजी सांगते आहेस ते इतक्या सहजी झालं नसणार याची मला खात्री आहे. हे सर्व घडत असतांना अनेक अडचणी आल्या असणार, अनेक नवी आव्हाने समोर उभी ठाकली असणार. त्या सगळ्याविषयी जरा सांग.

माझ्या खूप लक्षात राहिलेला एक अनुभव मी सांगते. तिकडे अतिशय वेगळ्या प्रकारे गोड्या पाण्यातील मासेमारी करतात. Albizia नावाचं झाड असतं किंवा अक्रोडासारखं झाड असतं त्याची बाहेरची साल किंवा पानं बारीक कुटून घेतात. आणि ती पूड एका वाहत्या झऱ्यामध्ये मिसळतात. त्यामुळे असं की होतं त्यामध्ये जे रसायन असतं ते सगळं पाण्यात उतरतं, आणि त्या रसायनामुळे मासे पक्षाघात झाल्यासारखे लुळे पडून वर येतात आणि असे मासे मग ते हातांनी टोपलीमध्ये गोळा करतात. ही, तिथले आदिवासी वर्षानुवर्षे अनुसरत आलेली मासेमारीची एक वेगळीच पद्धत आहे. ह्या पद्धतीची आपण विज्ञानाशी कशी सांगड घालू शकतो, ह्याचा मी एक प्रयत्न केला. मी मगाशी सांगितलं तसं तिथे मी विज्ञान प्रयोगशाळा उभी करण्याचे खूप प्रयत्न केले. हे करताना खूप समस्या, आव्हानांचा आम्ही सामना केला. पुण्यातून काही प्रात्यक्षिक वस्तूंचे, साधनांचे संच मागवले होते. रस्ते बंद असल्याने ते तीन महिने उशिरा पोहोचले. दुसरी एक अडचण म्हणजे ह्या सर्व मुलांची शिक्षण घेणारी ही पहिलीच पिढी आहे. त्यांचे आई-वडील हे पिढीजात शेतकरी किंवा शिकारी आहेत. त्यामुळे त्यांनी आत्तापर्यंत कधीच सूक्ष्मदर्शी यंत्र किंवा अगदी साधा लोलक, अशा कुठल्याच गोष्टीला हात लावलेला नव्हता, किंवा त्या पाहिल्याही नव्हत्या. वीज नसणं, पाण्याचे दुर्भिक्ष्य असणं हेही प्रश्न जोडीला असताना अशा ठिकाणी विज्ञान प्रयोगशाळा उभी करणं अत्यंत आव्हानात्मक होतं. मग मी त्यांचं पारंपरिक आदिवासी ज्ञान आणि आधुनिक विज्ञान ह्यांची सांगड घालायचा प्रयत्न केला. असे त्यांच्या आयुष्याशी संबंधित असलेले पन्नास विज्ञान प्रकल्प आम्ही त्या विज्ञान प्रयोगशाळेच्या उद्घाटन समारंभात

सादर केले. ह्यात शिकारविषयक प्रकल्प होते, पर्जन्य-जल-संधारणाचे होते, किंवा आपण बोलत होतो तो मासेमारीबद्दलचादेखील होता. त्यात आम्ही काय केलं की ह्या पानांमध्ये कुठली रसायनं आहेत, ज्यामुळे ते मासे पक्षाघात झाल्यासारखे होतात ते शोधण्याचा प्रयत्न केला. अरुणाचलमध्ये अशीच एक आदिम जमात, अगदी अशीच मासेमारी करते आणि त्यावर संशोधनही झालं आहे. मग तो प्रकाशित शोधनिबंध हुडकून काढला, मुलांना वाचायला दिला. त्यातून आम्ही माहिती गोळा केली आणि मग त्याच्यावरती एक तक्ता करून तो पालकांना पेश केला.

ह्या सगळ्या दरम्यान अजून एक भलताच रोचक प्रसंग घडला. प्रकल्पाचा भाग म्हणून आम्ही त्यांच्याबरोबर ठरलेल्या वेळी ह्या प्रकारच्या मासेमारीला प्रत्यक्ष गेलो. दर महिन्याला अथवा काही ठरावीक कालावधीनं ते लोक अशा मासेमारीला जातात. एक शिकण्याचा भाग म्हणून मी त्यांच्याबरोबर चालले होते. ईशान्य भारतातलं, मणिपूरचं घनदाट जंगल, ज्याच्यामधून आम्ही प्रवास करत करत डोंगर उतरत उतरत खाली नदी होती तिथं चालत चाललो होतो. हे चालत असताना माझ्याबरोबर १०-१२ शाळेतलीच मुलं होती. ज्या झाडांच्या सालांमुळे अशी मासेमारी होऊ शकते ते झाडांचे सर्व भाग गरजेपुरते तोडले. आम्ही मजा करत चाललो होतो आणि चालत असताना समोरून मला काही माणसं येताना दिसली. त्यांनी लष्करी गणवेश घातला होता. मला सहाजिकच वाटलं की भारतीय लष्कराचे जवान असतील, कारण तिथे बऱ्याचदा कडक गस्त, पाहण्या चालू असतात. लष्कराचे बरेच तळही असतात. त्यामुळे मला सहाजिकच वाटलं, की ते भारतीय सेनेचे लोक असतील, म्हणून मी त्यांना हात हलवून अभिवादन केलं, 'हाय' म्हटलं. जसजसे ते जवळ यायला लागले तसं दिसायला लागलं की त्यांचा युनिफॉर्म तर आर्मीसारखा आहे, पण त्यांच्याकडे खूप अन्य साधनं, उपकरणं आहेत. पुष्कळ अत्याधुनिक बंदुका आहेत आणि मुख्य म्हणजे त्या सर्व 'लोडेड' आहेत आणि गणवेशापासून सगळाच काहीतरी वेगळेपणा मला जाणवला. ते जवळ आल्यावर मला जाणवलं की, ते भारतीय लष्कराचे जवान नव्हे तर अतिरेकी होते. मी प्रचंड प्रमाणात घाबरले, कारण आम्ही जे काही स्थानिक आदिवासी भाषेतले शब्द शिकलो होतो ते 'थँक्यू' किंवा 'कुठे चाललायत' किंवा 'गुड इव्हिनिंग', 'गुड मॉर्निंग' हे इतकेच होते. तेव्हा मला प्रत्यक्ष जाणवलं की जर ह्यांनी मला पकडलं तर त्यांच्या भाषेतला 'मला वाचवा' अशा अर्थाचा कुठलाही शब्द मी शिकलेले नव्हते. त्यामुळे मला भीती वाटत होती की, आता काय होईल? पण माझ्याबरोबर मुलं होती. मग त्या

माणसांनी अर्थातच, तिथल्या भागात माझा नवीन चेहरा दिसला, म्हणून मुलांना विचारलं की ह्या कोण आहेत. मग त्या मुलांनी सांगितलं, की "ही आमची शिक्षिका आहे, आम्हाला ती शिकवते, आमच्याबरोबर राहते गावामध्ये." तर सहाजिकच, त्या मुलांच्या शिक्षणासाठी मी काम करते आहे म्हटल्यावर किंवा कदाचित त्यांच्याच भल्यासाठी काहीतरी करते आहे ही जाणीव म्हणून असेल, त्यांनी मला सोडून दिलं. आम्ही सुखरूप मासेमारीच्या त्या नदीपर्यंत पोहोचलो. पण आम्ही प्रत्यक्ष अतिरेकी पाहिले, हे खरं. मणिपूरमध्ये बरेच बंडखोर अतिरेकी आहेत आणि त्यांना त्यांचा वेगळा प्रदेश हवा आहे. तो लढा १९७२ पासून आत्तापर्यंत चालू आहे. बऱ्याच ठिकाणी बेरोजगारी आहे-त्यातून उफाळून येणारं बंड, फुटीरतेचे विचार हेही आहे.

बरोबर. एरवी आपण ह्या गोष्टी फक्त वृत्तपत्रातून अथवा पुस्तकांमधून वाचतो. तू एवढ्या लांब तिथे जाऊन राहिलीस. तू आता कर्नल रेगोंचं नाव घेतलंस, त्यांच्यासारखे बाकी कोण लोक आहेत की ज्यांचा तुला या सगळ्या वाटचालीत खूप उपयोग झाला, ज्यांचा तुझ्यावर प्रभाव आहे आणि ज्यांच्याबद्दल तुला सांगायला नक्की आवडेल ?

मला असं वाटतं की मला प्रत्येक टप्प्यावर बरेच खूप चांगले लोक भेटले आणि जे शिकत जाण्यातले अनुभव आहेत, त्या सर्वांचं श्रेय निश्चितच त्यांचं आहे. तर सगळ्यात पहिल्यांदा म्हणजे माझे आई-बाबा. बाबा सी.एस.आर. मध्ये (Corporate Social Responsibility) 'बार्कलेज' समूहाबरोबर बरंच काम आत्तापर्यंत करत आलेला आहे. त्याच्याचमुळे मला पहिली संधी एका मुलींच्या शाळेमध्ये शिकवण्यासाठी मिळाली. त्यामुळे मला शिक्षणाची आवड निर्माण झाली. कारण आई-बाबांनी माझ्यावर शैक्षणिक, व्यावसायिक वाटचाल निवडताना कोणतीही बंधनं किंवा अटी असं काही कधीच टाकलं नाही. मला जे आवडतं आहे, ते करण्याची मुभा त्यांनी मला नेहमीच दिली. त्याबद्दल मी खरंच खूप कृतज्ञ आहे. घराबाहेर राहिल्यावर घरच्यांची किंमत फार अधिक रीतीनं कळते, कारण अशा दुर्गम ठिकाणी तुम्हाला कुणी घरी खायला करून देणारं नसतं, तुम्हाला कुणी प्रेमानं विचारणारं नसतं. त्यानंतर अनुजदादाचा मला नक्कीच यामध्ये उल्लेख करायचाय. अनुज खरे पुण्यातल्या 'नेचर वॉक' या संस्थेचा संस्थापक-अध्यक्ष आहे. त्याच्यामुळे मी भारतातल्या वेगवेगळ्या जंगलांमध्ये फिरले. पक्षी-निरीक्षणाची आवड निर्माण झाली. वन्य-जीव हा काय प्रकार आहे, त्यांच्यासाठीचे विविध संरक्षित प्रदेश कोणते आहेत, राष्ट्रीय

उद्यानं कोणती आहेत, ह्या सगळ्याची जवळून ओळख अनुजदादानं करून दिली. त्यामुळे त्याच्यासारखी व्यक्ती माझ्या आयुष्यात आहे, ही मला अशीच कृतज्ञतेची भावना देणारी गोष्ट आहे. माझ्या दुसऱ्या गुरू म्हणजे सावनी शेंडे. मी गेली १०-१५ वर्ष ताईंकडे अभिजात भारतीय शास्त्रीय संगीत शिकते आहे आणि त्यांनी गायनामध्ये मला आजवर जे काही खुलं करून दिलंय, ते अजोड आहे. मला आत्तापर्यंत जे थोडंफार शास्त्रीय संगीत समजतं ते त्यांच्यामुळेच, असं म्हणायला हरकत नाही. अजून एक व्यक्ती म्हणजे माझा नवरा, गीत. तो आजवर माझ्या पाठीशी खंबीरपणे उभा आहे, याचं श्रेयही त्याला दिलंच पाहिजे. कारण आम्ही दोघंही, आम्हाला आवडणाऱ्या अशा व्यावसायिक क्षेत्रात काम करतो. तो एक बहिस्थ-शिक्षण-तज्ज्ञ, म्हणजे outdoor educator आहे. त्याने एक ट्रेकलीडर म्हणून 'इंडिया एक्स'मध्ये काम केलं आणि सध्या तो ऑस्ट्रेलियामध्ये outdoor educator म्हणून काम करतोय. आपापल्या, अत्यंत उत्कट अशा आवडींमध्ये व्यावसायिक वाटचाल करतांना, एकमेकांना आधार देत सहजीवनाचा अर्थ आमच्या नात्यात आम्ही जाणून घेतला आहे. एकत्र आहोत, लग्न झालंय पण याचा अर्थ असा नाही की आपण आपल्याला हवं ते अनुसरू, करू शकत नाही. त्यामुळे आमचं आधीपासूनच एक स्वप्न आहे की भरपूर काम करा, पैसे वाचवा, भटकंती करा- आणि ह्याच क्रमाने पुन्हा! प्रवासाची आवड, हा आमच्यातला फार मोठा समान धागा आहे. कोणते देश आपण पालथे घालायचेत, तेही आम्ही ठरवून ठेवलं आहे. त्यामुळे एकीकडे आवडत्या क्षेत्रात व्यावसायिक कारकीर्द घडवत ते देश फिरणं, हे आमचं स्वप्न आहे.

क्या बात है! जगभरात फिरायचं जे तुमचं स्वप्न आहे ते नक्की साकार होईल, अशी शुभेच्छा व्यक्त करतो. शेवटाकडे जाताना मला तुला असं विचारायचंय की ह्या सगळ्यातून तुला अनुभवांती जाणवलेली, आतून उमगलेली सर्वात मोठी शिकवण कोणती?

मला असं वाटतं की पुण्यामध्ये असताना माझं जग खूप मर्यादित, बंदिस्त होतं. मी पुण्यात असताना मला नक्कीच बाहेरच्या जगाची चुणूक मिळाली. पण मला असं वाटतं, की आपण जेव्हा आपल्या घरी असतो तेव्हा खूप सुशेगाद, निवांत असतो. जेव्हा आपण बाहेर पडतो तेव्हाच खरी जादूची कांडी फिरते. तेव्हाच आपल्याला वेगवेगळ्या गोष्टी, वेगवेगळी दारं उघडून दिली जातात. आपल्याला वेगवेगळ्या गोष्टींची माहिती कळते. तर मला असं वाटतं

की आपल्या अशा निवांत, सुशेगाद असण्याच्या मनोप्रदेशातून बाहेर येणं, ही माझ्यासाठी सर्वात मोठी शिकवण होती. आम्ही फिलिपीन्सला असताना एका माणसाला भेटलो होतो. तो ६० वर्षांचा होता, आणि साठ देश फिरलेला होता. हे ऐकल्यावर मला असा साक्षात्कार झाला, की साठाव्या वर्षी जर एखादा माणूस एवढा उत्साही, ऊर्जावान आहे, तर प्रवास हा त्याच्या ऊर्जेचा स्रोत नक्की असू शकतो. त्यामुळे जेवढं आपण आपलं क्षितिज विस्तारत जाऊ, जितक्या वेगवेगळ्या ठिकाणी आपण फिरू, विविध लोकांबरोबर संवाद साधू, तितकीच आपली मानसिकताही विस्तारत जाते.

नक्कीच. ही मुलाखत संपवताना मला असं विचारायचंय की सर्वसाधारणपणे तुला भारतातल्या शैक्षणिक व्यवस्थेबाबत काय सांगायला आवडेल?

खूप महत्त्वाचा प्रश्न आहे हा आणि या प्रश्नाबाबतीत मी नेहमीच विचार करते. मला वाटतं, जसजसे अनुभव नवीन मिळत राहतील तसं याचं उत्तर पण बदलत राहील. पण आत्ता ह्या प्रश्नाशी संबंधित मला एक वाक्य आठवतंय. You can not judge a fish by its ability to climb a tree. म्हणजे, आपण एकच मोजपट्टी किंवा मापदंड घेऊन आपल्या वर्गातल्या प्रत्येक मुलाची कामगिरी जोखायला जातो आणि ते चुकीचं आहे! एका वर्गातल्या सगळ्या मुलांपैकी श्रेष्ठ कोण हे मोजण्याचा प्रयत्न करण्यापेक्षा प्रत्येक मुलाची शक्तीस्थानं ओळखून ती अजून बळकट कशी करता येतील याचा विचार व्हायला हवा. आत्ताच्या शैक्षणिक व्यवस्थेत पढिक ज्ञान अथवा माहिती ह्यावर भर दिला जातो आहे. खरं तर रोजच्या आयुष्यात आपल्याला कौशल्यं, जीवनमूल्यं आणि सकारात्मक मानसिकता, ह्या गोष्टी सगळ्यात महत्त्वाच्या असतात. त्यांच्या वर्धनासाठी फार कमी वेळा प्रयत्न होतांना दिसतात. सामाजिक समस्या मुळापासून सोडवताना, किंवा सामाजिक प्रश्नांचं निराकरण करत असताना, शिक्षणसंस्थांची भूमिका अगदी पायाभूत आहे. एका शिक्षणसंस्थेमुळे, एका शाळेमुळे, त्यातल्या साध्या एका वर्गामुळे, त्यातल्या वेगवेगळ्या बदलांमुळे समाजातल्या कितीतरी गोष्टी बदलू शकतात. त्यामुळे शिक्षण हे अत्यंत प्रभावी साधन आहे. मला हे सतत जाणवत राहतं. रोजच्या आयुष्यात लागणारी निर्णयक्षमता, प्रश्नांची सोडवणूक करण्याची तंत्रं अशी जीवनावश्यक कौशल्यं जर शाळेतच शिकायला मिळाली, तर ते किती उपयुक्त ठरेल! हे शाळेमुळे मिळावं असं मला खूप वाटतं. अशी बरीच उदाहरणं आहेतही आपल्याकडे. जे. कृष्णमूर्तींच्या भारतातल्या काही

शाळा आहेत. 'टीच फॉर इंडिया'सारख्या बऱ्याच विना-नफा संस्था आहेत, ज्या शिक्षणात आमूलाग्र बदल घडवून आणण्यासाठी खूप प्रयत्न करत आहेत. तर ह्या सगळ्या संस्थांच्या कामाच्या माध्यमातून नक्कीच ह्या व्यवस्थेत आणि समाजाच्या मानसिकतेतही बदल होईल अशी मला आशा आहे.

धन्यवाद, सानिया. तुझ्या पुढच्या प्रकल्पांना खूप खूप शुभेच्छा!

सानिया किर्लोस्कर हिच्या मूळ मुलाखतीचा ऑडिओ एपिसोड ऐकण्यासाठी खाली दिलेली लिंक वापरा किंवा सोबत दिलेला क्यू आर कोड स्कॅन करा.

https://tinyurl.com/vs-yt-49-sk

पूर्व-प्रसिद्धी : १८ जून, २०२०

काशिराज कोळी

'घर तिथे वाचक' निर्माण करण्याच्या
ध्येयानं झपाटलेला आणि
पुस्तकांवरच्या प्रेमासाठी
बैलगाडीतून ग्रंथालय चालविणारा युवक

''मला या माध्यमातून शासनाचा जसा 'गाव तेथे ग्रंथालय' हा उपक्रम आहे, त्याचप्रमाणे 'घर तेथे वाचक' तयार करायचा आहे. जसं भिलार हे गाव 'पुस्तकांचं गाव' म्हणून प्रसिद्ध आहे, तसं आमचं गाव देखील 'वाचकांचं गाव' या नावानं संबोधलं जावं, हा माझा एक मानस आहे.''

३.

काशिराज कोळी

महाराष्ट्रातल्या एका लहानशा गावात रहाणारे काशिराज कोळी हे आजचे पाहुणे आहेत आणि त्यांनी ध्यास घेतलाय तो 'घर तिथे वाचक' घडवण्याचा. आपल्या आजूबाजूच्या लोकांपर्यंत, मुलांपर्यंत पुस्तकं पोहोचावीत म्हणून हा तरुण चक्क बैलगाडीतून फिरतं ग्रंथालय चालवतो. आपल्या गावात एक सुसज्ज ग्रंथालय आणि सांस्कृतिक केंद्र उभं करायचं त्याचं स्वप्न आहे.

नमस्कार, काशिराज... अगदी वेगळ्या प्रकारचं ग्रंथालय तुम्ही चालवता. ते ग्रंथालय काय आहे, त्याचं नाव काय, तुम्ही कसं ते चालवता त्याची थोडक्यात माहिती द्या आणि मग आपण पुढे जाऊ त्यातून!

'माऊली' ह्या ग्रंथालयाच्या नावावरूनच आपल्याला उमजेल की माऊली म्हणजे मानवी नात्यातील सर्वश्रेष्ठ असं नातं. समाजातील प्रत्येक घटकाला प्रेम, आपुलकी आणि जिव्हाळ्याची सावली देणारी म्हणजे माऊलीच. या उद्देशानेच मी हे 'माऊली' ग्रंथालय चालू केलं. मला दुसऱ्या शब्दात असं सांगायचंय की माणूस हा जन्माला येतो ते समाजाचं काहीतरी देणं लागतो, ह्या प्रेरणेतूनच मी ते सुरू केलं आहे. मनुष्याच्या एकूण तीन मूलभूत गरजा आहेत अन्न, वस्त्र, निवारा. ह्या तिन्ही गरजा मी पुरवू शकत नाही. परंतु मला खात्री आहे की मी माणसाची बौद्धिक भूक तरी निदान भागवू शकतो.

फारच छान. मला सांगा हे तुम्ही ग्रंथालय कधी चालू केलंत? आणि सध्या त्याचं काय काम चालू आहे. करोनामुळे ते बंद आहे का?

आपल्या हिंदू संस्कृतीमध्ये प्रत्येक चांगल्या कार्याची सुरुवात शुभ मुहूर्तावर करतात. साडेतीन मुहूर्तापैकी गुढीपाडवा हा एक महत्त्वाचा सण आहे. त्यामुळे २०१७ साली, चैत्र शुक्ल प्रतिपदा या दिवशी म्हणजे गुढीपाडवा या दिवशी

मी 'माऊली सार्वजनिक ग्रंथालय' या वाचनालयाचं उद्‌घाटन केलं. मला या माध्यमातून शासनाचा जसा 'गाव तिथे ग्रंथालय' हा उपक्रम आहे, त्याचप्रमाणे 'घर तेथे वाचक' तयार करायचा आहे. कारण वाचनानं मनुष्य हा समृद्ध होतो हे अगदी बरोबर आहे आणि जो मनुष्य पुस्तक वाचत असतो तो दुसऱ्याच्या मनानं किंवा दुसऱ्याच्या विचारानं चालत नाही. तो स्वत:च्या विचारानं आणि स्वत:च्या बुद्धीचा वापर करून समाजामध्ये वावरत असतो. या उद्देशानंच मी हे वाचनालय चालू केलं. प्रत्येक आठवड्यातून एका दिवशी म्हणजे प्रत्येक रविवारी सकाळपासून ते दुपारपर्यंत बैलगाडीतून प्रत्येक गल्लीत, प्रत्येक घरापर्यंत जाऊन आम्ही पुस्तकांची सेवा देत असतो. आमच्या ग्रंथालयामध्ये सध्या एकूण पाच हजारपर्यंत पुस्तकं आहेत. एकदम लहान मुलांपासून ते ज्येष्ठ माणसांसाठी- ऐतिहासिक, प्रवासवर्णन, कथा, कादंबऱ्या, संदर्भ-ग्रंथांची रेलचेल आहे. अर्थात हे सर्व करोनाच्या आधीचं सांगतोय मी.

क्या बात है.. आपण या तुमच्या ग्रंथालयाबद्दल बोलूच या. पण तिकडे जाण्यापूर्वी मला जरा तुमची पार्श्वभूमी समजून घ्यायला आवडेल. तुमची स्वत:ची थोडीशी माहिती आम्हाला सांगा. कौटुंबिक माहिती, शिक्षण, व्यवसाय, नोकरी याबद्दल काय काय सांगाल?

माझी कौटुंबिक माहिती सांगायची म्हटलं तर 'सर्वसामान्य माणूस' असं म्हटलं तरी चालेल. तर आमचं शेतकरी कुटुंब आहे. आमच्या घरात आई, वडील, तिघं जण भाऊ आहोत. दोघांची लग्न झालीयेत. माझ्या भावाला दोन मुली आहेत, मलाही एक मुलगीच आहे. आमचं कुटुंब, संयुक्त कुटुंब असल्यामुळे आम्ही सुखदु:ख किंवा आनंदाचे सर्व क्षण सगळेजण एकमेकांबरोबर आनंदाने स्वीकारत असतो.

तुम्ही म्हणालात की तुमचं शेतकरी कुटुंब आहे, तर तुमचं गाव, तुम्ही जिथे राहता ते नक्की कुठे आहे, त्याबद्दल थोडं सांगाल का?

आमचं गाव हे मुक्काम पोस्ट दर्गनहळ्ळी, तालुका दक्षिण सोलापूर, जिल्हा सोलापूर, राज्य महाराष्ट्र आणि भारतातलं हे गाव आहे.

आणि गावाबद्दल विशेष सांगायचं म्हटलं तर जसं शासनानं भिलार हे गाव 'पुस्तकांचं गाव' म्हणून प्रसिद्ध केलेलं आहे, तसं आमचं गाव देखील 'वाचकांचं गाव' या नावाने संबोधलं जावं किंवा अशी त्याची ओळख निर्माण व्हावी, हा माझा एक मानस आहे.

मस्त.. ही खूपच छान भावना आणि ध्येय घेऊन तुम्ही वाटचाल करताय. तर तुम्ही काय व्यवसाय किंवा नोकरी करता आणि तुमचं शिक्षण काय काय झालं, कुठे कुठे घेतलंत त्याबद्दल सांगाल का जरा ?

माझी बी.ए. पदवी, दयानंद कॉलेज सोलापूर येथून मी घेतली आणि त्याच्यानंतर शिक्षणात कामाच्या निमित्ताने काही वर्ष खंड पडला. मग त्यानंतर मी यशवंतराव चव्हाण मुक्त विद्यापीठ येथून बी. लिब. म्हणजे (Bachelor of Library Science) पूर्ण केलं. त्यानंतर माझं Master of Library Science झालं. लहानपणापासून वाचनाचा छंद असल्यामुळे मी ग्रंथालयाशी जोडलो गेलो आणि सध्या मी सोलापूर येथील एका सार्वजनिक वाचनालयात सहाय्यक ग्रंथपाल म्हणून मी काम पाहतो आहे.

अच्छा. म्हणजे तुमची उपजीविकासुद्धा ग्रंथालयाशीच संबंधित आहे आणि सुट्टीच्या दिवशीसुद्धा तुम्ही ग्रंथालयाचंच काम करता. म्हणजे तुमचा वेळ सगळा ग्रंथांशीच निगडित असा जातो तर! हे खूपच छान आहे आणि तुम्हाला ते फारच चांगलं वाटत असेल अशी मला खात्री आहे.

नक्कीच. माणूस एकदम सहजपणे जे करत असेल किंवा ज्या कामात आनंद वाटत असेल तर ते काम, हे 'काम' राहत नाही.

आपण आता तुमच्या या 'माऊली ग्रंथालया'बद्दल थोडंसं बोलू या. तुम्ही म्हणालात की तुमच्याकडे आता जवळजवळ ५ हजार पुस्तकं आहेत. पण जेव्हा तुम्ही हे २०१७ साली चालू केलंत, तेव्हा तुमच्याकडे पुस्तकं किती होती? आणि ती कुठून आली होती, की ज्याच्यामुळे तुम्ही सुरुवात केलीत ?

मला लहानपणापासून म्हणजे दहावीला ज्यावेळेस होतो, तेव्हापासून पुस्तक वाचनाची खूपच आवड होती. मग त्या आवडीमुळे मी एक-एक पुस्तक असा संग्रह करत गेलो. कधी मित्रांकडून घेतली किंवा माझ्याकडे जर पैसे उपलब्ध असतील तर त्या पैशांतून मी पुस्तकं विकत घेत राहिलो. वाचनालयाचं उद्घाटन करतेवेळी माझ्याकडे माझी स्वत:ची साधारण १५० ते २०० पुस्तकं उपलब्ध होती आणि त्या पुस्तकांच्या माध्यमातूनच मी वाचनालयाची सुरुवात केली.

त्या १५० पुस्तकांपासून आज जवळजवळ पाच हजार पुस्तकांपर्यंतची ही प्रगती आहे. ही एवढी पुस्तकं तुमच्याकडे कुठून आली? तुम्हाला

त्यासाठी कुणी मदत केली का? किंवा कुणी तुम्हाला काही पुस्तकं भेट दिली का?

मी वाचनाशीच संबंधित असल्यामुळे मी कुठं कुठं जात होतो आणि जिथं कुठे, जसजशी पुस्तकं उपलब्ध होत गेली तशी मी ती गोळा करत गेलो. अलीकडे तर मी ग्रंथालयाची स्थापना केल्यापासून आमचे जवळचे मित्र, सहकारी यांना त्यांच्या प्रत्येक वाढदिवसाला मी 'श्रीमत् भगवद्गीता' भेट म्हणून देत असतो. नुसतीच भेट म्हणून न देता, प्रत्येक दिवशी सकाळी नाहीतर संध्याकाळी ह्याच्यातला एक तरी श्लोक स्पष्टीकरणासहित घरातल्या प्रत्येकानं वाचावा, असा मी त्यांना आग्रह करत असतो. माझ्या वाढदिवसाला किंवा आमच्या घरातल्या म्हणजे भावांच्या किंवा मुलांच्या दर वाढदिवसाला मित्र किंवा सहकारीदेखील एक-एक पुस्तकच भेट देतात. अशा प्रकारे पुस्तकं जमत गेली. माझ्या कामाबद्दलची 'बैलगाडीतून फिरते वाचनालय' ही बातमी अगोदर वृत्तपत्रांतून प्रकाशित झाली, त्यानंतर हळूहळू दृक-श्राव्य माध्यमांमध्येही प्रसारित झाली. त्यामुळे अनेक लोकांपर्यंत ती बातमी पोचली आणि त्यांनीदेखील पुस्तकं भेट दिली. उदाहरणार्थ मुंबईच्या कामत मॅडम; त्यांनी बालवाचकांसाठी, बालविभागातील ५३० पुस्तकांचा संच भेट म्हणून दिला. नाशिकच्या छाया देव, औरंगाबादच्या मीना मेहेंदळे मॅडम, आणि पुण्याचे हिराभाई काळे, तसंच ठाण्याचे अनिल गडकरी यांनी बातमी कळल्यावर पुस्तकं भेट दिली आहेत. आणि इथे स्थानिक पातळीवर म्हटलं, तर माझा मित्र सचिन आणि आमच्या ग्रंथालयातील वनिता काळे ह्यांनी त्यांच्या मुलीच्या वाढदिवसाला मला अडीच ते तीन हजार रुपये देणगी स्वरूपात दिले. त्या देणगीतून मी तिथे गरज असलेली ५० पुस्तकं खरेदी केली.

म्हणजे इतक्या वेगवेगळ्या ठिकाणच्या लोकांना तुमच्या उपक्रमाची माहिती कळली आहे, आणि ते तुम्हाला भरभरून मदत करतायत असं दिसतंय.

हो हो. अगदी मनापासून मदत करतायत लोक- पुस्तकं किंवा देणगी स्वरूपात.

मग आता एवढी सगळी जी पुस्तकं तुमच्याकडे जमा झाली आहेत आणि त्या पुस्तकांची जी काही निगा राखावी लागत असेल, किंवा ती व्यवस्थित ठेवावी लागत असतील, त्यांचं नीट वर्गीकरण करावं लागत असेल, तिथं तुमचं ग्रंथपालाचं शिक्षण कामी येत असेल ना? हे सगळं

काम कसं करता तुम्ही? ही सगळी पुस्तकं तुम्ही कुठं ठेवली आहेत? कारण इतकी ५ हजार पुस्तकं घरात ठेवणं काही शक्य नाही. तर त्याबद्दल मला थोडीशी माहिती सांगा.

आम्ही जिथे राहतो करवीर नगर, दर्जनहळ्ळी, तिथं एक आमचं स्वत:चं घर आहे. सुरुवातीला आम्ही तिथेच ठेवली होती सर्व पुस्तकं. योगायोगाने त्यानंतर समाजमंदिर उपलब्ध झालं. तिथं त्यांना आम्ही विनंती केली की, जागा उपलब्ध होईपर्यंत आम्हाला तुम्ही समाजमंदिर उपलब्ध करून द्या. त्यांनी अगदी आनंदानं ती जागा उपलब्ध करून दिली. आमच्या गावातीलच एक संजय बिराजदार म्हणून पुण्याला आहेत, त्यांनीदेखील बातमी वाचून आम्हाला सांगितलं की, "काही मदत पाहिजे असेल तर सांग." तेव्हा मी आमची एका कपाटाची गरज त्यांच्या कानावर घातली. मग त्यांनी कपाट उपलब्ध करून दिलं. त्यानंतर गावातलेच निवृत्त झालेले रामपुरे सर म्हणून आहेत. त्यांनीदेखील त्यांच्या मुलीच्या वाढदिवसाला पाच हजार रुपयांची देणगी दिली, "पाहिजे ती पुस्तकं आणा" म्हणून. त्यानंतर बिराजदार ह्यांनीदेखील तीन हजार देणगी स्वरूपात दिले. त्यांच्याकडूनं ते काऊंटर साईजचं रॅक मिळणार आहे, ते बनवायला दिलंय, थोड्या दिवसात ते पण आणू आम्ही.

अरे वा! म्हणजे लोकांच्या मदतीनंच तुम्ही हे तुमचं सगळं ग्रंथालय वाढवताय आणि त्याची पुढे प्रगती करताय!

अगदी बरोबर. कारण हे एवढं ग्रंथालय जरी छोटं वाटत असेल तरी पण त्याचा आवाका जास्त आहे. त्यामुळे एकट्या माझ्या खर्चानं चालणं ते शक्यच नाही. त्यामुळे लोकांसोबत जोडला गेलो आणि ते सर्व आपआपल्या पद्धतीने मदत करत आहेत.

हे लोकांचं सहकार्य तुम्हाला मिळणं-नुसतं पैशाचंच नाही तर बाकीच्या गोष्टींचंही, हे फारच महत्त्वाचं आहे. म्हणजे तुमच्या कामाचं महत्त्व त्या लोकांपर्यंत पोहोचलंय. त्यांना तुम्हाला मदत करावीशी वाटते आहे, ही खूपच आनंदाची आणि चांगली गोष्ट आहे. ह्या ग्रंथालयाची देखभाल, पुस्तकं छान नीट ठेवणं, त्यांचं वर्गीकरण, एकूणच व्यवस्थापन ह्या सगळ्यासाठी तुम्हाला बाकी कुणाची मदत होते का?

हो होते. सुरुवातीला घरातून जरा विरोध झाला, पण जशी वृत्तपत्रांत, दृक-श्राव्य माध्यमांत बातमी प्रसिद्ध झाली, तसं आमच्या घरातल्या सगळ्यांना बरं वाटलं. म्हणजे आमचा मुलगा काहीतरी करतोय, ते प्रसिद्ध होतंय. लोक

विचारत आहेत, की ''हा तुमचाच मुलगा ना? चांगलं काम आहे. बातमी आम्ही बघितली, चांगलं वाटलं.'' मग घरातल्यांना एकदम आनंद वाटला. त्यामुळे घरातल्यांचं सहकार्य आहे. माझा भाऊ किराणा मालाचं दुकान चालवतो. ते चालवताना तो सकाळचं थोडं बघतो, लक्ष देतो.

माझी कामाची वेळ सकाळी ८ ते दुपारी ४ असल्यामुळे ते काम संपल्यावर संध्याकाळी मी स्वत: बघत असतो आणि तुम्ही विचारलंत,''त्याचं वर्गीकरण वगैरे कसं काय करता?'' तर मी एकदम साधं-सोपं, लेखकाच्या श्रेणीनुसार वर्गीकरण केलेलं आहे. सहज हाताळता येईल या पद्धतीने ते केलेलं आहे.

तुम्ही तुमची पुस्तकं बैलगाडीतून घेऊन वेगवेगळ्या गावात जाता. त्याच्याबद्दल मला तुम्हाला विचारायचंय की, ही पुस्तकं लोकांपर्यंत पोहोचवावीत ही तुमची इच्छा तर होतीच. पण आपण बैलगाडीतून ते लोकांपर्यंत न्यावं असं तुम्हाला का वाटलं? म्हणजे बैलगाडी निवडायचं काही तुमच्या मनात विशिष्ट कारण होतं का?

तुम्ही अत्यंत कळीचा प्रश्न विचारलात. सध्या मोबाईल टेक्नॉलॉजीमुळे वाचन संस्कृतीचा ऱ्हास झालेला आहे. वाचन-क्षमता कमी झालेली आहे. भाषिक-विकासदेखील मंदावलेला आपल्याला दिसत आहे. घरातला सुखसंवाद हरवून गेलेला आहे आणि मैदानं ओस पडलेली आहेत. संवाद कमी झाला म्हणून माणूस एकमेकांपासून लांब चाललेला आहे. म्हणजे आपलेपणा कमी आणि दुरावा जास्त झालेला दिसतो आपल्याला. हे बघून मनाला कुठेतरी एकदम वाईट वाटलं. आता लहान मुलं असू दे किंवा ज्येष्ठ नागरिक असू दे किंवा प्रौढ व्यक्ती असू दे, ते कामावरून जरी आले तरी ते स्वत:देखील मोबाईलमध्येच गुंतलेत. लहान मुलालादेखील कुठलं तरी छोटं मोबाईल यंत्र दिलं की संपलं. त्याच्यामुळे ते मूल मोबाईलमध्ये गर्क होतं, मग हे मोकळे होतात. हे चित्र मला थोडं बदलायचं होतं. मग कधीतरी माझ्या वाचनात बातमी आली, की एका मनुष्यानं उंटाच्या पाठीवर वाचनालय चालवले आहे. विशेष वाटलं मला ते! तो एक माझ्यासारखाच म्हणजे पुस्तकवेडा मनुष्य आहे. त्याने उंटाच्या पाठीवर काही पुस्तकं ठेवली आणि तो गावोगाव फिरतो. म्हणजे त्याला जितकी शक्य आहे तितकी, तो माणूस लोकांची सेवा करत फिरत असतो. मग मलापण वाटून गेलं, की लोकांना थोडं वेगळं काहीतरी द्यावं. थोडं विशेष वाटावं असं काहीतरी द्यावं, असं माझ्या डोक्यात आलं. त्या कल्पनेतून मी 'बैलगाडीतून फिरते वाचनालय' ही संकल्पना प्रत्यक्षात आणली. आणि

बैलगाडीच का, तर बैल आणि बैलगाडी हे खेडेगावातले तसे अविभाज्य भाग असतात. प्रत्येकजण शेतकरी असतो आणि शेतकऱ्याचा मुलगा शाळेला जात असतो. शेतकरी असल्यामुळे आपोआपच बैल आणि बैलांबद्दल आपुलकी निर्माण होते. ह्या माध्यमाबद्दल त्यांना आपलेपणा वाटेल, असा माझा कयास होता. वर त्यातून काहीच प्रदूषण होणार नाही किंवा डिझेल नाही, तेल नाही, ऑईल नाही. यांत्रिकीकरण काहीच नाही त्याच्यात. हा उद्देश ठेवून मी 'बैलगाडीतून फिरते वाचनालय' हा उपक्रम चालू केला.

वा काशिराज, तुम्ही ज्या पद्धतीने ह्या सगळ्या गोष्टीचा विचार करता आहात त्याचं जितकं कौतुक करावं तेवढं थोडंच आहे, कारण तुमचा जो ग्राहक आहे म्हणजे ते तुम्हाला जरी पैसे देत नसतील तरी ज्या लोकांपर्यंत तुम्हाला पोहोचायचंय त्यांची मानसिकता आणि त्यांच्या दृष्टीनं बैलगाडीचं महत्त्व किती आहे ह्याचा विचार तुम्ही केला, हे फारच महत्त्वाचं वाटतं मला. आता इतके दिवस तुम्ही हे ग्रंथालय चालवताय, आणि आत्ता तुम्ही ह्याचा सगळ्याचा खर्च तुमच्या पैशाने करता, पण तरीही पुस्तकं जास्तीत जास्त यावीत ह्याच्यासाठी प्रयत्नही करता. आत्तापर्यंत लोकांकडून पुस्तकं मिळाली, पण तुम्ही स्वतः पुस्तकं विकत घेण्यासाठी काही प्रयत्न करता का? त्याच्यासाठी लागणारे पैसे, निधी कसा गोळा करता आणि कुठून ती पुस्तकं तुम्ही गोळा करता, मिळवता किंवा विकत आणता?

ह्या जमान्यात आपण जर विचार केला तर कितीही जरी खर्च केला तरी ते आपल्या म्हणजे स्वतःच्या कुटुंबाला कमीच पडतं. मी स्वतः आठवड्यातून १ किंवा २ दिवस विशेष असं काही तरी काम करून ते वेगळे पैसे ठेवतो. उदाहरणार्थ, मी स्वतः सर्पमित्र आहे. आता पावसाळ्याचे दिवस असल्यामुळे सगळीकडे साप निघतायत. मग ते साप निघू लागले की, मी जिथं साप निघेल त्या घरापर्यंत जातो, सापाला धरतो आणि त्याचं महत्त्व सांगतो. हा निसर्ग-साखळीचा हा महत्त्वाचा घटक आहे आणि त्याचं आपण संवर्धन केलं पाहिजे. हा शेतकऱ्याचा एकदम चांगला मित्र आहे. त्याला जर आपण मारलं तर निसर्गातली साखळी तुटते आणि पर्यायानं आपलंच नुकसान होतं, हे महत्त्व सांगतो. सापांना मनुष्यवस्तीपासून लांब, त्यांच्या अधिवासात नेऊन सोडतो आणि त्याच्या मोबदल्यात मी पेट्रोल खर्च, काही मोबदला ह्या हिशोबाने त्यांच्याकडून पैसे घेतो. आठवड्यातून दोन वेळा जर मी हे काम केलं तर आठवड्याच्या हिशेबानं मी पैसे बाजूला ठेवतो. ते पैसे वर्षभराचे किंवा सहा

महिन्याचे साठले की त्यातून ग्रंथ खरेदी करतो.

फारच छान. नुसता छंद नाही तर त्यातून सामाजिक जागृती निर्माण करायची आणि त्यातून येणारे पैसे चांगल्या कामासाठी वापरायचे, ही खरंच अगदी वेगळी गोष्ट आहे. आजमितीला, ग्रंथालयात पुस्तकं यावीत ह्यासाठी तुम्ही विविध ठिकाणी जाता; आता ह्या ग्रंथालयात पाच हजारापेक्षा जास्त पुस्तकं लौकरच जमा होतील. पण तुमचं अंतिम उद्दिष्ट असं काय सांगता येईल? पुढच्या २ ते ५ वर्षांत या ग्रंथालयाची प्रगती कशी असावी, त्याला काय प्रकारचा दर्जा मिळावा, किंवा सरकारकडून त्याला काही मान्यता मिळावी, यासाठी तुमची काही योजना आहे का? तुमच्या मनात त्याबद्दल काय विचार चालू आहेत? तुम्हाला हे कुठं न्यायचंय पुढे?

अगदी बरोबर आहे. २०१२ नंतर ग्रंथालयांसाठी जो निधी किंवा अन्य मान्यता होती, ती सर्व शासनानं बंद केली. शासनाला माझी विनंती आहे की त्यांनी २०१२ नंतर अशी काहीशी अनौपचारिक वाचनालयं निघाली आहेत, त्यांना मान्यता द्यायला पाहिजे. त्यांचं शासनानं परीक्षण करून त्या अनुषंगाने त्यांना दर्जा द्यायला पाहिजे. वाचनालयाचं पुढचं ध्येय किंवा भविष्यात कसं असेल, असं जर सांगायचं म्हटलं तर माझा उद्देश 'लहान मुलांसाठी काम करणं' हा आहे, कारण लहान मुलं म्हणजेच उद्याचं भविष्य आहे. तेच उद्याचे जबाबदार नागरिक असणार आहेत. त्यामुळे मला आमच्या गावामध्येच लहान मुलांसाठी एक भव्य आणि दिव्य वाचनालय, उत्तम पद्धतीने उभं करायचं आहे. मग त्यात सगळे विभाग असतीलच. ज्येष्ठ नागरिकांचा आला, वाचक विभाग आला, महिला विभाग आला, संदर्भ-ग्रंथ विभाग आला. बालवाचकांसाठी मला विशेष उपक्रम राबवायचा आहे. त्यांच्यासाठी ग्रंथालयाची रचना सोयीस्कर असायला हवी. एक प्रशस्त, सुसज्ज खोली पाहिजे. प्रकाश-व्यवस्था व्यवस्थित असायला पाहिजे. लहान मुलांची खेळणी असायला हवीत. ती नुसतीच खेळणी नकोत, तर काहीतरी विशेष वेगळे, बुद्धीला चालना देणारे खेळही तिथं असावेत म्हणजे लहान मुलांचं मनोरंजनपण व्हायला पाहिजे. त्यांच्यातून त्यांना आनंद वाटायला पाहिजे. सांस्कृतिक कार्यक्रमांमध्ये, म्हटलं तर गणेशोत्सव, खेळे अशा उत्सवांमध्ये विविध वक्ते बोलवून त्यांचं प्रबोधन करावं, असा माझा मानस आहे.

अरे वा! म्हणजे गावात ग्रंथालय हे एक सांस्कृतिक केंद्र निर्माण व्हावं अशाच स्वप्नाचा तुम्ही पाठपुरावा करताय, असं मला दिसतंय. सध्या

ग्रंथालयाचा खर्च तुम्हाला अनुदान नसल्यामुळे तुम्ही स्वतःच्या खिशातून चालवता, असं आपण बोललो. मला एक साधारणपणे असा अंदाज हवा होता की महिन्याला किती खर्च करता ग्रंथालयासाठी?

तसं म्हटलं तर त्याचा आवाका तसा बऱ्यापैकी आहे आणि आपण जर मर्यादेपेक्षा वाढवत नेलं तर त्याचा खर्च वाढतच जातो. महिन्याचा स्टेशनरी खर्च, वृत्तपत्र, पेन, कागद, शाई किंवा झेरॉक्स ह्याचा साधारण एक ५०० ते ६०० रुपये मासिक खर्च आहे सध्या.

बरं, आणि हा सगळा खर्च तुम्ही सध्या स्वतःच्या खिशातून करताय?

स्वतःच करतोय. माझा एक मित्र आहे सचिन दिघे म्हणून. त्यानं महिन्याला एका पेपरचं देणगी-मूल्य स्वतःच्या खर्चानं दिलं आहे.

आमच्या वाचकांपैकी किंवा आमच्या श्रोत्यांपैकी अनेकजण तुम्हाला मदत करू इच्छित असतील. त्यांना जर तुम्हाला आर्थिक मदत करायची असेल तर मी त्यांना तुमच्याशी संपर्क साधायची विनंती करीन. मला वाटतं की तुमचा इमेल जर तुम्ही इथं सांगितलात, तर लोक त्या इमेलवरती तुमच्याशी संपर्क साधतील. तर तुम्ही तुमचा इमेल आम्हाला सांगता का?

हो अवश्य. kashirajkoli@gmail.com

आपण इतक्या वेळ या छान गप्पा मारतोय. तुमच्या या सगळ्या स्वप्नवत वाटणाऱ्या प्रकल्पाबद्दल आपण बोलतो आहोत. याबद्दल तुमचं किती कौतुक करावं तेवढं कमी आहे. तुमच्या या सगळ्या कामाची, आणि तुमच्या माऊली ग्रंथालयाची अशीच भरभराट होत राहू दे. माझ्यातर्फे आणि आमच्या जगभरातल्या सगळ्या श्रोत्यांतर्फे तुमच्या वाचनालयाला, ग्रंथालयाला, तुमच्या प्रयत्नांना मी अतिशय मनापासून शुभेच्छा व्यक्त करतो. पुन्हा एकदा मनःपूर्वक धन्यवाद.

काशिराज कोळी यांच्या मूळ मुलाखतीचा ऑडिओ एपिसोड ऐकण्यासाठी खाली दिलेली लिंक वापरा किंवा सोबत दिलेला क्यू आर कोड स्कॅन करा.

https://tinyurl.com/vs-yt-50-kk

पूर्व-प्रसिद्धी : ३० जुलै, २०२०

सुनील खांडबहाले

Online Multi-lingual Dictionary चे निर्माते, उद्योजक आणि MIT Sloan Fellow

सुनील खांडबहाले. ऑनलाइन बहुभाषिक शब्दकोशाचे निर्माते. *'MIT Sloan Fellow'* म्हणून त्यांची निवड झाली आहे. नाशिकजवळच्या एका खेडेगावात शेतकरी कुटुंबात सुनील यांचा जन्म झाला. तिथून आज आंतरराष्ट्रीय दर्जाचे *innovator* म्हणून त्यांचा जो प्रवास झाला त्याची सगळी कहाणी म्हणजे बुद्धिमत्ता, अपरिमित कष्ट आणि जिद्द यांच्या जोरावर काय निर्माण होऊ शकतं ह्याची अतिशय प्रेरणादायी गोष्ट आहे.

४.

सुनील खांडबहाले

तुम्ही जे काम करताय ते जगातलं इतकं मोठं काम आहे की, त्याची माहिती जितक्या लोकांपर्यंत पोहोचणं शक्य आहे तितक्या लोकांपर्यंत पोचायलाच पाहिजे. 'बहुभाषिक ऑनलाइन शब्दकोशाचे निर्माते' अशी तुमची ओळख आहे आणि भारतातल्या सर्व २२ भाषांमधल्या भाषांतराचं काम तुमची ही डिक्शनरी करते, तीही ऑनलाईन. ही सेवा-सुविधा काय आहे, ती कशी आणि कुठे वापरली जाते, कोण ती वापरतं?

नक्की. जसं तुम्ही आता म्हणालात २२ भाषांमध्ये, ह्या सर्व भारताच्या २२ राजभाषा आहेत. मराठी, हिंदी, तमिळ, तेलुगू, संस्कृत याप्रमाणे आणि या सर्वांचं एका भाषेतून दुसऱ्या भाषेत भाषांतर आणि सोबत इंग्रजी... तर अशा पद्धतीचा Second Language Acquisition Platform म्हणजे आपल्या मातृभाषेव्यतिरिक्त दुसरी भाषा आत्मसात करण्यासाठी किंवा शिकण्यासाठीचं हे व्यासपीठ आपण तयार केलं आहे. तंत्रज्ञानाच्या माध्यमातून म्हणजे स्मार्टफोनवरती ॲप्लिकेशनच्या स्वरूपात, ज्यांच्याकडे कम्प्युटर लॅपटॉप किंवा पीसी आहे त्यांना सॉफ्टवेअरच्या माध्यमातून, त्याचबरोबर साधा फोन असेल तर त्यावर ती एसएमएसच्या माध्यमातून आणि आपण जर इंटरनेट ॲप्लिकेशन्स् वापरत असू, तर ब्राउझर्सच्या माध्यमातून, हा प्लॅटफॉर्म आपल्याला वापरता येतो. जगभरात आता जवळजवळ १२ ते १५ कोटी लोक ह्याचा वापर करतात, वेगवेगळ्या भाषा शिकण्यासाठी तसेच भाषांतर करण्यासाठी.

हा जो इतका अद्वितीय आणि महत्त्वाचा प्रकल्प आहे, ह्याची सुरुवात कशी झाली, याबद्दल मला फार कुतूहल आहे. हे असं करावसं तुम्हाला का वाटलं?

धन्यवाद, तुम्ही हा प्रश्न विचारलात त्याबद्दल. ह्याची सुरुवात स्वत:पासूनच झाली. हा माझा एक वैयक्तिक प्रश्न होता की, मला इंग्रजी बिलकुल यायचं नाही. माझं संपूर्ण शालेय शिक्षण मराठी माध्यमातून झालं आणि जेव्हा मला इंग्रजी माध्यमातून Engineering Diploma ला प्रवेश घ्यायची वेळ आली, तर ते विषय संपूर्णपणे इंग्रजी माध्यमातून शिकवले जात होते. तर तिथून ही सुरुवात झाली. माझी इंग्रजीची पातळी जर त्यावेळची तुम्हाला सांगायची झाली तर.. एक किस्सा मी सांगतो! ज्यावेळी मी डिप्लोमाच्या अ‍ॅडमिशनचा फॉर्म भरत होतो त्या फॉर्मवरती काही रकाने दिले होते, ज्याच्यामध्ये त्यांनी विचारलं, "तुमचं नाव काय?", नाव लिहिलं. त्यानंतर त्यानी जन्मतारीख विचारली. तीही मी लिहिली आणि त्याच्या खाली लिहिलं होत की, जेंडर! त्यात ऑप्शन होता की, मेल आणि फीमेल. हा काय प्रकार आहे ते मी पहिल्यांदाच बघत होतो आणि जेंडर म्हणजे काय माहीत नव्हतं. त्यावेळी मी 'फीमेल' या ऑप्शनवरती टिक मार्क केलं. मग ते सगळे लोक हसायला लागले. तिथे जे अ‍ॅडमिशन ऑफिसर होते त्यांनी माझ्याकडे जरा बघितलं खालपासून वरपर्यंत, की यानं असं का लिहिलं असावं? थोडक्यात सांगायचं म्हणजे तर, ही माझी त्यावेळी इंग्रजीची पातळी होती; आणि ज्यावेळी मी वर्गात गेलो त्यावेळी लक्षात आलं की, इथं सर्वच विषय इंग्रजीतूनच शिकवले जातात. माझ्याबरोबर जी वर्गात बसणारी इतर मुलं होती, त्यांना सगळ्यांना चांगलं अस्खलित इंग्रजी बोलता यायचं, आपापसात संवाद करायचे, प्राध्यापकांना प्रतिप्रश्न करायचे इंग्रजीमधून. त्यामुळे आम्ही तीन-चार मुलं होतो, जी ग्रामीण भागातून, मराठी माध्यमातून तिथं गेलेली होती, त्यांची खूप घाबरल्यासारखी परिस्थिती होती. माझ्या ते सगळं डोक्यावरून जायचं. त्यात काय झालं की, इंग्रजीच्या भीतीमुळे दोन मुलं तिथून पळून गेली. तर मला असं कुठेतरी वाटायला लागलं की, आपल्याला हे काही जमणारं दिसत नाही. आपल्याला शिक्षण सोडावं लागेल. म्हणून मग मी माझं गाठोडं बांधलं आणि परतीच्या प्रवासाला निघणार, तर माझ्या डोळ्यांसमोर माझ्या आई-वडिलांचं चित्र उभं राहिलं. कारण ही आमची ही पहिली पिढी, शिक्षणाचा मार्ग धरलेली. आई-वडिलांना इच्छा असूनही त्या काळात शिक्षण मिळालं नाही किंवा त्या काळात शाळाही नव्हत्या, आर्थिक परिस्थिती नव्हती. ह्या सगळ्या गोष्टींमुळे मुलांसाठी कष्ट करून ते एक स्वप्न बघत होते, की आपला मुलगा एक दिवस इंजिनिअर होईल आणि घरी येईल. आणि मी असं पळून जायचं? हे काही मनाला पटलं नाही. एक प्राध्यापक होते, त्यांचं नाव श्री.प्र.द. कुलकर्णी. तर मी सरांकडे गेलो, त्यांना

माझा प्रश्न सांगितला, अडचण सांगितली आणि त्या सद्गृहस्थानं त्यांची स्वत:ची डिक्शनरी त्यावेळी माझ्या हातात दिली. नुसती दिली नाही, तर ती कशी वापरायची हेदेखील समजावून सांगितलं. तो एक निर्णायक क्षण होता माझ्यासाठी. 'डिक्शनरी' हा प्रकार मी पहिल्यांदा आयुष्यात बघत होतो, कारण तोपर्यंत आम्ही तीन भावंडं आणि आमची आर्थिक परिस्थिती साधारण असल्यानं, पुस्तक घेणं वगैरे शक्य नव्हतं.

आमचं सगळं शालेय शिक्षण नातेवाईकांच्या, मित्रांच्या पुस्तकांवरून झालंय. त्यावेळी डिक्शनरीचा दूरदूरपर्यंत काही संबंध नव्हता आणि आयुष्यामध्ये पहिल्यांदा शब्दकोश म्हणजे काय हे बघायला मिळत होतं. परंतु मला वाटतं, ही एक खूप छान घटना माझ्या बाबतीत घडली आणि मग तो शब्दकोश कसा वापरायचा ते मी शिकलो.

आणि नंतर फळ्यावर जे लिहून देतात ते शब्द किंवा ऐकायला कानावर पडतात ते मी माझ्या वहीमध्ये लिहून घ्यायचो. खोलीत परत गेल्यावर डिक्शनरीमध्ये अर्थ बघायचो आणि हळूहळू माझा शब्दसंग्रह वाढू लागला. वर्गात काय शिकवतात, ते समजायला लागलं. झालं असं, की वर्षभराच्या शेवटी जेव्हा रिझल्ट लागला तर असं लक्षात आलं की, जी काही मुलं होती, म्हणजे ५५ ते ६० मुलं, त्यापैकी फक्त चार मुलंच सर्व विषयांमध्ये पास. त्यामध्ये मी अगदी सर्वांमध्ये अव्वल आलो होतो. हे माझ्यासाठी आणि इतरांसाठीही थोडंसं आश्चर्य होतं, परंतु मला हे माहिती होतं की ही कमाल एका गोष्टीमुळे झाली- ती म्हणजे डिक्शनरी, शब्दकोश! मी शब्दकोशाला मित्र केलं, म्हणून मला ते यश बघायला मिळालं. खूप आनंद झाला त्या दिवशी. इथून खरं त्याची सुरुवात झाली!

पण मग जेव्हा कॉलेजमध्ये डिक्शनरी वापरण्याचा जो अनुभव मिळाला, तेव्हापासून या बहुभाषिक महाशब्दकोशापर्यंत पोहोचलात तो प्रवास कसा होता?

म्हणजे मला आनंद झाला की मी चांगल्या मार्कांनी तिथे अव्वल आलो! पण अशा पद्धतीने ते जे यश आहे, त्याचा आनंद होण्याबरोबरच मला एका गोष्टीचं दु:ख होतं की, माझ्या दोन मित्रांना भाषेच्या अडचणीमुळे परत माघारी जावं लागलं. कदाचित त्यांना जर असाच मार्ग सापडला असता शब्दकोशाचा, तर तेही आज यशस्वी झाले असते आणि इंजिनिअर होऊ शकले असते. फक्त हेच असं नाही; ग्रामीण भागामधून, शेतकरी कुटुंबांमधून, मराठी माध्यमामधून

आलेले हजारो, लाखो विद्यार्थी असतात; ज्यांच्या डोळ्यांमध्ये इंजिनिअर, डॉक्टर होण्याचं स्वप्न असतं, परंतु फक्त इंग्रजी भाषेची अडचण भासते. म्हणून ही मुलं कुठं तरी त्यांच्या करियर्सशी तडजोड करतात. इच्छा नसूनही दुसऱ्या शाखांमध्ये प्रवेश घेतात किंवा घेतही नाहीत. हा एक मोठा जागतिक पातळीवरचा प्रश्न आहे, असं मला कुठंतरी जाणवायला लागलं! कारण हा फक्त 'मराठी भाषा' म्हणून प्रश्न नाहीये तर हिंदी भाषिक जे विद्यार्थी आहेत, गुजराथी भाषिक आहेत, तमिळमधले आहेत की, ज्यांचं ज्यांचं शालेय शिक्षण मातृभाषेतून होतं, त्या सगळ्यांनाच ह्या अडचणींना सामोरं जावं लागतं. म्हणून आपण या विषयामध्ये काहीतरी करावं, असं मला त्यावेळी वाटलं. सर्वात आधी, मी एक स्वत:चा वैयक्तिक शब्दकोश बनवला, ३ वर्षांमध्ये. जवळजवळ २५ ते ३० हजार शब्द असतील. त्याच्या छाया-प्रती काढून मी मित्रांमध्ये वाटायला सुरुवात केली. त्याचा फरक जाणवायला लागला, मुलांना आनंद झाला, त्याचा रिझल्टपण जाणवायला लागला.. आणि पुढं जाऊन असं लक्षात आलं की, आपल्याला हे प्रमाण थोडं वाढवलं पाहिजे. म्हणून पुस्तकाची संकल्पना आली. आपण मुद्रित स्वरूपात शब्दकोश तयार करावा असं वाटलं, परंतु लक्षात आलं, की ते जरा अवघड आणि खर्चिक काम आहे. पुस्तकाला कागद लागतो, शाई लागते, बाइंडिंग करा, प्रकाशन करा आणि पुन्हा त्याचं वितरण करा, ह्या सर्व गोष्टी मोठ्या अडचणीच्या आणि वेळखाऊही आहेत. पुन्हा शब्दकोश काही मुलांकडे असतील, पण ती तो वापरत नाहीत कारण ते तितकंसं सोयीस्कर होत नव्हतं. म्हणून मला कुठेतरी वाटलं, या सर्व प्रक्रियेचा अभ्यास करताना, की आपण काहीतरी वेगळा मार्ग अवलंबला पाहिजे, म्हणजे तंत्रज्ञानाची आपण मदत घेतली पाहिजे, कारण तो एक काळ होता की जेव्हा सगळीकडे संगणक आणि तंत्रज्ञान वापरण्याची सुरुवात झाली होती, आणि म्हणून आपण digital dictionary बनवावी अशी संकल्पना त्यावेळी आली. मग मी काही मित्रांना विचारलं, की ज्यांना संगणक येत होता. मला तर त्यातलं काहीच माहिती नव्हतं आणि म्हणून त्यांची मदत घ्यावी असं वाटत होतं, पण त्यांचे अग्रक्रम वेगळे होते आणि त्यामुळे कदाचित त्यांना तितकासा वेळ मिळाला नसेल. पण ते एका अर्थी माझ्या पथ्यावरच पडलं, चांगलं झालं. माझ्या लक्षात आलं, की या विषयाचं गांभीर्य फक्त मला माहिती आहे, म्हणून मीच काहीतरी केलं पाहिजे आणि ठरवलं, की एक आपण कम्प्युटर प्रोग्रॅमिंगचा कोर्स करू या. कम्प्युटर, त्याचं प्रोग्रॅमिंग हे सर्व शिकविणाऱ्या, देशपातळीवरच्या एक प्रस्थापित संस्थेची मी प्रवेशचाचणी दिली, त्यात उत्तीर्णही

झालो. पण पुढं जाऊन असं लक्षात आलं, की खूप खर्चिक अभ्यासक्रम होता तो. सहा महिन्यांच्या अभ्यासक्रमास जवळजवळ ५० ते ६० हजार रुपये लागणार होते, फक्त शुल्क म्हणून! मी सांगतोय ही गोष्ट जवळजवळ १९९८ मधली आहे, तर त्यावेळी एवढे पैसे आणि ह्या सर्व गोष्टी!! मी त्यांना एक विनंती केली. म्हटलं, "मी इथं तुमच्याकडं काही काम करेन, ऑफिसबॉय म्हणून किंवा इतरही कुठलं काम करेन, पण तुम्ही मला काही सवलत द्या. माझ्याकडे एकरकमी असे काही पैसे नाहीत. हळूहळू करत मी देतो तुम्हाला." परंतु त्या विषयाला मागणी जास्त होती म्हणून त्यांनी ते नाकारलं आणि मला तिथून बाहेर पडावं लागलं. एक प्रकारे तिथं थोडासा अपमानितही झालो मी!

पण आज मागे वळून बघताना असं वाटतं, की खरं तर त्यांना धन्यवाद द्यायला पाहिजेत, कारण त्यामुळे मी स्वत:लाच आव्हान देऊ शकलो आणि ते पथ्यावर पडलं. काय केलं असेल मी? त्यांचा अभ्यासक्रम मिळवला आणि मी घरून पळून गेलो अक्षरश:! दूर गावी जाऊन ६ महिने एक छोट्याशा, १० बाय १० च्या खोलीमध्ये स्वत:ला कोंडून घेतलं. एका मित्राचा संगणक मिळवला आणि काही पुस्तकं आणि तो अभ्यासक्रम! दिवस-रात्र माझा तो कार्यक्रम चालायचा, पुस्तकं वाचायची, संगणकावरती ते शिकायचं, ट्राय करायचं. अशा पद्धतीनं त्याचं मला इतकं वेड लागलं की मी २४ तास, ४८ तास बसायचो, एका जागेवरून हलायचो नाही, इथपर्यंत ते मी करायला लागलो. फक्त दिवस-रात्र संगणक, मी आणि ती पुस्तकं. मला खूप आवड निर्माण झाली. पण जसं म्हणतात, की नियतीपण तुमची चांगली परीक्षाच घेत असते, तर तसं दुसरं संकट उभं राहिलं. म्हणजे सततच्या बसण्यामुळे मला कंबरेचा त्रास चालू झाला. थोडंसं कमरेखाली, जिथं माकड-हाड असतं, तिथं ब्लीडिंग वगैरे सुरू व्हायला लागलं आणि इतर त्रास सुरू झाले. मग माझं एक ऑपरेशन झालं. डॉक्टरांनी सांगितलं, की यापुढे तुम्ही हा बसण्याचा कार्यक्रम बंद करा. तुम्हाला ते काही काळ तरी जमणार नाही. परंतु मी इतका पॅशनेट होतो ते शिकण्यासाठी, की मग मी मॉनिटर आणि कीबोर्ड, ज्या खुर्चीत मी बसायचो, त्या खुर्चीमध्ये ठेवला आणि टेबलावरती आडवा पडून, म्हणजे छातीवरती, सहा महिने प्रॅक्टिस केली. मला वेदना व्हायच्या, पण त्या जाणवायच्या नाहीत, कारण जे काय मी शिकत होतो, त्यापुढे त्या वेदना नगण्य होत्या. आणि पुढच्या सहा महिन्यांमध्ये सगळ्या प्रोग्रॅमिंग लँग्वेजेस, त्या काळातल्या ज्या काही होत्या, त्या शिकलो, आणि पहिला मराठी भाषेतला संगणकीय शब्दकोश त्यानिमित्तानं निर्माण झाला!

वा! क्या बात है! आपण म्हणतो की शिक्षणासाठी माणसाला कष्ट करावे लागतात, पण तुमची जी गोष्ट आहे, ती इतकी जगावेगळी आहे की, तुम्हाला काहीतरी दुखणं निर्माण झालं. त्याचं ऑपरेशन होऊनही तुम्ही ते सर्व सहन केलंत. खरोखरच ही फार प्रेरणादायी गोष्ट आहे. मग हा जो तुमचा पहिला संगणकीय भाषांतर करण्याचा प्रोग्रॅम तयार झाला त्याची पुढे वाढ कशी, कुठे झाली? तुम्ही इतकं अद्वितीय काम केलंय, त्याबद्दल तुम्हाला बाकी कुठून काही दाद मिळाली का? काही बक्षिसं मिळाली का ?

हो, म्हणजे चांगली गोष्ट असली की सगळीकडून त्याचं स्वागत होतंच; जे गरजेचं असतं! अशा पद्धतीने हा मराठी भाषेतला पहिला संगणकीय शब्दकोश होता. त्यामुळे ह्याला चांगली प्रसिद्धी मिळाली आणि त्याचं स्वागतही झालं. विशेषत: शिक्षण क्षेत्रामध्ये त्याची मागणी वाढायला लागली. मग पुढे जाऊन त्याच्या सीडीज् तयार करायचा एक कार्यक्रम चालू केला, कॉम्पॅक्ट डिस्कच्या माध्यमातून ते वितरित करायचं, लोकांना द्यायचं. ते एक offline application होतं. सॉफ्टवेअर इन्स्टॉल केलं विंडोज कम्प्युटरवरती की आपल्याला हव्या त्या शब्दाचे अर्थ, वाक्प्रचार, म्हणी ह्या सर्व गोष्टी, आणि त्याही आवाजाच्या स्वरूपात मिळायच्या. त्यामुळे त्याचे उच्चार कसे करावेत, हे सगळं समजायला सोपं झालं.

हळूहळू असं लक्षात आलं, की इतर भाषांमध्येही त्याची तितकीच गरज आहे. पण त्याच्याही आधी लक्षात आलं की सीडीज् वितरित करण्यालाही मर्यादा आहेत. आणि म्हणून अशी एक संकल्पना सुचली की काहीतरी असं करावं की, सेंट्रल सर्व्हरवरती हे सर्व सॉफ्टवेअर अपलोड करावं आणि मग जगभरातून लोक कुठल्याही कम्प्युटरवरून त्याला ॲक्सेस करू शकतील आणि तसं मी करत राहिलो. हे करत असताना मला बिलकुल माहिती नव्हतं, की ॲक्चुअली ती आपली वेबसाईट असणार आहे. एक वेबसाईट बनवली गेली त्या माध्यमातून!

ही २००१च्या आसपासची गोष्ट आहे आणि अशा पद्धतीने मराठी भाषेतला पहिला ऑनलाइन शब्दकोशदेखील वेबसाईटवरती निर्माण झाला. मग त्याच्या ज्या कक्षा आहेत त्या रुंदावल्या गेल्या. आधी फक्त मी महाराष्ट्रापुरताच मर्यादित होतो, त्या सीडीज्च्या माध्यमातून, परंतु आता ऑनलाईन असल्यामुळे महाराष्ट्र, इतर राज्यं आणि परदेशातदेखील त्याचा वापर शक्य झाला.

सगळीकडून लोकांनी विचारायला सुरुवात केली, की "तुम्ही मराठीत

शब्दकोश केला तसा हिंदीत करू शकता काय?", "आम्ही तुम्हाला गुजराथी भाषेत करायला मदत करतो, त्यात कराल काय?" तसंच कन्नड आणि तामिळचंही झालं! त्यानिमित्ताने वेगवेगळ्या लोकांशी आदान-प्रदान झालं. त्यांच्याकडून काही सल्ला चांगला मिळाला, कोणाकडून काही मदत झाली- मग ती तांत्रिक असेल किंवा मजकुराच्या दृष्टीनं, साहित्याच्या दृष्टीनं, भाषेच्या दृष्टीनं.

आणि मग पुढे पुढे भाषातज्ज्ञ लोकांचं आणि विषयतज्ज्ञ लोकांचं असं नेटवर्कच तयार केलं. कारण भाषा जरी एक असली.. समजा मराठी भाषा आहे तरी त्यात वेगवेगळी कार्यक्षेत्रं आहेत; अभियांत्रिकी आहे, वैद्यकीय आहे किंवा न्यायालयीन आहे, औद्योगिक आहे. कॉमर्स, सायन्स अशा वेगवेगळ्या शाखा आहेत. तर मग हे विषयतज्ज्ञ, भाषातज्ज्ञ आणि इंजिनिअर्स ह्या सर्वांच्या मदतीने तो प्लॅटफॉर्म तयार केला, विविध भाषांमध्ये.. खूप काळ गेला त्याच्यामध्ये. साधारणत: २००६-७ला असं लक्षात आलं, की एवढं करूनदेखील सगळ्यांपर्यंत आपल्याला पोहोचणं शक्य होत नाहीये. कारण त्या काळामध्ये, २००७ची मी गोष्ट सांगतोय, फक्त १० ते १२% लोकांना इंटरनेट उपलब्ध होतं आणि म्हणून ज्यांच्यापर्यंत आपण पोहोचायला पाहिजे तिथपर्यंत तर ते शक्य झालं नाही, मग काय करायचं? तर त्याच काळामध्ये मोबाईल फोन अवतरले. भारतामध्ये नोकिया ही चांगली अग्रणी कंपनी होती. पहिलं India-based application आपण बनवलं. त्यानंतर जावा फोन्स आले वेगवेगळे. तर Java-based mobile application, जे offline वापरता येईल असं बनवलं, वापरलं. पुढे जाऊन स्मार्टफोन्स् आले. त्यांचा प्रसार, प्रचार जबरदस्त होता. आपल्या भारतामध्ये त्याचं स्वागत झालं, ॲडॉप्शन मोठ्या प्रमाणावर झालं. त्यामुळे वेगवेगळ्या प्लॅटफॉर्म्सवरती मोबाईल ॲप्स आपण बनवले. अशा पद्धतीनं मोबाईलवरदेखील पहिला मराठी भाषेतला, तसंच हिंदी, इंग्रजी आणि भारतीय भाषांमधले शब्दकोश उपलब्ध झाले आणि त्यांचं स्वागत झालं. आणखी पुढे गेल्यावर असं लक्षात आलं, की आपल्याकडे ग्रामीण भागामध्ये किंवा एकंदरीत दूरस्थ अंतरावर इंटरनेट उपलब्ध नसतं. तेव्हा आम्ही हे मोबाईल ॲप्लिकेशन शाळा, कॉलेजेसमध्ये जाऊन, बूथ लावून तिथे ब्ल्यूटूथच्या माध्यमातून त्यांच्या मेमरीकार्डवरती ट्रान्सफर करायचो. त्यावेळी असं लक्षात आलं, की आमच्याकडे १० लोक जर आले हे मोबाईल ॲप्लिकेशन घ्यायला, तर त्यातले जवळजवळ ७ लोक परत जायचे आणि आम्ही तीनच लोकांना सर्व्हिस देऊ शकत होतो. त्याचं कारण असं, की

त्यांच्याकडे साधे फोन असायचे. म्हणजे ज्याला आपण फीचर फोन म्हणतो ते-फक्त व्हॉइसकॉल आणि एसएमएस करू शकणारे! थोडंसं दु:ख झालं की आपल्याकडे एवढे लोक येतात, पण आपण त्यांना मदत करू शकत नाही. तर आता काय करायला पाहिजे? या एकूण प्रक्रियेच्या संशोधनात मला जाणवलं, की आपल्याला ह्या सर्वांचा ल.सा.वि. काढावा लागणार! आणि तो मला सापडला: एसएमएस. Short Messaging Service किंवा लघुसंदेश. आणि मग एसएमएसवर आधारित डिक्शनरी बनवली, तीही सगळ्या भारतीय भाषांमधली. तर अशा पद्धतीने भारतीय भाषांमधला लघुसंदेश-शब्दकोश पहिल्यांदाच आपण निर्माण केला. ह्या सगळ्या गोष्टी भारतीय भाषांमध्ये प्रथमच होत असल्यामुळे ह्याला माध्यमांतून, प्रसारमाध्यमांतून प्रसिद्धी मिळाली आणि वेगवेगळ्या पातळीवरती, मग ती सरकारी असेल किंवा शैक्षणिक असेल, त्याचं चांगलं स्वागत झालं. पारितोषिकं आणि मान-मरातब खूप मिळाले. म्हणजे महामहिम राष्ट्रपती प्रतिभाताई पाटील यांनी ह्या कामाची दखल घेऊन, मला बोलावलं आणि हा विषय समजून घेतला. माझ्या आई-वडिलांचं कौतुक केलं त्यांनी खूप आणि मग वेगवेगळ्या संस्थांकडूनही चांगला प्रतिसाद मिळाला, मदतही झाली वेगवेगळ्या गोष्टींवरती काम करण्यासाठी.

पण मला महत्त्वाचा प्रश्न विचारायचाय. जेव्हा तुम्ही ऑनलाइन मराठी शब्दकोश उपलब्ध केलात, तेव्हा त्यात आवाजही होता आणि उच्चार कसे करायचे हेसुद्धा तुम्ही सांगितलंत. यासाठी लागणारा खर्च आणि त्यासाठी लागणाऱ्या पैशाची तरतूद कुठून झाली? कारण तुम्ही जी पार्श्वभूमी सांगितलीत त्यावरून हा सगळा खर्च तुम्ही तुमच्या स्वत:च्या पैशातून करणं हे खूपच अवघड झालं असणार.

अगदी startups सुरू होतात त्या पद्धतीनं (bootstrapping) हा प्रवास सुरू झाला म्हणजे स्वत:च्या खर्चानं. ह्या सगळ्या संज्ञा त्यानंतरच्या काळात समजल्या. त्या अगोदर, त्याच सगळ्या मी 'जगत' होतो. तर पहिला जो संगणकीय शब्दकोश सीडीज्च्या माध्यमातून उभा राहू शकला त्यासाठी मित्राचा संगणक आणि मित्रांचीच काही पुस्तकं उपयोगी पडली.

अशा पद्धतीने झिरो बजेटमध्ये काम सुरू झालं आणि तुम्हाला ऐकायला नवल वाटेल की माझ्याकडे फक्त एकच संगणक होता, तोही 80486 हा त्यावेळचा जो मायक्रोप्रोसेसर होता त्यावर चालणारा. प्रोग्रॅमिंग आणि टेस्टिंग या दोन कामांसाठी DOS आणि Windows या दोन्ही Operating Systems

(OS) वापरणं आवश्यक होतं, पण एकच संगणक असल्यानं एका वेळी एकच OS वापरता येत होती. त्यामुळे प्रोग्रॅमिंगसाठी एक OS इन्स्टॉल करायची आणि टेस्टिंगसाठी पहिली OS पूर्णपणे काढून दुसरी वापरायची. मग टेस्टिंगमधल्या चुका दुरुस्त करण्यासाठी पुन्हा पहिली इन्स्टॉल करायची. हे आवर्तन पुन्हा पुन्हा करत राहायचं. या सगळ्यात खूप वेळ गेला पण अगदी कमी खर्चात हे काम होऊ शकलं.

नंतर पुढचं काम होतं वेबसाईटचं. वेबसाईटला त्यावेळी कमी-अधिक प्रमाणामध्ये ५ ते १० हजारापर्यंत खर्च होता, जास्त नाही. सीडीज् विकून जे सॉफ्टवेअरमधून पैसे मिळाले त्यातून वेबसाईटचं काम केलं. त्यानंतर वेबसाईट आणि सीडीज् या दोन्हीचा प्रचार, प्रसार होत राहिला, त्यातून जो निधी मिळाला, त्याचा पुढे इतर लोकांची नेमणूक करण्यासाठी आणि इंजिनिअर्सना वेतन देण्यासाठी वापर झाला. पुढे नंतर आमच्या वेबसाईटचे वापरकर्ते वाढत गेले, तसे अर्थार्जनाचे काही मार्ग त्यातून आपसूक तयार झाले. पुढे तो पैसा मोबाईल ॲपसाठी वापरला. नंतर मग मोबाईल ॲपमधून काही पैसे मिळाले. नंतर त्यातून अशा अर्थार्जनाचे अनेक मार्ग आम्ही बनवले. आमचं बिझनेस मॉडेल आहे ते असं: जवळजवळ ७० ते ८०% आशय/मजकूर विनामूल्य, फ्री. उरलेल्यासाठी शुल्क. म्हणून हा freemium सेक्टर आहे सगळा. त्यानंतर असे काही प्रीमियम प्रॉडक्टस् आम्ही सुरू केले की, ज्यांना भाषेमध्ये अजून खोलात जाऊन अभ्यास करायचाय आणि व्यावसायिक उद्देशाने वापरायचाय, त्यांना वापरता यावेत. त्यात शैक्षणिक संस्था असतील किंवा काही उद्योग-क्षेत्रातल्या कंपन्या असतील तर त्यांना तसे प्रीमियम चार्जेस आम्ही लावतो. त्यातून आम्हाला काही पैसे मिळतात. तिसरी गोष्ट- कॉर्पोरेटस्‌बरोबर आम्ही लोकलायझेशन, भाषांतर, अनुवाद ह्यासाठी काही सर्व्हिसेस देतो, त्यातून पैसे मिळतात. हे पैसे आम्ही पुन्हा जो प्लॅटफॉर्म आहे तो वाढविण्यासाठी वापरतो. अगदी शून्यातून, म्हणजे जेव्हा व्यवसाय सुरू केला होता, तेव्हा खिशामध्ये पाच पैसेही नव्हते. उधारीवर घेतलेली खोली होती आणि मित्राचा संगणक! आणि अशा पद्धतीनं हा व्यवसाय जो आहे तो हळूहळू आधी स्वत:च्या पायावर उभा-म्हणजेच 'धारणाक्षम' झाला आणि नंतर तो फायदेशीरही बनला. त्याच माध्यमातनं आता आम्ही इतर काही कामं करू शकतो. आजपर्यंत कुठलीही ग्रँट, बाह्य अर्थपुरवठा, सरकारी अनुदान असं काहीही न घेता हा उपक्रम आता चांगला फायदा देणारा झाला आहे.

तुम्ही हे जे सांगताय, की हा व्यवसाय स्वबळावर हळूहळू वाढवत नेऊन आज तो अतिशय चांगल्या पद्धतीने तुम्ही तो चांगलाच किफायतशीर बनवला आहे, ते पुन्हा एकदा वेगळ्या प्रकारचं पथदर्शक काम आहे, कारण अशा गोष्टींसाठी बाहेरून भांडवल उभं करणं हाच मार्ग सामान्यतः अनुसरला जातो आणि ते न करता तुम्ही ते जिद्दीने वेगळ्या प्रकारे करून दाखवलं. त्याचं वर्णन, कौतुक करण्यासाठी कितीही शब्द वापरले तरी ते कमीच पडतील. फारच छान काम आहे हे! इथे आपण थोडेसे मागे जाऊ. तुमचं घर, तुमची फॅमिली, कुठे शिकलात, काय होती त्यावेळची परिस्थिती? याविषयी तुमची पार्श्वभूमी तुम्ही सांगाल का?

हो, नक्की! मलाही आवडेल सांगायला. तर महाराष्ट्र राज्यामधला नाशिक जिल्हा जो आहे, त्यामध्ये त्र्यंबकेश्वरच्या जवळ महिरावणी असं छोटंसं खेडं आहे. ज्याची साधारण लोकसंख्या आज दोन हजारच्या आसपास आहे फक्त! आणि हो, संपूर्ण गावाची अर्थव्यवस्था शेती-आधारित आहे. 'मध्यमवर्गीय' म्हणणंसुद्धा थोडं जास्त हिमतीचं ठरेल, अशा साधारण परिस्थितीतल्या शेतकरी कुटुंबात माझा जन्म झाला. आमचं गरीब कुटुंब होतं. घर म्हणजे एक गवताची झोपडी असते तशी होती, की वारा आला तरी ती उडून जाऊ शकेल. आई-वडील आणि आम्ही तीन भाऊ तिथे राहायचो. कधीकधी रात्रीचं जेवण मिळायचं नाही, अशी परिस्थिती. जे शालेय शिक्षण झालं ते दुसऱ्या गावात झालं, कारण आमच्या गावात त्यावेळी शिक्षणाची सोय, व्यवस्था नव्हती. सात किलोमीटर जाणं आणि सात किलोमीटर येणं असा जवळजवळ चौदा किलोमीटरचा दररोजचा पायी प्रवास असायचा आणि तोही अनवाणी. त्यानंतर थंडी, पावसाळा, काही असो, आम्ही एकच कपडा तीन वर्षं, एकच गणवेश तीन-तीन वर्षं वापरायचो. आधी मोठा भाऊ, मग मी आणि नंतर लहान भाऊ अशा पद्धतीनं. शिक्षण अशा पद्धतीनं झालं, परंतु त्यावेळी आपण खूप गरीब आहोत असं बिलकूल जाणवलं नाही. त्याचं कारण, मला वाटतं, माझे आई-वडील. त्यांनी या पद्धतीनं आम्हाला शिक्षणाची वाट दाखवली. "आपल्याला परिस्थिती जर बदलायची असेल तर शिक्षणाशिवाय तरणोपाय नाही आणि म्हणून मुलांनो, शिका, मोठं व्हा. आमच्यासारखं तुमचं आयुष्य मातीमध्ये जायला नको", हे सांगून कुठेतरी त्यांनी आमच्यामध्ये प्रेरणाज्योत पेटवली होती. एका अर्थी हे चांगलं होतं, कारण त्या परिस्थितीमध्ये अनवाणी जाणं किंवा तो ऊन, वारा, पाऊस सारं अंगाखांद्यावर घेणं, यामुळे खूप जवळून निसर्गाचा सहवास लाभला. निसर्गातून खूप गोष्टी शिकायला मिळाल्या.

आसपासची परिस्थिती बघता आली की आपण कुठल्या परिस्थितीमधून आलोय. आणि मग आता एखादी गोष्ट तुम्हाला गरज असते त्यापेक्षा थोडी जास्त मिळते, त्यावेळी त्याचं समाधान वाटतं की आपण आधी कसे दिवस काढले! आता आपण खूप आनंदात आहोत, पण आजही अनेक लोक त्या पद्धतीने जगतात, तर त्यांच्यासाठी आपल्याला काही काम करता येईल. आमचं वारकरी कुटुंब! त्याच्यामुळे घरामध्ये कुणाला कसलंही व्यसन नाही, अगदी सुपारीच्या खांडाचंदेखील व्यसन नाही. आमच्या घरी जर मुलगा जन्माला आला, बाळ जन्माला आलं तर पहिल्यांदा त्याच्या गळ्यामध्ये तुळशीची माळ पडते. आज आनंद वाटतोय की, आज आषाढी एकादशी आहे पंढरपूरची, त्या दिवशी आपला हा संवाद 'विश्वसंवाद' होतोय, तर हा खूपच योगायोग म्हणता येईल.

सुनील, गेली काही वर्षे आपण एकमेकांशी बोलतो आहोत आणि मला माहिती आहे की या सगळ्या प्रयत्नानंतर नुकतीच, एम्.आय.टी. म्हणजे Massachusetts Institute of Technology या अमेरिकेतल्या जागतिक दर्जाच्या संस्थेचे Sloan Fellow म्हणून तुमची निवड झाली आहे. तुम्ही आताच जी पार्श्वभूमी सांगितली तिथपासून Sloan Fellow होण्यापर्यंत तुम्ही कसे पोचलात? तो प्रोग्रॅम काय होता? त्याचा आत्ता तुम्ही कसा वापर करताय?

नक्की. एका छोट्या गावामध्ये माझी जिल्हा परिषदेची शाळा होती. शाळा आणि एक छोटीशी खोली. तिचं छत तुटलेलं असायचं, छतातून पावसाचं पाणी गळायचं. खाली सारवलेली जमीन, ती घुशींनी किंवा उंदरांनी पोखरलेली आणि त्याच्यामध्ये चार वर्ग. म्हणजे काय, तर चार रांगा असायच्या. चटई टाकलेल्या किंवा चटई नसलेल्या. एकच शिक्षक, चार वर्ग आणि एकच खोली. ते शिक्षक इकडं एका वर्गाला गणित शिकवणार, दुसऱ्याला इतिहास शिकवणार, भूगोल शिकवणार, तिसऱ्याला चित्रं काढायला शिकवणार वगैरे. अशा पद्धतीने चारही वर्गांचं शिक्षण एकच शिक्षक घ्यायचा! त्यामुळे माझं एकाच इयत्तेचं शिक्षण चार-चार वर्षं होत राहिलं. त्यामुळे माझा पाया पक्का झाला असं मला वाटतं. अशा परिस्थितीतून पुढे काही काळ आळंदी इथं वारकरी शिक्षण संस्थेत माझ्या पालकांनी मला दाखल केलं होतं. तिथंपण माझा काही काळ गेला, तिथंपण खूप काही शिकायला मिळालं. खरं तर ही जी भाषांविषयी आवड इत्यादी आज आपण जे बोलतो आहोत, यात मला असं वाटतं की माझं कर्तृत्व नाही. ही सगळी ज्ञानेश्वर माऊलींची कृपा किंवा

आशीर्वाद मला वाटतो. ज्ञानेश्वरांच्या काळामध्ये जगातलं सगळं ज्ञान संस्कृत या भाषेमध्ये होतं आणि सामान्यांपर्यंत पोहोचत नव्हतं, म्हणून माऊलींनी 'ज्ञानेश्वरी' ग्रंथ लिहिला. हरिपाठ आणि सगळं भजन, कीर्तन आणि साहित्य, हे ज्ञान आहे, ते त्यावेळच्या प्राकृतमध्ये म्हणजे आजच्या मराठी भाषेत रूपांतरित केलं. तसंच आज जर आपण बघितलं, तर जो जगातला ज्ञानाचा साठा आहे, यातला ऐंशी टक्के इंटरनेट अथवा अन्य माध्यमात, पण इंग्रजी भाषेमध्ये आहे आणि त्यामुळे हे ज्ञान आपल्या बोली किंवा स्थानिक भाषेमध्ये लोकांपर्यंत कसं पोचवता येईल हा विचार, ही त्यामागची प्रेरणा.

TED नावाचा जो जागतिक प्लॅटफॉर्म आहे, तो भारतात INK म्हणजे Information and Knowledge म्हणून ओळखला जातो. हे सगळं करत असताना INK Fellow होण्याची संधी मला मिळाली. त्या व्यासपीठावर आठ मिनीटांचं जे भाषण असतं ते मी दिलं आणि त्या माध्यमातून १५-२० लोकांना त्यांनी निवडलं. अमेरिकेतले जे काही इनोव्हेशन हॉटस्पॉटस्- नवनिर्मितीची केंद्रं-आहेत म्हणजे गुगल, फेसबुक, ऑटोडेस्क, ॲपल, मायक्रोसॉफ्ट या कंपन्या, त्यानंतर काही विद्यापीठं म्हणजे स्टॅनफोर्ड, हार्वर्ड, एमआयटी या ठिकाणी आम्हाला एक महिनाभर जाण्याची संधी मिळाली. MIT मध्ये जेव्हा मी गेलो, तेव्हा त्या सगळ्या नवनिर्मितीकडे बघून खूप प्रभावित झालो. तिथे काही भाषणं देत असताना आणखी काही लोकांच्या संपर्कात आल्यावर त्यांनी सांगितलं, "तुम्ही इथला Executive MBAचा अभ्यासक्रम आहे तो केलात तर खूप चांगलं होईल तुमच्यासाठी, कारण तुमच्या ज्या पुढच्या संकल्पना आहेत, तुम्हाला जे आयुष्यात करायचंय, त्यासाठी हे उपयुक्त ठरेल." मग मी तिथल्या प्राध्यापकांना भेटून त्याविषयी माहिती समजून घेतली आणि नंतर पुन्हा जेव्हा भारतात परत आलो, तेव्हा मी त्यासाठी अर्ज केला आणि ते केल्यावर मी विसरून गेलो. पुढच्या सहा ते सात महिन्यांनी त्यांचा मला इमेल आला की, तुमची अंतिम यादीत निवड झाली आहे. मग त्यांनी काही मुलाखती घेतल्या. ती सगळी प्रक्रिया मुंबईमध्ये, पुण्यामध्ये झाली. काही मुलाखती एकेकट्याच्या झाल्या. अखेर त्यांनी माझी निवड केली. मला त्यावेळी माहिती नव्हतं, परंतु नंतर हळूहळू समजलं की हे MIT हे जगातल्या सर्वोत्कृष्ट विद्यापीठांपैकी एक आहे, आणि तिथली ही छात्रवृत्ती आपल्याला मिळाली आहे. ही छात्रवृत्ती तीन निकषांवर मिळाली आहे- कल्पना वैश्विक असणं, त्यात नवनिर्मिती असणं आणि तुमचे नेतृत्वगुण. या तीन निकषांवर आधारित हा Sloan Fellows Program आहे. जवळजवळ १२० Sloan fellows, ४८ देशांमधून एकत्र

येतात. त्यांचा तोपर्यंतच्या व्यावसायिक कामाचा सरासरी अनुभव १४ ते १५ वर्षे असतो. मोठ्या Fortune 500 कंपन्यांचे टॉप-लेव्हल एक्झिक्युटिव्हज असतात हे! बोस्टनमध्ये वर्षभर मला त्यांच्याबरोबर MITमध्ये त्या वातावरणात काम करायला मिळालं, त्यांच्याबरोबर शिकायला मिळालं, अभ्यास करायला मिळाला. माझी ती छात्रवृत्ती एक वर्षभराची होती. एक्झिक्युटीव्ह बिझनेस मॅनेजमेंटचा प्रोग्रॅम, सोबत मिडिया लॅब एक्सपोजर, त्याच्यानंतर अमेरिकेतल्या केंब्रिज आणि बोस्टन या शहरांमध्ये Harvard आणि MIT ह्या संपूर्ण व्यवस्थेत मला वावरायला मिळालं. त्यामुळे सगळ्या जगभरातल्या मोठ्या संस्थांच्या नेतृत्वाशी माझा संपर्क झाला. आज त्याचा प्रचंड फायदा मला होतोय, कारण कुठल्याही देशामध्ये आज माझा मित्र आहे. म्हणजे मी एका फोन कॉलवर कोणाशीही संवाद साधू शकतो, जगातल्या कुठल्याही देशामध्ये! तर हे एक वैश्विक परिमाण मिळालं मला आणि त्यांची मदतही वेळोवेळी होत असते. कारण आम्ही बऱ्याचशा गोष्टींचं आदान-प्रदान करू शकतो, त्या एकमेकांसमवेत शेअर करू शकतो. नवं काही ज्ञान असो किंवा काही अभिनव कल्पना असोत, ह्या सर्वांसाठी एका वैश्विक पातळीवर आपण सर्वांच्या संपर्कात येतो. राष्ट्रीय, आंतरराष्ट्रीय पातळीवर काही सामंजस्य करार झालेही आहेत, ज्यावर आता आम्ही काम सुरू करू. तुमच्यापर्यंत ते पोचतीलच.

खूपच वेगळ्या पद्धतीचं, वेगळ्या स्तरावरती पोचलेलं काम तुम्ही करता आहात. मला पुढचा प्रश्न तुम्हाला असा विचारायचाय की या सगळ्या गोष्टींनंतर इथून पुढे तुम्हाला काय करायची इच्छा आहे? सध्या तुम्ही कुठल्या प्रकारच्या प्रकल्पांवर काम करताय आणि त्याचं भविष्यकालीन रूप काय असेल? किंवा पुढच्या ३ ते ५ वर्षात तुम्हाला काय करायचंय-त्याबद्दल आम्हाला काही माहिती देऊ शकाल का?

नक्की. आता जर तुम्ही ताज्या घडामोडी बघितल्या तर फेसबुक कंपनीनंदेखील त्यांचे मिशन स्टेटमेंट बदललंय. ते आता म्हणतात की 'Bring The World Closer'. जग एकत्र, जवळ कसं आणता येईल? कारण कुठेतरी आपण जी प्रगती तंत्रज्ञानामध्ये आणि विज्ञानामध्ये केलेली आहे ही खूपच चांगली आहे, मानवाच्या कल्याणाची आहेच; परंतु ते करत असताना माणसाचा माणसाशी असलेला अनुबंध कुठेतरी कमी पडायला लागला आहे. मला वाटतं, यामध्ये भाषा हा खूप महत्त्वाचा विषय आहे. कारण समजा, जर आपण पाच जण आहोत एका कारमध्ये, आणि आपण कुठेतरी निघालो आहोत. परंतु त्या

कारमध्ये बसलेल्या पाच लोकांच्या भाषा पाच वेगवेगळ्या आहेत. आपल्याला जोडणारी भाषा-समान भाषा जर आपल्यात नसेल, तर आपण पाचही लोक, कितीही तास प्रवास केला, कितीही दूरवरचा प्रवास केला तरीही एकमेकांची सुखदु:खं समजावून घेऊ शकणार नाही. आपण एकमेकांचे चांगले मित्र होऊ शकणार नाही. बरोबर ना? तर म्हणून जर इतर लोकांची इतर देशांची, इतर समाजाची भाषा आपण अवगत करून घेतली, तर आपण एकत्र येऊ, भाषेमुळे जग जोडलं जाईल. म्हणून पुढची माझी योजना अशी आहे की आपण जागतिक भाषांचं एकत्रीकरण करून लोकांना जवळ आणू शकतो, जग जवळ आणू शकतो. या दृष्टीनं तंत्रज्ञान आणि माणसांचे परस्परांमधील बंध, हे एकत्र जुळवता कसं येईल, ह्या दृष्टीने काम सध्या चालू आहे. दुसरी गोष्ट, ज्याच्यावरती मी लक्ष केंद्रित करतो, ते म्हणजे शिक्षण! आणि त्यातही निवडून सांगता येईल ते म्हणजे शिशू-शिक्षण (Early-age child education). भारतासारख्या प्रगतीशील देशात लहान मुलांच्या शिक्षणाची आजही वानवा आहे. आपल्या देशामध्ये जर आपण बघितलं तर ६ लाख ३५ हजार खेडी आहेत. या सगळ्या खेड्यांमध्ये जर आपण शालेय इमारती उभ्या करायच्या म्हटल्या तर आपल्याला अजून पुढची कैक वर्षे लागतील. प्रचंड वेळ, पैसे आणि प्रयत्न घालून हे करावं लागेल. फार काळ जाईल आणि पुढची एक पूर्ण पिढी वाया जाणं आपल्याला परवडणार नाही. कारण येणाऱ्या काळामध्ये, पुढच्या १० ते १५ वर्षांमध्ये भारत हा जगातला सर्वात तरुण लोकांचा देश असणार आहे. त्यामुळे जे कृतीशील मनुष्यबळ असेल ते उत्तम प्रकारे सुशिक्षित असायला हवं. हे एक प्रकारचं भांडवलच असतं. त्याच्याकडे जागतिक पातळीवरचा दृष्टिकोन असायला हवा, म्हणून आपली गुंतवणूक लहान मुलांच्या शिक्षणात असायला हवी. त्यासाठी आपण एक उपक्रम चालू केलाय. एक वेगळ्या पद्धतीची शाळा! म्हणजे पूर्ण शाळाच एका बसमध्ये आहे आणि ती बस एका वेगळ्या समाजात, वातावरणात मुलांना घेऊन जात आहे. यासाठी आपण MIT आणि Curious Learningसारख्या काही संस्था यांच्यासोबत व्यावसायिक दृष्टीने जोडले गेलो आहोत. मुलांना आपण tablet computers उपलब्ध करून देतो. दुसरा एक मोठा प्रश्न म्हणजे उत्कृष्ट गुणवत्ता असलेलं अध्यापकीय मनुष्यबळ आपल्याकडे नाही. आपल्याकडे चांगले शिक्षक उपलब्ध नाहीयेत. आशय, शिकवला जाणारा अभ्यासक्रम तितका गुणवत्तापूर्ण नाही. म्हणून, माणसाच्या कमीत कमी मदतीशिवायदेखील मुलं आपापली कशी शिकू शकतील आणि त्यांचं जे मूळ कुतूहल आहे त्याचा

वापर करून आपण त्यांना कसं जास्तीत जास्त ज्ञान देऊ शकतो, या दृष्टीने तंत्रज्ञानाचा अंतर्भाव केला आहे. आजवर अशा काही तंत्रज्ञानाशी त्यांची मुळी ओळखच झाली नव्हती. आणि मग हे tablet computers त्यांना दिल्यानंतर, ते कुठलं ॲप्लीकेशन जास्त वापरतात, कुठली रंगसंगती त्यांना आवडते, किती जास्त वेळ ते कुठल्या अभ्यासासाठी घालवतात, ह्या सगळ्यांचा अभ्यास करून त्या मुलाची किंवा त्या मुलीची आवड काय आहे, हे काहीशा लहान वयातच आपण ओळखू शकतो का, हा एक प्रयत्न आहे. कारण बरेचदा आपल्याला असं जाणवतं, की कुठेतरी शिक्षण आणि आपली जी आवड आहे याचा ताळमेळ थोडासा चुकलेला आहे. ती आवड जर आपल्याला ती लवकरात लवकर ओळखता आली, तर विद्यार्थ्याचा सर्वात उत्पादक असा जो काळ आहे, तो चांगला ठरू शकतो, या दृष्टीने काम चालू आहे. तिसरं जे काम आहे तर त्यात मी अभिसरण-प्रक्रिया सुलभ करणारा एक उत्प्रेरक, म्हणजे कॅटलिस्ट आहे, कारण मला ह्या नव्यानं उभरत्या बाजारपेठेचा एक मूलभूत, समग्र अंदाज आहे. इथल्या ग्राहकांच्या नक्की अडचणी मला माहीत आहेत. बाहेरचं जे मोठं जग आहे, वेस्टर्न किंवा सिलिकॉन व्हॅली म्हणा, किंवा अमेरिकेतील इतर काही कॉर्पोरेट जगताशीही माझा उत्तम संपर्क आहे. त्या जगाचीही अगदी आतून ओळख आहे. अशा वेळी दोन्ही जगातील लोकांबरोबर मी माहितीची देवाणघेवाण करू शकतो आणि ती माहिती इतरांना प्रदान करू शकतो. त्यामुळं लोक सगळ्याच क्षेत्रांमध्ये बोलण्यास उत्सुक असतात आणि तेही काम मी करतो आहे. बऱ्याचशा स्टार्टअप्स् आहेत. आपल्याकडच्या अगदी गुणी, बुद्धिवान तरुणांना काही करण्याची उमेद असते आणि नेमकं उचित व्यासपीठ मिळत नाही. माझं असं म्हणणं आहे, की प्रत्येकामध्ये तेवढीच क्षमता असते, किंबहुना त्यांना जर चांगलं व्यासपीठ मिळालं तर त्यांना आपण खूप पुढे नेऊ शकतो. त्यांच्यात गुणवत्ता आहे आणि पुढे जाऊन तीच मुलं काही कल्पक नवनिर्मिती करणारी होतील, उद्योजक होतील आणि रोजगार निर्मिती करतील. हे एक राष्ट्र-उभारणीचंच काम आहे आणि मी त्यात माझा वाटा उचलतो आहे, ह्याचं मला एक वेगळं समाधान आहे.

तुमचे हे सर्वच पुढचे प्रकल्प आहेत त्यासाठी माझ्याकडून आणि आमच्या विश्वसंवादच्या जगभरात पसरलेल्या श्रोत्यांकडून तुम्हाला खूप खूप शुभेच्छा.. हे सर्वच उपक्रम नक्कीच यशस्वी होतील. मला तुम्ही केलेल्या एका दुसऱ्या वेगळ्या कामाबद्दल तुम्हाला विचारायचं आहे. काही

वर्षांपूर्वी नाशिकमध्ये कुंभमेळा झाला. तो कुंभमेळा अतिशय वेगळ्या पद्धतीनं त्यावर्षी आयोजित केला गेला आणि त्या सगळ्या प्रकल्पामध्ये तुम्ही खूप महत्त्वाची भूमिका पार पाडली होती. आपण त्याच्याबद्दल थोडं बोलूया?

नक्की. आपल्या देशामध्ये चार ठिकाणी कुंभमेळा दर तीन वर्षांनी होत असतो आणि पुन्हा त्याच गावाला १२ वर्षांनी येतो. तसा नाशिकला २०१५-१६चा कुंभमेळा झाला. तर म्हणजे बघा, नाशिकची लोकसंख्या आहे २० लाख! आणि जवळजवळ जगभरातले २ कोटी भाविक हे शहरामध्ये कुंभमेळ्याच्या निमित्ताने येत असतात, म्हणजे मूळ लोकसंख्येच्या दहा पटीनं जास्त. हा कुंभमेळा नाशिकच्या शहराच्या कुठेतरी बाजूला होत नाही तर मध्यवर्ती भागात होत असतो. ह्याच्यामध्ये आव्हान असं असतं, की इथल्या नागरिकांचे हाल न होता, हे माणसांचं जगातलं सर्वात मोठं एकत्रीकरण असतं ते अतिशय यशस्वी रीतीनं कसं पार पाडता येईल? ह्याच्यामध्ये वेगवेगळी आव्हानं असतात. उदाहरणार्थ, गर्दीवरती नियंत्रण! कारण एकदम एवढी गर्दी येणार तर ती नियंत्रित कशी करायची? बऱ्याचदा चेंगराचेंगरी होते. मागच्या कुंभमेळ्यामध्ये जवळजवळ ३० ते ३५ लोकांना त्यांचे प्राण गमवावे लागले होते त्या चेंगराचेंगरीमुळे! अशी दु:खद घटना ह्या कुंभमेळ्यामध्ये आपल्याला कशी टाळता येईल? ह्या सगळ्याचा विचार-म्हणजे एक तर माणसांची हालचाल, वाहतूक आणि परस्परसंवाद! कारण वेगवेगळ्या भाषा बोलणारे लोक असतात. त्यानंतर आरोग्य, सार्वजनिक स्वच्छता ह्या गोष्टी सांभाळाव्या लागतात. प्रत्येकाची खाण्यापिण्याची व्यवस्था, राहण्याची व्यवस्था, त्याच्यानंतर शुद्ध पेय जल.. काही लोक हरवतात. ज्येष्ठ नागरिक म्हणा, मुलं म्हणा. अगदी लहान मुलंदेखील हरवतात किंवा त्यांचं अपहरण केलं जातं, अशा अनेक गोष्टी. स्त्रियांची सुरक्षितता आहे, रहदारी आहे, वाहतूक आहे. संमिश्र प्रकारची आव्हानं असतात ही. मी आधीपासूच ह्या विषयावर काम करत होतो. नाशिक हे विद्याव्रती शहर आहे. इथून दर वर्षी जवळजवळ ८० हजार पदवीधर बाहेर पडतात. इथं तीन राज्यस्तरीय विद्यापीठं आहेत, परंतु दरवर्षी हे जे हजारो विद्यार्थी पदवीधर होतात, ते दुसऱ्या शहराचा मार्ग धरतात. कारण ह्या शहरामध्ये त्यांच्यासाठी पुरेशा संधी उपलब्ध नाहीत. दुसऱ्या शहरांमध्ये जाऊन ते नोकऱ्या शोधत असतात. हा एक प्रकारचा स्थानिक brain drain म्हणता येईल. तर मग दुसरीकडे न जाता, ते आपल्याच शहरात कसे राहतील? आणि आपल्याला त्यांच्यासाठी इथंच संधी निर्माण कशी करता येईल? या शहरामध्ये

असे अनेक प्रश्न आहेत, जे सोडवले गेले पाहिजेत आणि ज्याची जाणीव फक्त इथे रहाणाऱ्या स्थानिक लोकांनाच आहे. बाहेरचे कुणी ते समजू शकणार नाहीत. म्हणून अशी काहीतरी संधी मी शोधत होतो. 'कुंभमेळा' ही नेमकी ती संधी आहे असं मला जाणवलं आणि म्हणून नाशिक शहरातले काही जे समविचारी लोक-त्यात तरुण आहेत, माझे मित्र आहेत- त्या सगळ्यांना एकत्र आणण्यात मला यश आलं. त्यानंतर शासनव्यवस्था आहे, कारण सरकारलादेखील तिथं ह्या सगळ्याशी संबंधित बावीस यंत्रणा उभ्या कराव्या लागतात आणि प्रत्येकापुढे वेगवेगळी आव्हानं असतात. तर मग आम्ही त्यांच्याकडे गेलो, त्यांनाच विचारलं, की तुमचे अग्रक्रम काय आहेत, शक्यता काय काय आहेत, हे जर तुम्ही आम्हाला सांगू शकलात तर आम्ही तुम्हाला मदत करू. त्यांना तर फारच आनंद झाला. त्यांनी सांगितलेल्या वेगवेगळ्या २२-२५ आव्हानांची आम्ही एक यादीच बनवली. विविध विद्याकेंद्रांमध्ये जाऊन नवनिर्मिती करू इच्छिणाऱ्या मुलांना, पदवीच्या शेवटच्या वर्षातील विद्यार्थ्यांना विचारलं, की हे प्रश्न आहेत-त्यांच्या सोडवणुकीत मदत करायला तुम्ही तयार आहात का? ते तयार झाले. नंतर मग शहरातले जे काही उद्योजक आहेत, जे काही नवनिर्मिती करणारे आहेत, उद्योगपती आहेत त्यांना म्हटलं, "तुम्ही मदत करा आम्हाला, आम्ही असा एक प्रयत्न करतोय. नंतर risk capital पाहिजे होतं, तर काही अगदी नवउद्यमी कल्पनांमधे गुंतवणूक करणारे, म्हणजे angel investors असतात त्यांना आम्ही शोधलं आणि सगळ्यांची एक व्यवस्था बसवून, यंत्रणा उभी करून, कुंभमेळ्याच्या अगोदर एक वर्ष, त्यानंतर कुंभमेळ्यामध्ये, आणि मग मेळ्यानंतर- अशी एकूण तीन वर्षं आम्ही त्यांच्याबरोबर काम केलं. आम्ही वेगवेगळ्या hackathons, buildthons (जिथं अनेक वेगवेगळ्या विषयांतील तज्ज्ञ आणि कम्प्युटर प्रोग्रॅमर्स एकत्र येऊन विशिष्ट प्रश्नांवर उपाय शोधून काढतात) घेतल्या. त्याच्यानंतर वर्कशॉप्स, सेमिनार, ब्रेनस्टॉर्मिंग असं सतत दर दोन आठवड्यांनी, तीन आठवड्यांनी, प्रत्येक महिन्याच्या शेवटी, असं घ्यायला लागलो आणि हळूहळू त्यामध्ये एमआयटी, हार्वर्ड, स्टॅनफोर्ड सारखी विद्यापीठं आली. त्यानंतर आयआयटीज्, आयआयएम्स्, फेसबुक, गुगल, मायक्रोसॉफ्ट यांनाही आमंत्रित केलं. जवळजवळ १,५०० इनोव्हेटर्स, ५०० ते १००० त्यांचे इतर सपोर्टर्स, म्हणजे लोकल हिरोज, नगरसेवक आणि शासकीय यंत्रणा असे, जवळजवळ अडीच हजार लोक तीन वर्षं ह्या विषयावरती काम करत होतो. विविध प्रश्नांवर आणि विविध आव्हानांवर! त्याची निष्पत्ती अशी झाली की, जवळजवळ १२-१५ स्टार्टअप्स् त्यातून उभ्या राहिल्या

आणि त्या आज त्यांच्या क्षमता वाढवतायत. उदाहरणच द्यायचं झालं तर कुंभमेळ्याच्या इतिहासात पहिल्यांदा मोठ्या जनसंख्येची दिग्दर्शित हालचाल (crowd steering) पार पाडण्यासाठी सेलफोन टॉवर डेटा आम्ही वापरला आणि सगळ्या टेलिकॉम ऑपरेटर्सनी त्यात चांगलं सहकार्य दिलं. त्यामुळे मोठी गर्दी जसजशी हालत होती, तसतसा त्याचा हालता नकाशा-म्हणजे हिटमॅप, आम्ही तयार करू शकलो आणि नियंत्रण कक्षाला ते दाखवू शकलो, की लोक कसे, कसे कुठून कुठे जातायत, आपल्याला नक्की कुठे सुरक्षा अथवा पोलिस यंत्रणा पाठवावी लागणार आहे. त्यामुळे या कुंभमेळ्यामध्ये चेंगराचेंगरी अशी बिलकूल झाली नाही. यावेळी आम्ही अशी ॲप्स बनवू शकलो की एखादा कुणी मुलगा हरवला आहे आणि त्याला शहरातल्या कुठल्या तरी कोपऱ्यात त्याचे नातेवाईक शोधतायत, तर तो तिथं हरवलाय तिथं तो नोंदवला जाईल. त्याचे सगळे बायोमेट्रिक आणि अन्य तपशील- म्हणजे दिसतो कसा, वय, वजन - घेतले जातील. त्याच्यानंतर जिथं तो सापडलाय, तिथं त्याची माहिती घेतली जाईल आणि हे दोन्ही ठिकाणचे तपशील तात्काळ एकमेकांशी ताडून बघितले जातील, की हा मुलगा म्हणजे ज्याला तुम्ही २७ नंबर बूथवरती शोधताय तो ७ नंबर बूथवर सापडलाय. मग नंतर ती यंत्रणा दोघांचा संपर्क प्रस्थापित करेल. अशा पद्धतीनं ह्या कुंभमेळ्यामध्ये 'हरवला आहे' असे प्रकार शून्य होते.

तिसरं असं की उबर म्हणजे कुठेही जाण्यासाठी सज्ज, "Click and you will get a taxi ride", हे आपल्याला माहिती आहे, तसं उबरचं अनुकरण आम्ही आरोग्य ह्या विषयात केलं. म्हणजे, भर गर्दीमध्ये मला अचानक छातीत दुखायला लागलं किंवा आजारी झालो, किंवा पायाला, गुडघ्याला लागलं, त्यावेळी मला वैद्यकीय मदत पाहिजे, तर डॉक्टरकडे जाण्याऐवजी मी माझ्या स्मार्ट फोनवरचं एक बटन क्लिक करीन, की तो डॉक्टर माझ्याकडे येणार! ती जी वैद्यकीय मदत आहे, ती माझ्याकडे येणार. अशा पद्धतीचं उबरचं अनुकरण आम्ही आरोग्य-आधारित उद्योगात केलं. त्यानंतर, नाशिकमध्ये जी स्थावर मालमत्ता आहे- नाशिकमध्ये जवळजवळ ४०% घरं बाहेरच्या श्रीमंत लोकांनी विकत घेतलीयत, गुंतवणूक किंवा सेकंड होम म्हणून, ती बऱ्याचदा कुलूपबंद आणि मोकळी असतात. ही सगळी आम्ही 'एअर बी अँड बी'सारखा प्लॅटफॉर्म तयार करून त्याला जोडली, हॉटेल उद्योगाला आणि भाविकांसाठी ती उपलब्ध करून दिली. त्याचप्रमाणे अशा धार्मिक कार्यक्रमांमध्ये अन्नदान खूप होतं. बऱ्याचदा काय होतं, की सगळ्या लोकांना माहिती नसतं की कुठे अन्नदान

करावं, त्यामुळे हे सगळं अन्न एकाच ठिकाणी असतं आणि जिकडे खरी गरज असते तिथे नाही. त्यामुळे बरंचसं अन्न फेकून द्यावं लागतं आणि वाया जातं. त्यामुळे मग सार्वजनिक स्वच्छतेचे आणखी पुढचे प्रश्न निर्माण होतात. तर आम्ही असे ॲप्स बनवले की, मागणी आणि पुरवठा ह्यातली तफावत त्या त्या वेळीच कळून येईल आणि प्रश्न मिटेल. त्याची खूप मदत झाली. अशी वेगवेगळ्या प्रकारची जवळजवळ २४-२५ ॲप्लिकेशन्स तयार झाली. त्यापैकी १०-१२ ॲप्लिकेशन्स आता स्टार्टअप म्हणून पुढे आले आहेत. त्यामुळे स्थानिक नवउद्यमींना, नवनिर्मिती करणाऱ्या लोकांना संधी तयार झाल्या आणि शहरालाही कळालं की, एरवी प्रतिकूल वाटणाऱ्या अशा काही परिस्थितीतून आपण कल्पकतेनं, किंवा वेगळा विचार करून उपाय कसे काढू शकतो.

मला वाटतं अशी नवनिर्मितीची, कल्पकतेची संस्कृती तयार व्हावी ह्यासाठी हा कुंभमेळा खूप कामी आला. ह्या सर्व उपक्रमाला आम्ही 'कुंभथॉन' नाव दिलं होतं. 'हॅकेथॉन फॉर कुंभमेळा' म्हणजे कुंभथॉन! तो प्रयत्न खूप छान झाला. आमचा असा अनुभव आहे की जर आपण काही चांगलं करायला गेलो तर शासन, सरकारसुद्धा खूप मदत करतं आणि खूप सकारात्मक प्रतिसाद ते देत असतात.

त्यामुळे एक चांगलं उदाहरण आम्ही घालून देऊ शकलो. कुंभथॉनचा वेगवेगळ्या विद्यापीठांमध्ये अभ्यास केला जातो. ह्याचा मी एक प्रवर्तक होतो. सुरुवातीपासून अगदी जी कल्पना सुचली, त्यामध्ये एमआयटीचे डॉक्टर रमेश रासकर ह्यांची महत्त्वाची भूमिका राहिली, कारण त्यांनी तंत्रज्ञान आणि जगभरातून इतर मदत इथपर्यंत आणली. त्याच्यानंतर आमचे काही स्थानिक मित्र काही विद्याव्रती होते- त्यांमध्ये सचिन पाचोरकर, सुभाष पाटील, संदीप शिंदे, गुणवंत बत्ताशे, राजेंद्र पवार- असे इथले स्थानिक, विविध बाबतीतले जे लोकनायक आहेत, त्यांना एकत्र करून एक सामाजिक उपक्रम सुरू केला. आजही आम्ही तो खूप यशस्वी रीतीने राबवत आहोत. हेच प्रारूप वेगवेगळी शहरं, कार्यक्षेत्रं, आव्हानं ह्यांच्यासाठी राबवत आहोत. खरं तर जगातल्या कुठल्याही भागात अनुकरण करता येईल, असंच ते प्रारूप आहे.

सुनील, इतके दिवस आपण एकमेकांशी बोलत असूनही तुम्ही करताय हे इतकं वेगवेगळ्या प्रकारचं, इतकं विस्तृत काम आहे, मलाही माहिती नव्हतं. खरोखर अतिशय अभिमान वाटावा असं काम तुम्ही करताय.

मी नेहमीच म्हणत असतो, की आपल्याकडे पुरेसं तंत्रज्ञान आहे. गरज

कशाची असेल-तर ती सामाजिक पैलू असलेल्या नवनिर्मितीची. तुमचा हा 'विश्वसंवाद' म्हणजे अशीच एक नवनिर्मिती आहे. त्यामुळे तुम्ही ह्या तुमच्या उपक्रमात मला सहभागी करून घेतलंत आणि श्रोत्यांशी संवाद करण्याची ही संधी मला उपलब्ध करून दिलीत, त्याबद्दल मी तुमचे आभार मानतो. मी आशा करतो की आपले जे श्रोते आहेत त्यांच्याकडूनही माझ्या पुढच्या वाटचालीसाठी आणि आपण एकत्र मिळून काय करू शकतो त्याच्यासाठी काही मार्गदर्शन मिळेल. पुन्हा एकदा धन्यवाद !

सगळ्या श्रोत्यांसाठी मी तुमची वेबसाईट इथे सांगून ठेवतो. khandbahale.com अशी तुमची वेबसाईट आहे. या वेबसाईटवरती तुमची ऑनलाईन डिक्शनरी उपलब्ध आहे आणि तिथून लोकांना तुमच्याशी संपर्क ही साधता येईल. या पॉडकास्टवर येऊन आमच्याशी संवाद साधल्याबद्दल मनःपूर्वक आभार.

सुनील खांडबहाले यांच्या मूळ मुलाखतीचे दोन ऑडिओ एपिसोडस ऐकण्यासाठी खाली दिलेल्या लिंक्स वापरा किंवा सोबत दिलेले क्यू आर कोड स्कॅन करा.

भाग १ :

https://tinyurl.com/vs-yt-15-sk1

भाग १ : पूर्व-प्रसिद्धी : ३१ जुलै, २०१७

भाग २ :

https://tinyurl.com/vs-yt-16-sk2

भाग २ : पूर्व-प्रसिद्धी : १४ ऑगस्ट, २०१७

अपूर्वा जोशी

Forensic Accounting
या क्षेत्रात प्राविण्य मिळवून
महत्त्वाची कामगिरी करणाऱ्या
उद्योजिका

अपूर्वा जोशी. न्याय-सहायक लेखापरीक्षण, म्हणजेच फॉरेन्सिक अकाऊंटिंग या विषयातल्या तज्ज्ञ. अतिशय लहान वयात अपूर्वा जोशी यांनी या क्षेत्रात प्रावीण्य मिळवलं आहे. त्यांची या विषयात पीएच.डी.ही आहे. सोलापूर विद्यापीठासाठी त्यांनी या विषयाचा अभ्यासक्रमही तयार केला आहे. पुण्यात त्यांची स्वत:ची व्यावसायिक सल्लागार संस्था असून त्या अनेक कंपन्यांना या विषयातील मार्गदर्शनही करतात.

५.

अपूर्वा जोशी

मला पहिला प्रश्न विचारायचा आहे की फॉरेन्सिक अकाऊंटिंग ही जी संज्ञा आहे किंवा हे जे क्षेत्र आहे ते म्हणजे काय आहे? आणि ते इतकं महत्त्वाचं का आहे?

फॉरेन्सिक अकाऊंटिंग म्हणजे मराठीत सांगायचं झालं तर न्याय-सहायक लेखापरीक्षण असं हे क्षेत्र आहे. फॉरेन्सिक अकाऊंटिंगमध्ये तीन गोष्टींचा प्रामुख्याने समावेश असतो. त्यात एक असते कायदा, दुसरी असते ती अन्वेषणाचं, म्हणजेच शोधाचं तंत्र आणि तिसरी बाजू आता आली आहे, ते म्हणजे तंत्रज्ञान. कारण तंत्रज्ञान वापरून जशा चोऱ्यामाऱ्या, घोटाळे, फ्रॉडस् होतात, तसंच तेच तंत्रज्ञान वापरून ते शोधावेही लागतात. थोडक्यात, ज्यावेळेला एखादा गुन्हा होतो, त्याच्यामध्ये आर्थिक बाजू अंतर्भूत असते. म्हणजे ज्याच्यामध्ये गुंतवणूकदारांचं आर्थिक नुकसान होतं, त्यावेळेला न्यायालयात जो अहवाल सादर केला जातो, त्या अहवालासाठी एखाद्या खटल्याच्या आर्थिक बाजूचं जे काही शोधकार्य, अन्वेषण करावं लागतं, ती म्हणजे न्याय-सहायक लेखापरीक्षणाची बाजू म्हणता येईल.

आणि गेल्या काही दिवसांमध्येच किंवा गेल्या काही वर्षांमध्ये ह्या क्षेत्राला महत्त्व आलंय असं आपल्याला म्हणता येईल का? कारण आपली तीन-चार महिन्यांपूर्वी ओळख होईपर्यंत मी या क्षेत्राबद्दल ऐकलंही नव्हतं. म्हणजे तौलनिकदृष्ट्या हे नवीन क्षेत्र असावं-साधारण गेल्या पाच वर्षात उदयाला आलेलं. त्याला आता इतकं महत्त्व का प्राप्त झालं आहे?

आपण समजा मागे जायचं ठरवलं तर 'सत्यम स्कॅंडल' म्हणजे Satyam Computer Services या भारतीय सॉफ्टवेअर कंपनीमधला घोटाळा, हे तुम्हाला

अगदी सर्वांना माहित असेल. सर्वश्रुत आहे तसं ते. तिथपासून लोकांना आर्थिक गुन्हेगारीची व्याप्ती किंवा आर्थिक घोटाळे किती मोठे असू शकतात ते हळूहळू जाणवायला लागलं. हे मी बोलतेय ती सन २०००ची गोष्ट. त्यानंतर लोकांना कळायला लागलं की आर्थिक बाबी, कागदपत्रांमध्येही घोटाळे होतात आणि जेव्हा ते मोठ्या सार्वजनिक किंवा शेअर बाजारावर नोंद असलेल्या कंपन्यांचे असतात, तेव्हा ते सर्वात जास्त फटका गुंतवणूकदारांना देऊन जातात. सत्यम घोटाळ्यात हे असं अन्वेषण हैदराबाद, आंध्र प्रदेशच्या यंत्रणा, सीआयडी यांनी केलं होतं. तेव्हापासून दर वेळेला, दररोज वेगवेगळी वर्तमानपत्रं, टीव्ही चॅनेल्स् सत्यमबद्दल ज्या ज्या नवनव्या बातम्या प्रसृत करायची, त्यामुळे लोकांना कळायला लागलं की हा घोटाळा किती अवाढव्य आहे. सात हजार कोटीचा घोळ त्यांनी जाहीर केलेला होता, पण वस्तुत: त्याच्याहीपेक्षा जास्त होता आणि त्यावेळेला अशा न्याय-सहायक लेखापालांची नियुक्ती केली. त्यानंतर लोकांना जास्त कळायला लागलं, की 'अरे, असे विशेष कौशल्य असणारे लोकही असतात'. गेल्या ५-७ वर्षांमध्ये भारतामध्ये असे वेगवेगळे आर्थिक घोटाळे उघडकीस आले. बरेच सारे सरकारी पातळीवरील होते. याचबरोबर अनेक बँकांमध्येही विविध प्रकारचे घोटाळे झाले. भारतात अगदी प्रातिनिधिक म्हणता येईल, असा प्रकार म्हणजे अनुत्पादक मत्ता किंवा Non-performing Assets-NPA. खूप बँका ह्यामुळे बाधित आहेत. गुंतवणूकदारांना, खातेदारांना त्याचा खूप त्रास होतो आहे. बातम्या वृत्तपत्रात आल्या की लोकांना कळतंय की असे घोटाळे होत आहेत. हे झालं आपल्या देशातलं चित्र. पाश्चिमात्य देश किंवा अमेरिका हे ह्या बाबतीत बरेच प्रगत आहेत आणि संवेदनशीलदेखील आहेत. या प्रकारच्या घोटाळ्यांना ते अन्वेषणाचा प्रतिसाद जलद देतात. अर्थात ह्या सर्व प्रकारांची सुरुवातही अमेरिकेत काहीशी लौकर झाली. भारतामध्ये, मी म्हणेन, की जनजागृती बरीच कमी होती. त्याच्यामुळे लोकांना फक्त घोटाळे होतात, इतकंच माहिती असायचं आत्तापर्यंत. पण ते शोधायलाही लोक असतात आणि घोटाळे किती अवाढव्य असतात, ते हळूहळू ५ -१० वर्षांपूर्वी कळायला लागलं.

हो ना! हे जे या घोटाळ्यांचे जे आकडे आहेत, अमुक तमुक हजार कोटी हे म्हणजे सर्वसामान्य माणसाला, तो आकडा लिहायचा कसा याचासुद्धा जरा विचारच करायला लागेल. कारण आपण ज्या काही संख्या वापरतो लाख, दहा लाख...लक्ष... दशलक्ष आणि कोटी आणि

अब्जापर्यंत, पण ह्या दोन्हीचं मिश्रण करून जर काहीतरी नवीन आकडा निर्माण करायचा झाला की अमुक हजार कोटी, तर ते फारच गुंतागुंतीचं होऊन जातं आणि अर्थातच त्यामुळे त्याची व्याप्ती खूपच मोठी होऊन जाते. मला विचारायचं असं होतं, आपल्याकडे सरकारी पातळीवर किंवा औद्योगिक विश्वात आता हे जे घोटाळे होतात, त्यांच्या अन्वेषणाची गरज, ह्याला अधिकृत मान्यता मिळाली आहे का?

मी आता वेगवेगळ्या क्षेत्रांबद्दल तुम्हाला सांगेन. भारतामध्ये २०१३ सालाच्या आधी आर्थिक घोटाळ्याची कुठलीही व्यापक व्याख्या नव्हती. २०१३च्या Companies Actमधल्या बदलांमध्ये आपण सर्वप्रथम याची व्याख्या दिली. मग हळूहळू कॉर्पोरेट किंवा बँका ह्या अशा घोटाळ्यांची दखल घ्यायला लागल्या.

आता बँका आणि त्यातही खासगी बँकांत घोटाळा झाला की प्रतिसाद देण्याचं प्रमाण खूप वाढलं आहे. पण हे सर्व केव्हा? घोटाळा होऊन गेल्यावर! शेवटी आम्ही करतो ते न्याय-सहायक लेखापरीक्षण हे घटना घडून गेल्यावरचं काम असतं. म्हणून आम्ही बँकांमध्ये अशी जनजागृती केली की 'पोस्टमॉर्टेम'ला जायची वेळच येऊ नये बँकांना, म्हणजे घोटाळा घडण्याआधीच काही कृती करावी. म्हणजे आता उदाहरणार्थ असं धरून चला, अनुत्पादक मत्ता म्हणजे एन.पी.ए. हे आता भारतातल्या अर्थ-उद्योग विश्वापुढील सर्वात मोठं आव्हान आहे. जर तुम्हाला एखाद्या कर्ज घेऊ पाहाणाऱ्याची पार्श्वभूमी समजली, की या माणसानं ह्या आधीच कुठल्यातरी बँकेचे पैसे थकवलेले आहेत, या माणसानं आधीच दुबईमध्ये काहीतरी केलेलं आहे, तो इकडे पळून आलेला आहे आणि नवा व्यवसाय सुरू करतोय, फक्त स्वत:ची प्रतिष्ठा, पत आहे त्याहून मोठी दाखवतोय किंवा या माणसाचं नाव, या माणसाचे तपशील पनामा पेपर्स, पॅराडाईज पेपर्स अशाप्रकारच्या वादग्रस्त पेपर्समध्ये अंतर्भूत आहेत, तर एक बँकर म्हणून मी निश्चितच खबरदारी घेईन की अशा माणसांना किंवा त्यांच्या उद्योगांना कर्ज द्यायचंच नाही. जर मी कर्जच दिलं नाही तर भावी घोटाळा न होता, अनुत्पादक मत्तांचं प्रमाण आपोआप आटोक्यात येईल. ही झाली बँकेनं घ्यायची खबरदारी.

आता उत्पादनक्षेत्र, मोठ्या प्रमाणावरील किरकोळ विक्री-व्यवस्था, म्हणजेच retail sales ही पण क्षेत्रं आहेतच. आपण आय.टी.चं उदाहरण पाहू. हे लोक पण आजकाल, घोटाळा घडलाय हे सांगायला कचरत नाहीत, कारण कर्मचाऱ्यानं केलेला घोटाळा, कर्मचारी-पुरवठादार संगनमतानं झालेला घोटाळा

असे विविध प्रकार आता ह्या क्षेत्रांमध्ये खूप बोकाळले आहेत. पण त्यामुळेच आता हळूहळू मोठ्या कंपन्या या प्रकारच्या दुष्कृत्यांची दखलही लगेच घेऊ लागल्या आहेत. म्हणजे, ते लोक आमच्यासारख्या न्याय-सहायक अन्वेषण करणाऱ्या लेखापालांची नियुक्ती करतात. मुळात, आम्हाला त्यांना हे सांगायला लागतं, की एखादी गोष्ट म्हणजे घोटाळा आहे की नाही. हजारातली एखादी केस अशी असते, की ज्यावेळेला व्यवस्थापनाला वाटत असतं की इथे घोटाळा आहे, पण तसा तो नसतो. ते आम्हाला बऱ्याच वेळा तिथं जाऊन शोधावं लागतं. जर तसा असेल, तर मात्र पुढच्या पायऱ्या काय आणि तो कशा पद्धतीने सोडवावा लागेल, हे ठरवावं लागतं. अशा प्रकारे हळूहळू भारतातही बरीचशी क्षेत्रं ह्या प्रकारच्या घोटाळ्यांना आणि त्यांच्या निराकरणाला संवेदनशील होतायत. आपल्याकडे अजूनही हा खूप प्रतिष्ठेचा प्रश्न मानला जातो.

अमेरिकेत आणि आपल्यात हा फरक आहे. तिकडे कंपन्या बऱ्याच वेळेला काही गोष्टी उघडकीस आल्या तर जनतेला सामोऱ्या येऊन सांगतात, की हो, आमच्याकडे ह्या ह्या प्रकारचा घोटाळा झालेला आहे आणि आम्ही योग्य ती उपाययोजना करत आहोत. आम्ही न्याय-सहायक लेखापरीक्षण करणाऱ्या समूहाला नियुक्त केलेलं आहे, आणि जी काही उपाययोजना गरजेची असेल, ती आम्ही करू, पुढे काय होईल ते योग्य त्या व्यासपीठावरून सांगत राहू. पाश्चिमात्य जगात, अमेरिकेत असा दृष्टिकोन ठेवला जातो. आपल्याकडे अजूनही हा थोडासा प्रतिष्ठेचा प्रश्न मानला जातो. म्हणजे विकासकांना किंवा मालक लोकांना बऱ्याच वेळेला वाटतं की, "अरे बापरे, मी समजा झालेला घोटाळा जाहीर केला तर लोक काय म्हणतील माझ्या कंपनीबद्दल?"

पण असं नसून जर तुम्ही सकारात्मक पद्धतीनं पुढे येऊन सांगितलंत, की असं असं झालेलं आहे, पण आम्ही त्याच्यावरती उपाय करतो आहोत, तर उलट त्यामुळे तुमची पारदर्शकता आणि बांधिलकीच दिसून येते. गुंतवणूकदार, जनता ह्यांच्यासमोर तुम्ही पारदर्शक प्रकारे येता आहात, हे अधिक विश्वासार्ह असतं. नेमकं हेच कळायला आपल्या इथे अजून जरा वेळ लागतो.

बरोबर. आताही क्षेत्राची या ओळख आणि त्याचा आवाका समजून घेतल्यावर मी पुन्हा तुमच्या व्यक्तिगत कारकिर्दीकडे येतो. अगदी गेल्या पाच-दहा वर्षात विकसित झालेल्या ह्या क्षेत्रात येण्याचा निर्णय तुम्ही कसा काय घेतलात? काय गोष्टी त्यासाठी कारणीभूत झाल्या?

खरंतर आपण म्हणू या की हा एक थोडासा जलद घडून गेलेला योगायोग

ठरला. म्हणजे अगदी सुरुवातीपासूनची गोष्ट सांगते. मी मूळची सोलापूरची आणि माझ्या घरात सर्वच जण वैद्यकीय क्षेत्रातले आहेत. आत्तापर्यंत वाणिज्य शाखेला कुणीच गेलेलं नव्हतं. दहावीनंतर मी, थोडीशी वेगळी वाट आपण घ्यावी, म्हणून कॉमर्स हे क्षेत्र निवडलं. फक्त कसं होतं, आई-वडीलांना शिक्षणाचं महत्त्व खूप चांगलं माहिती होतं, त्याच्यामुळे मला त्यांनी अजिबात कुठल्याही प्रकारची सक्ती केली नाही, की मी डॉक्टरच व्हायला हवी आहे. योगायोगानं मी आता वेगळी का होईना, डॉक्टरही आहे (Ph.D.) आणि त्यांचं स्वप्न पूर्णही झालेलं आहे. पण त्यावेळेला माझ्या आई-वडीलांनी मला सांगितलं होतं की "तू कुठल्याही क्षेत्रात जा. तू आर्टस् घे, कॉमर्स घे पण त्यात काहीतरी सर्वोत्तम कर."

आणि त्यावेळेला सोलापूरसारख्या छोट्या शहरात किंवा एकंदरीत भारतामध्ये कॉमर्समध्ये सर्वोत्तम म्हणजे सी.ए. हेच समीकरण होतं. म्हणजे सी.ए., सी.पी.ए., आय.सी.डब्ल्यू.ए. असं काही झालं की आपण कॉमर्सला येऊन स्वत:ला बरं घडवलं आहे, असं म्हणायला हरकत नाही, अशी लोकांची एक मानसिकता होती. तर माझ्याही समोर सी.ए.चं ध्येय होतं. १८व्या वर्षानंतर सोलापुरात पुढच्या सी.ए.च्या लेव्हलच्या क्लासेसची उणीव होती, म्हणून मी आर्टिकलशिपच्या शोधामध्ये पुण्यामध्ये आलेली होते. ही ऑगस्ट २००७ मधील गोष्ट. त्यावेळेला मी स्वत:ला अद्ययावत ठेवायला बऱ्याच समूहगट चर्चा, वृत्तपत्रं असं वाचायचे. म्हणजे लोकसत्ता, इंडियन एक्सप्रेस या वर्तमानपत्रांचं खूप योगदान आहे माझ्या कारकिर्दीमध्ये, कारण आज ज्याला आपण शोध-पत्रकारिता म्हणतो, त्या पद्धतीनं त्यांनी एखादं प्रकरण लावून धरलेलं असायचं, ते मला खूप स्वारस्यपूर्ण वाटायचं. आणि वाटायचं, आपण असं काहीतरी करावं, पण माध्यमं हे माझं उद्दिष्ट नव्हतंच. ह्या 'काहीतरी'ला पुढे जानेवारी २००८ मध्ये कलाटणी मिळाली. मी moneycontrol.com ही वेबसाईट बघत होते, त्यावेळेला मी inventory fraud हा एक शब्द एका लेखात पहिल्यांदा पाहिला. मी अठराच वर्षाची होते, त्यामुळे मला इन्व्हेंटरी फ्रॉड हे काहीतरी मोठं वाटलं. मला असं वाटलं की आपण ह्या गोष्टीची चौकशी करावी. हे असतं काय, ह्याच्यामध्ये अभ्यासक्रम असतो का? त्यावेळेला मी सी.ए.च्या दुसऱ्या वर्षाला होते. मी कुतुहलाने फायनान्शियल कंट्रोलर मयूर जोशी यांचा नंबर मिळवला. त्यांनी हा कोर्स केलेला होता. त्यांना मी जाऊन भेटले. आम्ही दोघेही ज्ञान प्रबोधिनीचे विद्यार्थी निघालो. मयूर यांनी बोलता-बोलता माझा इंटरव्ह्यू कधी घेऊन टाकला, मलाही कळलं नाही. ४०-५०

मिनिटांनी मला त्यांनी तिथे त्यांच्याकडे आर्टिकलशिप करण्याचा प्रस्ताव दिला. आता मी म्हणू शकते, की तो एक मोठा विजय होता माझा.. मला त्यावेळी लक्षात आलं नाही, की यांनी इतक्या तत्काळ आपल्याला आर्टिकलशिप कशी काय देऊ केली. फक्त मी एका फोनवर ठरवलं, की आपल्याला हे करायचंय की नाही. मी आई-वडीलांना तिथून फोन लावला, की "असं असं ते म्हणतायत. ह्यांच्याकडे वेगळ्या प्रकारचं काम आहे फॉरेन्सिक अकाऊंटिंग आणि घोटाळे शोधायचं. तुम्हाला चालेल का मी असं काहीतरी केलेलं?"

ते इतके मनमोकळे होते, की त्यांनी मला लगेच सांगितलं, "तुला ते पटलंय ना, मग लगेच करून टाक."आजकाल आई-वडीलांना 'न्याय-सहायक लेखापरीक्षण' म्हटल्यावर असं वाटतं की खूप धोक्याचं काही तरी क्षेत्र आहे. माझ्या आई-वडीलांना असं काही वाटलं नाही, आणि त्यांनी खूप सहजगत्या प्रतिसाद देऊन टाकला, आणि मीही अगदी पटकन तो प्रस्ताव स्वीकारला... आणि माझी ह्या क्षेत्रातली मुशाफिरी सुरू झाली. मी कंपनीची पहिली 'आर्टिकल' तर होतेच, पण तिथली एकमेव महिला सहकारीही होते. पण सरांनी अमुक कामं मुलांना आणि 'तू मुलगी आहेस तर तू एवढंच कर' असं कधीच केलं नाही. त्याच्यामुळे आम्ही हाताळत असलेल्या प्रत्येक प्रकरणांत माझा सहभाग होताच. बऱ्याच वेळी मी फोटोदेखील काढून आणलेत. त्यामुळेच मला अगदी मूलभूत छोट्या कामांपासून ते अगदी मोठ्या कॉर्पोरेट पातळीवरच्या आर्थिक फसवणुकींमध्ये तीन वर्षं भरघोस काम करायचा पुरेपूर अनुभव मिळाला. त्यामुळेच मला सर्वसाधारण सी.ए. करणाऱ्या विद्यार्थ्यांपेक्षा काहीशी वेगळी ओळख मिळाली. इंटर्नशिप तर केली होतीच, पण नंतरही हा माझा निर्णय होता की, "आपल्याला ह्याच्यातच पुढं जायचंय." कारण मला तीन वर्षात हे लक्षात आलेलं होतं, की ह्या विशिष्ट क्षेत्रात त्यावेळेला भारतामध्ये जेमतेम ४-५ हजार असे लेखापाल होते. त्यात महिला फार नगण्य, म्हणजे ३००-४०० म्हटलं तरी खूप झालं असतं. त्याच्यामुळे माझ्या एक लक्षात आलेलं होतं, की आपलं हेच क्षेत्र आहे आणि ते आपल्याला खुणावतं आहे. अशा एका काहीशा योगायोगानं मी या क्षेत्रात आले. फक्त माझ्यात टिकून राहण्याची चिकाटी होती. पुढे त्याच्यामध्ये कितीही अडथळे आले तरी आपण ह्याच क्षेत्रात राहायचं, हे खरंतर मी खूप जिद्दीनं ठरवलेलं होतं.

तुम्ही म्हणालात की तुम्ही सी.ए.ची उमेदवारी करताना तुम्हाला ही संधी मिळाली. पण मग तुम्ही सी.ए. पूर्ण केलंत का?

तो एक वेगळाच प्रकार आहे. मी म्हणाले ना, माझे बहुतांश उपक्रम, प्रसंगोपात्त म्हणता येतील तसे झाले. प्रत्येक निर्णयामागे काही प्रसंग कारणीभूत झालेला आहे. २०१२ साली माझी सी.ए. फायनलची पहिली परीक्षा होती. त्याच्या आधी मी बऱ्याच कमी वयामध्ये, म्हणजे विसाव्या वर्षी, अमेरिका आणि भारतातले, INDIAFORENSIC (indiaforensic.com) या संस्थेचे Certified Anti Money Laundering Expert (CAME) आणि Cerified Forensic Accounting Professional (CFAP) हे कोर्सेस पूर्ण केले होते. त्यावेळेला मला त्यांचं महत्त्व कळलं नाही, पण ज्यावेळेला वृत्तपत्रे, ब्लॉग्स ह्यांनी माझा उल्लेख 'मिस अपूर्वा जोशी-पहिली फॉरेन्सिक अकाऊंटंट' असा करायला सुरुवात केली, त्यावेळेला मला कळलं की मी काय केलेलं आहे. २०१२ साली दिवस जरा अवघड होते. माझी आई कालवश झाली होती. त्याच वेळेला माझे ह्या अंतिम परीक्षांचे प्रयत्न चालू होते. मला घरी राहून भावी वाटचालीबाबत जरा शांतपणे विचार करायला वेळ मिळाला. त्यावेळेला मला असं वाटलं की मी सी.ए., सी.एस. किंवा फॉरेन्सिकमधले कोर्सेस असं केलं, तरी शेवटी भारतात प्रॅक्टिस मला एकाचीच करता येणार आहे. मग हे न्याय-सहायक लेखापरीक्षणाचं कामच पुढे का नेऊ नये? त्यामुळे मी तिथे एक मोठा संकल्पनात्मक निर्णय घेतला आणि माझं सी.ए., सी.एस. फायनल तिथंच थांबवलं. त्याऐवजी मी वेगवेगळे फॉरेन्सिकमधले कोर्सेस आणि पुढे मग डॉक्टरेट, असा सगळा प्रवास पार पाडत गेले.

वा! मोठा निर्णय होता हा.

आणि त्यामध्येच असलेली दुसरी एक बाजू पण माझ्या लक्षात आली; जी इथे सांगायला मला आवडेल. कोणत्याही क्षेत्राचा सरसकट उपमर्द न करता सांगते. मला बऱ्याच केसेसमध्ये असं आढळून यायचं काही लोक सी.ए. (सनदी लेखापाल) असायचे, ज्यांचा थेट सहभाग आम्हाला काही प्रकरणांमध्ये दिसायचा. मग हळूहळू लक्षात आलेलं होतं की सनदी लेखापालांमध्ये चांगला लेखापाल आणि वाईट लेखापाल हे दोन प्रकार असतात. वाईट असणारे कसे काम करतात ते मी काही प्रकरणांमध्ये पाहिलं होतं. मग काही वेळा, काही प्रकरणात त्यांच्या लेखापालांची पार्श्वभूमीही तपासून पाहावी लागायची. काही वेळा त्यांच्यावर कायदेशीर कारवाईही करावी लागायची. एक लक्षात आलेलं होतं की, मी जे काम करतेय ते बरंच, अशा वाईट लेखापाल मंडळीविरुद्ध आहे, म्हणून मला असं वाटलं की निव्वळ सनदी लेखापाल होण्यापेक्षा मी हेच

काम करत राहणं हे अधिक तर्कशुद्ध ठरेल.

हाही निर्णय मोठाच होता!

हो ना...खूप मोठा! कारण मी ५-६ वर्ष सी.ए. आर्टिकलशिप, सी.ए.च्या दोन्ही लेव्हल्स क्लिअर करून तिथपर्यंत जाण्यामध्ये घालवली होती. त्यामुळे त्या टप्प्यावर थांबायचा निर्णय खूपच वेगळा होता, पण आता मागे वळून पाहताना असं वाटतंय की तो बरोबर होता.

पण हाच धागा पकडून मी असं विचारतो, की फॉरेन्सिक अकाऊंटिंग या क्षेत्रातलं शिक्षण घेण्यासाठी तुम्हाला सी.ए. व्हायलाच पाहिजे असं नाही, असं आपल्याला म्हणता येईल का?

अगदी बरोबर! म्हणजे मला इथे सांगायला आवडेल की, खूपदा असं होतं की मुला-मुलींना सी.ए. परीक्षेच्या खूप खेपा कराव्या लागतात (exam attempts) आणि ती खूप नाउमेद होतात. म्हणजे त्यांना असं वाटायला लागतं, की आपण खूप अयशस्वी, पराभूत आहोत. ह्यातला धोका असा की, काही लोक त्याच्यातून वर येतात, तर काही लोक त्या अपयशी भावनेच्या गर्तेत बुडतात. त्यातून मग चुकीच्या मार्गाला जातात. असं झालं की तुम्हाला माहितीच आहे, आई-वडीलांचं काय होतं ते! हां, तर आता इथंही तुम्हाला करप्रणाली, कायदा, लेखापरीक्षण म्हणजे ऑडिट ह्या सर्वाचं ज्ञान लागतंच. गुन्हेगारांच्या मानसिकतेचाही अभ्यास लागतो. पण ह्या क्षेत्रात झोकून देण्यासाठी सी.ए. असणं गरजेचं नसतं.

कारण मी मगाशी म्हटलं तसं, की बरंच खोदकाम, अन्वेषण हे ह्याच लोकांच्या विरुद्ध होतं. अर्थात व्यावसायिक सी.ए., कर सल्लागार ह्यांच्या समवेत काम केल्यामुळे तुम्हाला मूलभूत लेखापरीक्षण अधिक चांगलं समजतं. कारण जर तुम्हाला मुदलात जर तेच कळलं नाही तर मग तुम्हाला घोटाळे कसे शोधता येणार? कारण न्याय-सहायक लेखापरीक्षण ही तज्ज्ञतेची पातळी (specialization) आहे. निव्वळ बी.कॉम., एम.कॉम. करून तुमचं क्षेत्रीय अवधान (domain exposure) जितकं वाढेल, त्यापेक्षा कितीतरी पट जास्त ज्ञान, सी.ए.च्या उमेदवाऱ्या करताना, किंवा एकीकडे वाणिज्य शाखेचं मूलभूत शिक्षण सुरू असताना एखाद्या कर सल्लागाराकडे किंवा आर्थिक क्षेत्रातील माणसाकडे काम करत असतांना मिळेल. त्याचा पुढच्या सर्व प्रवासात फायदा होईल.

आता मला तुमच्या पीएच.डी.बद्दल सांगा. पीएच.डी. करायला

पाहिजे हे नक्की केव्हा ठरवलं? त्यापेक्षाही महत्त्वाचा प्रश्न म्हणजे हे अशा प्रकारचं फॉरेन्सिक अकाऊंटिंगमधलं पीएच.डी. हे कुठल्या विद्यापीठात करता येतं आणि त्याच्यासाठी तुम्हाला मार्गदर्शक कुठे मिळाले?

आधी ह्या वाटचालीतल्या काही छान गोष्टी सांगते. सी.ए. मी २०१२ साली थांबवलं. त्यानंतर आय.आय.एम. बेंगलोरचा माझा सर्टिफिकेशन कोर्सदेखील झाला. त्यानंतर मला T.C.S. नं एका कोर्सची स्कॉलरशिप दिलेली होती. या गोष्टी, टप्पे मी पार पाडतच होते. पण मला भारतामधली एक समस्या लक्षात आलेली होती, ती म्हणजे शैक्षणिक साधनं सहजी न मिळणं. ज्यावेळेला मी सी.ए. करत होते, वयाच्या विसाव्या वर्षी म्हणजे २००९-१० साली, तर त्यावेळेला मला सगळी पुस्तकं नेहमी अमेरिकेतून खरेदी करावी लागायची. आता देवदयेनं माझ्या घरची परिस्थिती चांगली होती आणि माझे आई-वडील शिक्षणाच्या बाबतीत खूप लिबरल होते. म्हणून मी डेबिट किंवा क्रेडिट कार्डवरून पेमेंट करून, कशीतरी २० दिवसांनी ती पुस्तकं मागवून घ्यायचे. तर एक लक्षात आलेलं होतं, की भारतात प्रत्येक माणसाला, प्रत्येक मुलाला हे करणं शक्य नाही. ह्या बाबतीत मी सुदैवी होते असं म्हणता येईल. माझ्या बाबतीतली दुसरी फार मोठी सकारात्मक गोष्ट म्हणजे ज्या माणसानं भारतामध्ये न्याय-सहाय्यक लेखापरीक्षण ही संकल्पना रूढ केली, त्या सी.ए. मयूर जोशी यांच्याच हाताखाली मला काम करायला मिळालं. ओसामा बिन लादेनची नाईन इलेव्हनची थिअरी काय होती, आणि त्यानं काय पद्धतीनं Money Laundering केलं, याची थेअरी मांडणारं हे व्यक्तिमत्त्व आहे, ह्यातच सगळं लक्षात येतं. त्यांनी मला खूप शिकवलं, या ३-४ वर्षाच्या कालावधीमध्ये.

पीएच.डी.चं सांगायचं झालं तर हे सगळे सर्टिफिकेट कोर्सेस झाल्यानंतर मला पीएच.डी. करावी असं वाटत होतं. त्यावेळेला भारतात ह्या एकूण विषयाबाबत जनजागृती झालेली नव्हती, फारसं काही याच्याबद्दल लिहिलं जायचं नाही. तर मला असं वाटायचं की माझ्या पीएच.डी., डॉक्टरेट ह्या गोष्टी झाल्या तर शिक्षणक्षेत्र हे एक दार माझ्यासाठी खुलं होईल, मी विविध विद्यापीठांकडे जाऊ शकेन, ह्या विषयावर तिथं बोलू शकेन, ज्याच्यामुळे मी जास्तीत जास्त लोकांपर्यंत पोहोचून न्याय-सहायक लेखापरीक्षण ह्या क्षेत्रात अधिकाधिक मुलं का येणं गरजेचं आहे, ते सांगू शकेन. माझ्या एकूण वाटचालीत तेही एक प्रमुख उद्दिष्ट होतं. मला दोन युनिव्हर्सिटीज्‌मधून डॉक्टरेट मिळाली. त्याला प्रमुख कारणीभूत ठरला तो माझा मामा, डॉक्टर भावे. माझ्या

घरातला प्रत्येकजण प्रत्येकाच्या व्यावसायिक प्रगतीसाठी असा विचार करतो, की आपल्यातल्या प्रत्येकानं छान काही साध्य केलं पाहिजे. त्यानं मला प्रेरित केलं की, "फॉरेन्सिकमध्ये तुझं एवढं शिक्षण झालेलं आहे तर तुझी डॉक्टरेटही व्हायला पाहिजे." आणि त्याचवेळेला युनिव्हर्सिटी ऑफ साऊथ अमेरिकेनं तिथल्या शैक्षणिक संस्थांकडून वेगवेगळ्या प्रकारच्या लोकांची माहिती मागवून घेतली होती, त्या त्या लोकांनी केलेल्या विशिष्ट कामासह. काय वेगळं काम ह्या लोकांनी केलं आहे, त्यांचं समाजाला काय योगदान आहे, अशी माहिती २०१८ मध्ये मागवली गेली होती. माझ्या मामांनी मला तातडीने सांगितलं, की "अशाप्रकारची संधी आहे. तुलाही तुझा प्रबंध सादर करायला आवडेल का? कारण तुझं क्षेत्र तर खूप वेगळं आहे. जगभरातनं लाखो प्रबंध मागवले गेले असतील."

आणि त्याचवर्षी, २०१८ साली माझ्या कामाला दहा-साडेदहा वर्षं पूर्ण झालेली होती. त्यावेळेला ही अशा प्रकारची ऑफर आलेली होती, तिथं मी माझा प्रबंध सादर केला. मला माझ्या या व्यावसायिक वाटचालीमध्ये Early Warning Signals of Corporate Fraud या एका, खूप मोठी व्याप्ती असलेल्या विषयावर काम करायला मिळालेलं होतं. त्याच्यामुळे मला खूप सखोल आणि गांभीर्यपूर्वक रीतीनं लक्षात आलं होतं की, भारतामध्ये किती विविध कार्यक्षेत्रं आहेत, त्यांच्यामध्ये कुठल्या कुठल्या प्रकारचे आर्थिक घोटाळे असतात, आणि कुठले घोटाळे अधिक संभवनीय असतात. तर त्याच्यावरच्या संशोधनाची एक रूपरेषा बनवून मी ती युनिव्हर्सिटी ऑफ साऊथ अमेरिकेला सादर केली. त्याच्यानंतर काही इंटरव्ह्यूचे कॉल्स झाले आणि पुढे त्यांनी मला ही डॉक्टरेट ऑफर केली.

अरे वा, फारच छान! अगदी अभिमानास्पद आणि प्रेरणादायी!!

आणि मला अजून एक गोष्ट सांगावीशी वाटते. २०१२ साली माझी आई गेल्यानंतर मी पुण्यामध्ये नव्हते, वडिलांकडे सोलापूरला गेले होते. त्यावेळेला निवांत बसणं हे काही माझ्या स्वभावात नव्हतं, सारखं काहीतरी काम करत राहणं, हे होतं. त्याचवेळेला, हेच ध्येय डोक्यात धरून मी सोलापूर विद्यापीठाच्या उपकुलगुरूंकडे गेले. ह्यामागे, सामाजिक उत्तरदायित्व निभावणं, हीच भावना होती. मला समाजाला काहीतरी परत द्यायचं होतं. मोठ्या कंपन्यांचा 'सी.एस.आर.' (Corporate Social Responsibility) कार्यक्रम असतो ना, तसं काहीसं.. मला चांगल्या चांगल्या गोष्टी अनुभवायला मिळाल्या. मला त्या

विविध संधी घेता आल्या. तशाच संधी मी इतरांना दिल्या पाहिजेत, कारण त्या तशा सहजी मिळत नाहीत, म्हणून माझ्या डोक्यात होतं की, माझ्या सोलापूर शहरापासूनच सुरुवात करावी. पण त्या वेळी तिथं हा प्रकार (न्याय-सहायक लेखापरीक्षण) कुणी ऐकलाही नव्हता. म्हणून मी थेट उपकुलगुरूंकडेच गेले. त्यांना मी प्रस्ताव दिला की, ह्या विषयातील पदविका, प्रमाणपत्र अशा पातळीवरील अभ्यासक्रम तुम्ही इथे सुरू करा. त्याच्या आखणीत मी तुम्हाला मदत करीन. तसं त्यांनी २०१३-२०१४च्या आसपास सुरू केलंही. त्यामुळे झालं काय की, माझ्या वाटचालीतला एक मोठा टप्पा मी सोलापूरमध्ये गाठू शकले. माझ्या नवउद्यमी व्यवसायाला स्वत:ची अशी एक ओळख मिळाली आणि त्याचा उपयोग मला पीएच.डी. थिसीसच्या वेळी झाला. कारण मला माझ्या विषयाची 'सामाजिक देणगी' दाखवण्याची वेळ आली, तेव्हा मी आखणी केलेले हे सर्व अभ्यासक्रम माझं इतरांच्या तुलनेत वेगळं स्थान सहजी दाखवून गेले.

वा! दहा वर्षांचा प्रवास आपण पाहिला तुमचा! आता असं सांगा, की एक न्याय-सहायक लेखापाल, प्रातिनिधिक म्हणता येतील अशी कोणकोणत्या स्वरूपाची कामं करतो?

खूप वेगवेगळ्या प्रकारची कामं असतात. म्हणजे मी नेहमी सांगत आलेली आहे की आपल्यासमोर येणारं प्रत्येक कोडं जसं वेगळं असतं ना, तसं आमचंही काम ह्या सगळ्या वर्षांमध्ये नेहमी वेगवेगळं होत राहिलं. प्रत्येक आर्थिक घोटाळ्याचं प्रकरण हे एकमेकांपेक्षा खूप भिन्न असतं. त्यामुळे त्याच्या अन्वेषणात ठरीव-ठाशीव दृष्टिकोन ठेवता येत नाही. ह्या विशिष्ट प्रकरणाकडे आपण कसे पाहणार आहोत हा दृष्टिकोन बदलता ठेवावा लागतो. म्हणजे माझ्या व्यवसायात अनेक वेळा कर्मचाऱ्यांनी केलेलेच आर्थिक गुन्हे असतात. ते 'सर्वाधिक स्वरूपात आढळणारे गुन्हे' म्हणता येतील. त्याचं क्षेत्र 'उत्पादन' हे असेल किंवा 'माहिती तंत्रज्ञान' असेल. सर्व पातळ्यांवरचे कर्मचारी ह्यात असू शकतात, आणि तो जितका उच्चपदस्थ, तितक्या त्याला कंपनीच्या Intellectual Property बद्दल सखोल माहिती असते. अनेक कळीच्या, महत्त्वाच्या ग्राहकांची माहिती असते. स्पर्धकांची माहिती उपलब्ध असते. विविध वेळी ते ग्राहकांशी पुष्कळ काही बोलत असतात, त्यामुळेही विविध प्रकारची महत्त्वपूर्ण माहिती त्यांना उपलब्ध असते. मग बरेच वेळेला काय होतं, अशा कर्मचाऱ्याला किंवा अधिकाऱ्याला जर थोडीशी पैशांची लालूच दाखवली,

किंवा त्या माणसाचे जीवनमान उंचावण्याचे खर्च काही कारणांनी जर अचानक वाढले, तर दुसऱ्या एका कमाईच्या मोहाला किंवा लालचेला बळी पडून, अशी मौल्यवान माहिती ते बाहेर पुरवतात. बऱ्याच वेळेला अधिकारी/कर्मचारी आपल्या नोकरीच्या ठिकाणी अस्तित्वात असलेल्या संसाधनांचा दुरुपयोग करतात. बऱ्याचदा अशा ठिकाणी, कंपनीला लागणाऱ्या अनेक गोष्टी पुरवू शकत असतील असे पुरवठादार ठरवले जातात. आता कंपन्यांचा खरेदी विभाग, म्हणजेच पर्चेस डिपार्टमेंट हा सर्वात जास्त खर्च करणारा विभाग असतो. तिथलाच एखादा प्रमुख असतो, त्याला हे कळत असतं की आपला जास्त खर्च कुठं होतो आहे. चहा, कॉफी जास्त लागते आहे किंवा आपल्या कंपनीला स्टेशनरीच्या विविध गोष्टी जास्त लागतात. मग बऱ्याचदा हाच माणूस कंपनीच्या बाहेर एखादी दुसरी कंपनी काढतो, जिचे नामधारी संचालक वेगळे असतात, आणि त्या कंपनीला पुरवठादार म्हणून नेमतो. त्यांच्याद्वारा हा गरजेच्या वस्तूंचा धंदा तिकडे वळवतो. इथे त्याची दुसरी कमाई सुरू झालेली असते. म्हणजे कंपनीच्या संसाधनांचा तो गैरवापर करू लागतो. बऱ्याच आर्थिक घोटाळ्यात, अगदी महत्त्वाच्या पदावर असणारा संचालकही असू शकतो, कारण अशा लोकांना भरपूर अधिकार असतात. आपल्या सहीनं ते अनेक मोठे निर्णय घेऊ शकत असतात. अनेक वेळा ह्या अधिकारांचा वापर करून, प्रचंड प्रमाणात पैसा बाहेर नेऊन हे लोक सरळ पळून जातात. मग विश्लेषणातला आणखी पुढचा भाग सुरू होतो-ते म्हणजे संगणक-आधारित न्याय-सहायक विश्लेषण.

त्याच्यात होतं काय, की जरी माणूस काहीतरी करून पळून गेला असेल तरी ते सगळं पूर्णपणे दडवता येत नाहीच. मागं काही ना काहीतरी पुरावा राहतोच आणि त्या माणसाचा जर वर्किंग लॅपटॉप, पीसी काही असेल तर त्याच्यामधून आम्ही deleted data recovery, email recovery किंवा काही विशिष्ट असे keywords वापरून त्यांनी काय प्रकारच्या फाईल्स तयार केलेल्या होत्या, या सगळ्याची रिकव्हरी, अशा प्रकारची कम्प्युटर फॉरेन्सिकची कामं करतो. त्यानंतर, 'निव्वळ खबरदारी' ह्या सदरात आम्ही काय करतो म्हणाल तर, आपण त्याला म्हणू marketing intelligence गोळा करणे. ग्राहक ज्या इंडस्ट्रीमध्ये आहे त्या उद्योगाच्या आसपास, विहित पुराव्यांनिशी सादर केलेला एक सुविहित वस्तुस्थिती-निदर्शक अहवाल आम्ही ग्राहकाला देतो. त्यात आम्हाला बऱ्याच वेळेला त्यांचे पुरवठादार किंवा त्यांचे स्पर्धक अशा लोकांची माहिती जमा करावी लागते. समजा बँकेसाठी काम करत

असू, तर बँकेकडे एखादा प्रस्ताव खूप मोठ्या रकमेचे कर्ज मागणारा आला, समजा १०० कोटी, ६०० कोटी तर त्याच्यासाठी प्रस्तावित ऋणकोची पूर्ण पार्श्वभूमी, कायदेशीर, आर्थिक पार्श्वभूमी ही पूर्णपणे तपासण्याचं, त्या सर्व गोष्टींची खातरजमा करून घेण्याचं काम ह्याच प्रकारात मोडतं. अर्थात, काही घडण्याच्या आधीच घेतलेली ही खबरदारी असते. ज्यावेळेला न्याय-सहायक लेखापरीक्षा (forensic audit) होतं त्यावेळेला आम्ही 'follow the cash' ही कल्पना अंमलात आणतो. म्हणजे काय पद्धतीने बँकांकडून किंवा नॉन-बँकिंग फायनान्शिअल कंपनीजकडून पैसा घेऊन ऋणकोने तो बाहेर वळवलेला आहे, कुठल्या कुठल्या मालमत्ता तिथं टाकलेल्या आहेत, हे पाहणे हेही आम्ही अशा फॉरेन्सिक ऑडिटमध्ये करतो. ह्याचीच अजून एक खूप रोचक बाजू म्हणजे ॲसेट ट्रेसिंग. मी तुम्हाला जसं मगाशी सांगितलं, अनुत्पादक मत्ता म्हणजेच एन.पी.ए. हा आपल्या एकूणच आर्थिक क्षेत्रात एक खूप मोठा प्रश्न आहे. ऋणको तर पैसे घेऊन पळून जातो, पण हे पैसे शेवटी कुठे ना कुठेतरी गुंतवले जातातच. ते कुठे गुंतवले गेले आहेत ह्याचा शोध- अशा प्रकारचे ॲसेट्स शोधून काढणं हे खूप जिकिरीचं असतं. पण ते खूप महत्त्वाचं असतं, कारण मग बँकांना त्यावेळेला कळतं की आपला पैसा यानं नक्की कुठे कुठे, कसा कसा गुंतवला आहे. त्यानंतर बऱ्याचदा आम्ही अजून एक खटाटोप करतो, ज्यामध्ये आम्ही KYC Remediationचं काम करतो. के.वाय.सी. (Know Your Customer) हा अत्यावश्यक भाग असतो बँकेचा. मी किंवा तुम्ही खाते उघडायला गेलो, तर आपल्याकडे दहा प्रकारची कागदपत्रं मागितली जातात. भारतात असेल तर आधार कार्ड, त्यानंतर तुमचा पासपोर्ट, घरी राहताय त्याचा पुरावा-आणि हे आणि ते. तर बऱ्याच वेळेला या सगळ्या गरजांकडे बँकेचे कर्मचारी दुर्लक्ष करतात, आणि तसंच खातं उघडलं जातं. मग त्यामधून बेकायदा, अवैध व्यवहारांची सुरुवात होते. ह्याच्यात अतिरेकी, दहशतवादी ह्यांना होऊ शकणारा अर्थपुरवठाही असू शकतो. अशी अनेक विभिन्न स्वरूपाची कामं आम्ही करतो. याच्यातला अजून एक खूप छान मुद्दा इथे सांगायला आवडेल. इतर प्रगत देशांपेक्षा आपल्याकडे Politically Influential People याची व्याख्या केली गेलेली नाहीये. आता सगळेच राजकारणी वाईट नसतात, पण बऱ्याच वेळेला राजकारणी किंवा त्यांचे नातेवाईक अशा लोकांना कर्जं दिली जातात आणि ती पुढे बुडवली जातात. त्यांची वसुली ही खूप महत्त्वाची असते. हे कळण्यासाठी, किंवा एकूणच हे प्रकार रोखणारं काही उत्तरच आजवर भारतामध्ये नव्हतं. म्हणजे एक बँकर ह्या नात्यानं, कर्ज मागणाऱ्या माणसाची

समग्र माहिती मला पुरवेल, असं काही साधन. कुणी आपल्याला सांगितलं की, सांगलीमधला मी कुणीतरी अजयकुमार म्हणून, तर मला कसं कळेल की मला जो माणूस बघायचाय, तो सांगलीमधला हाच क्ष माणूस आहे? Google Searchवर हे नाव टाकलं, तर भारतातले लाखो अजय कुमार सर्च रिझल्ट म्हणून येतील. पण मला सांगलीमधला, या गावातला, हाच माणूस हवाय याची खात्री कशी करणार? तर ते करायचं काम माझं 'बिझ-नेक्सस' हे सॉफ्टवेअर करतं. बरेचदा तिथे ते एक फ्लॅग दाखवतं. असा फ्लॅग म्हणजे हा माणूस आधी कुठे कंपनीचा संचालक होता, हा आता कंपनीचा संचालक आहे का, असे २७ फ्लॅग्ज ह्या सॉफ्टवेअरमध्ये सुनिश्चित केलेले आहेत. जे तुम्हाला सांगतील, की हा कुठला हवाला डीलर होता का, आत्तापर्यंत त्याने कुठल्याही बँकेचे पैसे हडपले होते का, किंवा कुठल्या पेपर्समध्ये म्हणजे पनामा, पॅरेडाइज् किंवा अशा प्रकारच्या वादग्रस्त पेपर्समध्ये त्याचं नाव आलेलं होतं का? अशा प्रकारच्या ज्या तपासण्या असतात, त्या 'किमान आवश्यक काळजी' (Due Diligence) ह्या सदरात येतात. त्याच्यासाठी आम्ही सॉफ्टवेअर तयार केलंय, ज्याचा भारतामध्ये आता एवढ्यात खूप मोठ्या प्रमाणात वापर व्हायला सुरुवात झालेली आहे.

अरे वा, फारच छान. माझा पुढचा प्रश्न याच संदर्भात होता. सद्य:परिस्थितीत किंवा येणाऱ्या काळात तंत्रज्ञान आणि संगणक दोन्ही ज्या प्रकारे घोडदौड करत आहेत, विशेषत: Artifical Intelligence, Machine Learning, Data Analytics सारख्या क्षेत्रांमध्ये चाललेली प्रगती आणि तुमचं फॉरेन्सिक अकाऊंटिंग ह्यांचं एकमेकांशी काय नातं जुळेल, किंवा ह्या क्षेत्रांची एकमेकांशी सांगड कशी होईल असं तुम्हाला वाटतं?

मगाचा माझा 'बिझ-नेक्सस' या नावाचा धागा पकडून मी इथं सांगेन की अर्थ-घोटाळे आता खूप बुद्धिमत्तेने जर केले जात असतील, तर ते शोधणारे लोकही तेवढ्याच प्रकारचे बुद्धिवान हवेत, त्यांची तंत्रंही तितकीच बुद्धिवान हवीत. आजकाल इन्फॉर्मेशन टेक्नॉलॉजी क्षेत्रातला घोटाळा शोधणं, हे इन्फॉर्मेशन टेक्नॉलॉजीनं मदत केलेल्या साधनांनी व्हायला पाहिजे. म्हणजेच जास्तीत जास्त मशिन-लर्निंगचा वापर या सगळ्यामध्ये व्हायला पाहिजे. जसं की, 'बिझ-नेक्सस' हे एक विशिष्ट सॉफ्टवेअर असलं तरी ते अशाच प्रकारे हे मशिन-लर्निंग वापरतं. त्याची कार्यपद्धती म्हणजेच अल्गोरिदम आता तयार झाला आहे. विविध स्रोत वापरून, विविध माध्यमांद्वारा ते माहिती गोळा करतं,

आणि एखाद्या माणसाला काही विशिष्ट निकषांवर त्या माहितीशी जोडून देतं. म्हणजे उद्या अपूर्वा जोशी या एका नावाला कुठल्याही दुसऱ्या अपूर्वा जोशीची माध्यमात आलेली माहिती जोडली जाणार नाही. मी जे काय काम केलेलं आहे त्याची माध्यमांमधली नोंद किंवा त्याचा संदर्भ हा मलाच जोडला जाणार, दुसऱ्या कोणाला नाही. मला एखाद्या संचालकाच्या बाबतीतली संवेदनशील माहिती गोळा करायची असेल तर बऱ्याच वेळा माध्यमं त्याच्याबाबत काय म्हणतात, ह्याचीही त्या सर्वात मोठी भूमिका असते. त्या व्यक्तीबद्दल काही नकारात्मक माहिती माध्यमांमध्ये आलेली असेल तर प्रत्यक्ष काही निर्णय घेण्याच्यावेळी तिचा मोठ्या प्रमाणात वापर होतोच आणि व्हायलाही पाहिजे, कारण शेवटी हे एक सत्य-शोध किंवा अन्वेषणाचं काम आहे. तर त्यावेळेला हे किंवा अशा प्रकारचं सॉफ्टवेअर, अशाच प्रकारच्या कार्यपद्धती म्हणजेच अल्गोरिदम वापरून, त्या व्यक्तीबद्दलचे सर्व माध्यमातील सर्व दुवे एकत्र गोळा करेल-ज्यांच्या मदतीने आपल्याला एक निर्णायक अहवाल आपल्या ग्राहकांना देता येईल. त्यामुळे मशिन-लर्निंग किंवा कृत्रिम बुद्धिमत्तेची खूप मोठी भूमिका ह्यापुढे न्याय-सहायक क्षेत्रामध्ये भावी काळात असेल आणि सध्या हळूहळू त्याची सुरुवात झालेली आहे. अर्थात मानवी प्रज्ञा, बुद्धिमत्तेची तुलना कशाशीच होऊ शकत नाही-ती अतुलनीयच राहते; कारण मुळात घोटाळा झाला आहे, हे तीच शोधून काढत असते. पण आर्थिक घोटाळ्यांची व्याप्ती आता खूप वाढत चाललेली आहे. इंटरनेट आणि या सगळ्याच्या वापरामुळे cyber attacks वाढतायत. असे हल्ले जर रोखायचे असतील, तर आपल्या सॉफ्टवेअर किंवा I.T. Systemsही खूप बळकट असणं आवश्यक आहे. म्हणूनच कृत्रिम बुद्धिमत्ता किंवा मशिन-लर्निंग आमच्या क्षेत्रात पुष्कळ उपयोगी ठरेल आणि हळूहळू त्याचा वापर भारतामध्ये चांगल्या पद्धतीने व्हायला सुरुवात झालेली आहे.

आणि बँकांसाठी आम्ही अजून एक गोष्ट आत्तापर्यंत तयार केली आहे. बँकांना बऱ्याचदा आर्थिक विवरणपत्रावरून विश्लेषण करतांना एकदम पाच, दहा, बारा, पंधरा इतक्या वर्षांची वार्षिक विवरणपत्रे एकदम मिळत आणि तशी ती लागतही असत, अजून लागतात. त्यात एक मूल्यवर्धन म्हणून आम्ही एक सॉफ्टवेअर तयार केलेलं आहे. काही विशिष्ट बाबतीत ते धोक्याची सूचना देतं. म्हणजे समजा, इन्व्हेंटरीचा वापर हा कुठल्या कुठल्या वर्षी, काय काय पद्धतीनं, कुठल्या प्रमाणात झालेला आहे? हे प्रमाण अवाजवी किंवा प्रमाणाबाहेर आहे का? किंवा, एखाद्या मोठ्या कंपनीने मोठे नामांकित लेखा-

परीक्षक अचानक बदलून त्याजागी कुणी छोटा, सामान्य, लोकांनी न ऐकलेला, दुर्लक्षित लेखा-परीक्षक घेतलेला आहे का? एखादा इसम फक्त दहा दिवसच झाले संचालकपदी आहे आणि तो सोडून जातोय, इथे धोका असू शकतो.

हे सगळं फार फार गुंतागुंतीचं तर आहेच, प्रश्नच नाही, पण स्वारस्यपूर्णही आहे. मला असं दिसतंय की येणाऱ्या काळात हे क्षेत्र खूप मोठ्या प्रमाणात वाढणार आहे. त्यामुळे आपल्या या गप्पांचा शेवट करताना मला तुम्हाला असा प्रश्न विचारायचाय की या क्षेत्रात येऊ इच्छिणाऱ्या नवीन लोकांना तुम्ही काय सल्ला द्याल? त्यांनी काय करावं आणि काय करू नये, हे थोडक्यात त्यांना सांगू शकाल का?

मला नव्यानं येणाऱ्या मंडळींना हे क्षेत्र निवडताना सांगायला आवडेल की आपण कुठे उपयोगी पडू शकू, ह्याच्या शक्यतांना बंधनात नका ठेवू. कारण आर्थिक घोटाळे हे तुम्हाला बऱ्याच वेळेला, बऱ्याच वेगवेगळ्या पद्धतीने शोधावे लागतात. त्यासाठी तुमची विश्लेषण-क्षमता जबरदस्त असणं गरजेचं आहे. बाकी मर्यादा काही नसते. पण पंचेंद्रियं ओलांडून जाणारी एक आर्थिक बाबतीतली रहस्यभेदक दृष्टी, तुम्ही स्वतःच विकसित करावी लागते आणि ती करणं हे फक्त तुमच्या हाती असतं. तुमच्या आतल्या आवाजावर, अंतःप्रेरणेवर विश्वास ठेवा आणि कामाची प्रत्यक्ष सुरुवात करूनच हे अधिक चांगल्या प्रकारे होईल. म्हणजे तुम्ही जितक्या लवकर हे काम करायला सुरुवात कराल, तितकं ते उत्तम. त्यामुळेच त्यांच्या कक्षा रुंदावतील. आता या क्षेत्रात खूप वेगवेगळ्या गोष्टी जगभरात उपलब्ध आहेत. खूप वेगवेगळी सर्टिफिकेशन्स् आहेत. अमुक विद्यापीठात जाऊनच हे शिकता येईल, अशीही परिस्थिती नाही, Courseraसारख्या वेबसाईटस् आहेत. तुम्हाला घरी बसून त्यांचं सर्टिफिकेशन पूर्ण करता येतं. कौशल्यं वाढवणं हे सगळ्यांसाठी आता अत्यावश्यक झालं आहे, कारण तसं असलं तरच इतरांच्या भाऊगर्दीत तुम्ही उठून दिसाल. अद्ययावत राहणं आवश्यक. नजर सतेज हवी. कारण घोटाळे, Ponzi schemes मुळात का होतात-तर कुठेतरी, कुणीतरी या सगळ्यामध्ये कोणावर तरी विश्वास ठेवतं. तिथून घोटाळे सुरू होतात. त्यामुळे आसपास काय चालू आहे, ह्यावरही लक्ष ठेवा.

फारच छान अपूर्वा, खूप अनवट, आगळ्यावेगळ्या क्षेत्राची माहिती मिळाली. मनापासून धन्यवाद.

अपूर्वा जोशी यांच्या मूळ मुलाखतीचा ऑडिओ एपिसोड ऐकण्यासाठी खाली दिलेली लिंक वापरा किंवा सोबत दिलेला क्यू आर कोड स्कॅन करा.

https://tinyurl.com/vs-yt-46-aj

पूर्व-प्रसिद्धी : ५ डिसेंबर, २०१९

दत्ता पाटील

'स्वदेस' या चित्रपटाची गोष्ट
प्रत्यक्षात घडविणारे,
आपल्या खेड्यातलं पाण्याचं दुर्भिक्ष
कायमचं संपवून टाकणारे
Silicon Valley Executive

'''पाण्याची टंचाई' ह्या समस्येशी तीन वर्षं झुंजणारं गाव आज पाण्याच्या बाबतीत स्वयंपूर्ण झालेलं आहे आणि भारतातलं एक आदर्श पाणलोटाचं काम तिथं मागच्या तीन वर्षांमध्ये झालेलं आहे. थोडक्यात काय केलं की, पावसाचा प्रत्येक थेंब जमिनीत कसा मुरेल यासाठी पाणी-साठवणुकीची जी झोळी निसर्गानं बहाल केली होती, ती फाटली होती. ती आपण शिवण्याचा प्रयत्न केला आणि २०० कोटी लिटर पाणीसाठ्याची सोय निर्माण केली.''

६.

दत्ता पाटील

'याहू' या जगप्रसिद्ध कंपनीत डायरेक्टर ऑफ इंजिनिअरींग ह्या हुद्द्यावर काम करणारे दत्ता पाटील. ते हलगरा या गावातले. महाराष्ट्रातल्या लातूरजवळचं हे एक छोटंसं खेडं. २०१६ साली या गावात गेले असताना पिण्याचं पाणी विकत घेण्याची वेळ दत्ता पाटील यांच्यावर आली, पण त्यामुळे त्या गावाचं नशीबच बदलून गेलं असं म्हणायला पाहिजे. कारण गेल्या अडीच वर्षात दत्ता पाटील यांच्या पुढाकारामुळं आणि गावकऱ्यांच्या सहकार्यामुळं या गावात २०० कोटी लिटर पाणी साठवण्याची क्षमता निर्माण झाली. त्याशिवाय रस्ते, स्वच्छतागृह अशी इतर अनेक कामं तिथे घडतायत. 'स्वच्छ, सुंदर, पाणीदार हलगरा' असं त्यांचं घोषवाक्य आहे.

लातूरजवळच्या तुमच्या हलगरा या गावाची परिस्थिती तुम्ही दोन वर्षात पालटून टाकली आणि ती पालटून टाकण्यासाठी तुम्ही खूप भरीव काम केलंय. दोन वर्षांपूर्वी जेव्हा तुम्ही तिथे गेलात तेव्हा नक्की परिस्थिती काय आणि कशी होती? आणि आता नक्की काय बदल झाले आहेत?

मी दत्ता पाटील. याहू कंपनीमध्ये डायरेक्टर ऑफ इंजिनिअरींग, या नात्यानं 'याहू मेल'वरती काम करतो. मी २०१६जानेवारी मध्ये माझी वार्षिक, नेहमीची सुट्टी घेऊन इथं आलो होतो आणि तेच हे वर्ष, ज्यावर्षी महाराष्ट्रामध्ये दुष्काळ होता. त्याच्या बातम्या आपण अमेरिकेत बे एरियामध्ये बसून वाचत होतो. त्यावर्षी लातूर शहरात पाण्याची इतकी टंचाई झाली होती की, जवळपास चार महिने आगगाडीने पाणी इथं जवळपास ५० मैलांवरून घेऊन यायला लागलं होतं. हे तेच वर्ष होतं आणि ठरल्याप्रमाणे मी गावाकडे पोचलो. पहिल्या दिवशी मी नेहमी प्रयत्न करतो की सुट्ट्यांमध्ये कुठेतरी धार्मिक स्थळावरती

एक कौटुंबिक सहल काढता येईल का? त्याही वर्षी पहिल्याच दिवशी आमचं कुटुंब-म्हणजे, मी, माझे आई-वडील, बायको वगैरे आम्ही सर्वजण पंढरपूरला गेलो होतो. आमचा सर्वसाधारणपणे ठरलेला असा कार्यक्रम असतो की पहाटे पाच वाजता निघायचं. धपाटे म्हणून माझा अतिशय आवडता पदार्थ आहे आणि दही हे बरोबर घेऊन निघायचं. आम्ही साधारणत: काय करतो की नऊ-साडेनऊच्या दरम्यान कुठल्यातरी एका शेताच्या बाजूला थांबून, चांगली जागा बघून, निसर्गरम्य जागेमध्ये सामूहिक नाश्ता करतो. तर त्यावर्षी मात्र मला असं जाणवलं की आम्ही जात होतो आणि आम्हाला एकही, हरित म्हणावा, असा पट्टाच भेटत नव्हता. म्हणजे एखादं चांगलं शेत, जिथं मळा आहे, जवळ पाणी आहे. तर अशी परिस्थिती झाली की, जवळपास नऊचा नाश्ता आम्ही अकरा वाजता केला आणि पाण्याअभावी एका हॉटेलमधून आम्हाला पाणी, तेही टँकरचं, खरेदी करावं लागलं. हे एक माझ्यासाठी खूप वेगळं चित्र होतं.

म्हणजे याच्याअगोदर ५-६ वेळेस आम्ही अशा कौटुंबिक सहली केलेल्या आहेत आणि यावेळेला मात्र आम्हाला पाणी आणि एखादी हिरवळ बिलकुल दिसली नाही. त्यावेळेला मी जेव्हा प्रवास करत होतो तेव्हा मनात खूप काही प्रश्न उमटत होते. मला हा भाग जवळपास, लास वेगासवरून जेव्हा आपण बे एरियाला येतो तसा, वाळवंटी दिसत होता, आणि मला असं वाटत होतं की, हा भाग मी पाहिलेला नाही किंवा हा माझा परिचित प्रदेश नाही दिसत. काहीतरी बदल झालेला आहे.

आपणाला माहितीच असेल कॅलिफोर्नियामध्येपण दुष्काळ आहे. पण इथला दुष्काळ आणि तिथला दुष्काळ यामध्ये मला खूप तफावत वाटली. प्रामुख्याने आपण बघितलं तर कॅलिफोर्नियात खूप मोठी हरित वृक्षराजी आहे. कधी आपण घरी पाणी टँकरने नाही आणलं. त्याकाळातही आपण बाथटबमध्ये आंघोळ करत होतो आणि इथं अगदी मूलभूत पातळीवर उतरून, १-२ लिटर पाण्यासाठीसुद्धा मारामारी होती. हे चित्र त्यावर्षी होतं आणि त्याच वेळेला मी सविस्तर शोध घेतला, तेव्हा माझ्या एक लक्षात आलं की फ्रीमाँट किंवा बे एरियामध्ये त्यावर्षी वार्षिक पर्जन्यमान ४५० मिलिमीटर इतकं होतं.. त्याचवर्षी माझ्या मूळ गावात, लातूरमध्ये त्याच्या दुप्पट पर्जन्यमान होतं. म्हणजे निसर्गानं त्यावर्षीसुद्धा भरभरून दिलं होतं, आणि तरीसुद्धा एक १०-२० लिटर पाण्यासाठी, त्यांना झगडावं लागत होतं. हा कॅलिफोर्नियाचा डेटा पाहून मला वाटलं की मुळातच कुठेतरी आपलं गणित चुकतं आहे. मी शेतकरी कुटुंबात वाढलेला आहे. नंतर अभियांत्रिकी शिकलोय, त्यामुळे मला वाटलं,

की हा प्रश्न सुटण्यासारखा आहे. बाकी तपशील ओघानं सांगेनच, पण तीन वर्षांमध्ये एक समस्याग्रस्त गाव आज पाण्याच्या बाबतीत स्वयंपूर्ण झालेलं आहे, आणि भारतातलं आदर्श पाणलोटाचं एक काम तिथं मागच्या तीन वर्षांमध्ये झालेलं आहे. थोडक्यात, आम्ही काय केलं की २०० कोटी लिटर पाणी-साठवणुकीचं मोठं भांडं निर्माण केलं. पावसाचा पडलेला प्रत्येक थेंब हा त्या भागामध्ये थांबेल, हे उद्दिष्ट ठेवलं. त्याचा वापर स्थानिक शेतीसाठी होईल आणि उरलेलं जमिनीत मुरेल. ह्याच्यामध्ये पाणलोटाचं एक शास्त्र असतं. थोडक्यात म्हटलं तर आम्ही २० किलोमीटरचा ओढा पुनरुज्जीवित केला. त्याचं खोलीकरण आणि रुंदीकरण केलं. त्याच्यावरती वेगवेगळ्या प्रकारचे बंधारे पाणी अडवण्यासाठी बांधले. शेतामध्ये कंपार्टमेंट बंड केली, गॅबियन बंधारे केले. ह्या संज्ञा जरा तांत्रिक वाटतील. थोडक्यात काय केलं की पावसाचा प्रत्येक थेंब जमिनीत कसा मुरेल आणि जे साठवणुकीचं भांडं देवानं, निसर्गानं दिलं होतं, जी झोळी फाटली होती- ती आपण फक्त शिवण्याचा प्रयत्न केला, आणि २०० कोटी लिटर पाणीसाठ्याची सुविधा मागच्या तीन वर्षात निर्माण केली.

हे खूपच अभिनंदनीय काम आहे तुमचं आणि तुमच्या गावातल्या सगळ्या लोकांचं! हे आमूलाग्र बदलाचं काम होतं, त्यामुळे आणि गावातल्या लोकांच्या मदतीने आणि इतक्या सुदूर जाऊन करायचं होतं, आव्हानात्मक होतं! सुरुवात कशी झाली ते आपण पाहिलं, आणि आता इतक्या चांगल्या परिस्थितीत तुम्ही पोचलाय. ह्या प्रवासातले काही थोडेसे ठळक टप्पे, एखाद-दोन आठवणी ऐकायला मजा येईल!

नक्कीच. तर मागे सांगितल्यानुसार २०१६ मध्ये मी ठरवून सुट्टीला गेलो होतो आणि माझ्याकडे केवळ १५ दिवस होते. याच्यापूर्वीपण, म्हणजे गावी मी जेव्हा नियमित जात असे, तेव्हा माझ्या मित्रांमध्ये वगैरे जरा वेळ मिळाला की काही ना काही सुधारणांच्या चर्चा होतच असत. जसं की बुवा शाळेची परिस्थिती खराब आहे, ह्याला कुणी काहीतरी करा किंवा रस्ता खराब आहे. तिथल्या २-३ स्थानिक प्रभावी व्यक्तींशी माझी चर्चा व्हायची. मला असं नेहमी वाटायचं की हे मी परत येईपर्यंत पुढच्या वेळी होणारच आहे, पण व्हायचं तर काहीच नाही. पोकळ वचनं ठरायची ती सर्व. ह्या पार्श्वभूमीवर, माझ्याकडे सुट्टीचे केवळ १५ दिवस होते. मग मी ठरवलं, की ह्या वेळी आपणच यात उतरायचं, आणि निदान ह्या कामाची सुरुवात करूनच जायचं. कमीतकमी एवढं

उद्दिष्ट मी १५ दिवसांमध्ये ठेवलं होतं. मग त्या १५ दिवसांमध्ये मला वाटतं, सकाळी ६ वाजल्यापासून ते रात्री १० वाजेपर्यंत याच गोष्टींना आम्ही वेळ दिला. मी त्यावेळेला, कमीतकमी म्हणजे त्या १५ दिवसांमध्ये, काम कसं सुरू होईल, अगदी कमी का असेना, निधी कसा जमवता येईल, जेणेकरून काही ना काही काम सुरू करता येईल, ह्याचा विचार केला.

मी गावामध्ये त्यावेळेला दोन ग्रामसभा घेतल्या होत्या. पहिल्या ग्रामसभेमध्ये फक्त हा विषय मांडला होता की ह्यावरती काम करायला पाहिजे. आपण हातावरती हात धरून बसायला नको. सरकारच्या मदतीची वाट बघत बसणं चुकीचं आहे. आपण आपल्याला जेवढं जमतंय तेवढं करू या. तोपर्यंत जलयुक्त शिवार या विषयावरती गावामध्ये चांगली जागृती झाली होती. दुसऱ्या बैठकीमध्ये ग्रामसभेमध्ये जवळपास आम्हाला ५ लाख रुपये लोकांनी लोकवर्गणी देण्याचं ठरवलं. प्रत्येकानं यथाशक्ती किती देऊ शकतो, ते पाहिलं. कुणी म्हणाले, मी पाच हजार देतो. कुणी म्हटलं, दोन हजार, असं. जेव्हा आम्ही एकत्रित केलं तेव्हा ५ लाख रुपये जमा झाले. माझा दगडू शेट्टी म्हणून एक मित्र आहे. खूप ज्येष्ठ व्यक्तिमत्त्व आहे त्याचं... त्यानं आणि मी असं ठरवलं की आपण दोघांनी तुलनेने खूप मोठी रक्कम द्यायची. एक-एक लाख रुपये आमच्या दोघांकडून, म्हणजे काम तरी सुरू करू. जरा ध्येयवेड्या म्हणता येईल अशा, बांधिलकी असणाऱ्या लोकांचा एक समूह मी उभा करण्यावर लक्ष केंद्रित केलं. शोधून शोधून गावातली अशी मुलं मिळवली. उपलब्ध संसाधनांमधूनच काय निर्माण करता येतंय, ते पाहिलं.

१५ दिवसांनंतर अमेरिकेत परतलो आणि नंतर व्हॉट्सअ‍ॅप, फेसबुकच्या माध्यमातून त्यांच्याशी मी संवाद साधत राहिलो. आमचं काम जवळपास २६ जानेवारी, २०१६ पासून सुरू झालं. चार किलोमीटरच्या ओढ्याचं खोलीकरण १५ जूनला संपलं आणि २२ जूनला पाऊस पडला. एक असा क्षण असा होता की, अक्षरशः पूर्णच्या पूर्ण गाव म्हणजे जवळपास एक ५ हजार माणसं पाणी पाहण्यासाठी गेली होती ओढ्यामध्ये. आम्ही काम करत गेलो आणि निसर्गानंही पण त्यावर्षी साथ दिली. तो पूर्णच्या पूर्ण ओढा भरला. मला असं बऱ्याचदा, बऱ्याच लोकांनी बोलून दाखवलं की, अरे आपल्या गावात एवढा पाऊस पडतो आणि एवढं पाणी आहे? त्यांची अशी प्रतिक्रिया होती की, एवढं पाणी आम्ही आयुष्यात कधी पाहिलं नाही. कारण नाले, ओढे बुजलेले होते. साधारण मागच्या १०० वर्षांमध्ये त्याच्यावरती काही काम झालं नाही. शेतातला जो गाळ असतो तो येऊन नाल्यामध्ये पडलेला आणि नाला बुजून

गेलेला. तर जे पावसाचं पाणी यायचं, पडायचं ते मग तसंच पुढे ह्या गावातून पुढच्या गावात, पुढच्या गावातून नदी, नदी ते समुद्र अशा पद्धतीनं. आपण प्रामुख्याने काय केलं, की ते पाणी तिथेच थांबण्यासाठी काही व्यवस्था केली.

मी या सगळ्याबद्दल वाचत असताना असं ऐकलं, की तुमच्या आईंनी याच्यात खूप महत्त्वाची भूमिका पार पाडली.

खरंतर २०१६ मध्ये जेव्हा काम चालू केलं, त्यावेळेला आई किंवा आमच्या घरचे ह्यात काही जास्त गुंतलेले नव्हते. इतर लोकांप्रमाणेच ५ हजार रुपये लोकवर्गणी आम्हीही दिली होती. पण २०१७ मध्ये मी जेव्हा कामाचे परिणाम पाहिले, तेव्हा मी म्हटलं, की ह्या कामामध्ये सातत्य ठेवायला पाहिजे, आणि २०१७ मध्ये पण त्याच्यावरती काम करायला पाहिजे. त्यावर्षी प्रामुख्याने चांगला पाऊस पडला होता. मी सातत्य ठेवण्यासाठी खूप प्रयत्न करत होतो.

त्यावेळेस, त्याच दरम्यान आमीर खानजींनी एक 'वॉटरकप' म्हणून स्पर्धा सुरू केली होती. त्याच्यामध्ये असं होतं की, ते प्रत्येक गावासाठी ४५ दिवस देणार आणि ४५ दिवसात जेवढं पाण्यावरती काम झालं असेल त्यानुसार ते आपलं मार्कशीट तयार करणार. तर गावागावांमध्ये ती स्पर्धा होणार होती. म्हणजे ज्यांना जास्त गुण मिळतील, तो महाराष्ट्रामधला प्रथम वॉटरकप विजेता. त्याच्यासाठी त्यांनी बक्षिसं ठेवली होती. पहिल्या क्रमांकाला ५० लाख. इतरही वेगवेगळी बक्षीसं होतीच. त्यांच्या नियमावलीनुसार गावातले ५ लोक संबंधित प्रशिक्षणासाठी जायला पाहिजेत, वॉटरकप सुरुवात होण्याच्या अगोदर आणि ५ पैकी २ महिला पाहिजेत. ही त्यांची पूर्व-अट होती. मला असे लोक मिळवण्यासाठी प्रत्येकाचं मन वळवायला जवळपास एक महिना लागला. कारण वॉटरकपमध्ये प्रामुख्याने ऐच्छिक, प्रत्यक्ष आणि शारीरिक सहभाग हा एक खूप महत्त्वाचा भाग आहे. मग प्रशिक्षण. माझा एक महिना लोकांना स्पर्धेत सहभागी होण्यासाठी तयार करण्यात गेला. त्यावेळेला कोणी महिला यासाठी तयार होत नव्हत्या, म्हणून मी आईला तयार केलं. मी म्हटलं, की तू गावामध्ये प्रशिक्षण घेऊन ये, त्यांच्या अटींनुसार. त्यामुळे ती ह्या सर्वात आपसूक ओढली गेली. हे झालं २०१७ मध्ये. त्याच्यानंतर आईचा एकूणच सहभाग खूप वाढत गेला आणि एक महत्त्वाचा टप्पा म्हणजे गेल्यावर्षी ती गावची सरपंच म्हणून निवडली गेली. आणि मागच्या ६ ते ८ महिन्यांमध्ये जवळपास ३ कोटी रुपयांचे वेगवेगळे प्रकल्प मार्गी लागले. जवळपास ३२० शौचालयं निर्माण केली आहेत. अत्यंत उच्च गुणवत्तेचा, अगदी आपल्या बे एरियातला वाटेल

असा अर्धा किलोमीटरचा सिमेंटचा रस्ता निर्माण केला आहे. ह्या निर्मितीत तांत्रिक मदत मी केली आहे. शिवाय, एक अर्धा किलोमीटरचा कच्चा रोड, १० हजार झाडं लावणं असे जवळपास ३ कोटी रुपये ह्या कामांसाठी खर्च होत आहेत.

क्या बात है! क्या बात है! तुमच्या संपूर्ण कुटुंबाचा यात खूपच सहभाग आहे आणि तुमच्या आई पण त्यात सहभागी झाल्यात, ही तुम्हाला खूपच आनंदाची गोष्ट असणार.

हो, म्हणजे हे सर्व न ठरवताच झालं, किंवा आम्ही त्यात ओढले गेलो म्हणा.

तुमच्या आईंच्या बरोबरच बाकी कुणाचं नाव तुम्हाला उल्लेखनीय वाटतं, घ्यायला पाहिजे असं वाटतं?

आता आमच्याकडे गावामध्ये स्थानिक ५० लोकांचा स्वेच्छेनं तयार झालेला समूह आहे. एक नाव घेतलं तर दुसरं विसरण्याचीच शक्यता जास्त- पण तरीही प्रामुख्यानं म्हणाल, तर माझा एक गावातला मित्र आहे. तो साखर कारखाना चालवतो. त्यांचं नाव अनिल गट्टू, गट्टू शेठ म्हणतो आम्ही त्यांना. त्यांचा प्रमुख सहभाग असतो. एक शेतकी अधिकारी आहेत, अनंत गायकवाड नावाचे. त्यांचे बंधू पूनम गायकवाडही ह्यात आहेत.. शिवाजी गायकवाडही पुष्कळ सहभाग देतात. काही माझ्या वर्गातले माझे वर्गमित्र आहेत. शिवाजी, योगेश आणि तानाजी. त्यांच्यासोबत महत्त्वाचं म्हणजे कलेक्टर, डेप्युटी कलेक्टर, बी.डी. ओ. आणि झेड.पी.सी.ओ. ह्या प्रशासकीय महत्त्वाच्या पदांवरील माणसांनी मागच्या ३ वर्षांमध्ये मला खूप मोठी मदत केलेली आहे. मला आठवतंय, मी ३ वर्षांपूर्वी त्यांच्याकडे भेटायला गेल्यानंतर माझे २ तास मला, केवळ त्यांच्या ५ मिनिटं भेटीची वेळ ठरवण्यासाठी घालवावे लागले होते. आज, आठवड्यातून एकदा तरी व्हॉट्सॲपवरती त्यांचा मेसेज असतो, 'काय चालू आहे, काही मदत हवी आहे का?'

म्हणजे चांगल्या कामाला सुरुवात केली की, सगळं जग त्यात सहभागी होतं. सरकारी कर्मचाऱ्यांना एरवी लोक शिव्या देताना दिसतात, पण तुमचा अनुभव वेगळा आहे.

नक्की, नक्कीच. माझा आधीचा सरकारी लोकांचा अनुभवही अगदी वाईट होता. माझ्या मुलाच्या जन्मदाखल्यात फक्त जन्मस्थान दुरुस्त करणं किंवा काही

किरकोळ दुरुस्ती होती. ते करून घेतानाही माझा एक महिना आणि दहा-वीस हजार रुपये गेले होते. मी तेव्हा बंगलोरमध्ये होतो.

त्यामुळे माझ्या डोक्यातही ह्या सर्वांची प्रतिमा, 'भ्रष्ट' अशीच होती. खरंतर आता जी तरुण मुलं सरकारी अधिकारी झाली आहेत, त्यांनाही काही करून दाखवण्याची ऊर्मी आहे. फक्त त्यांच्या कामाच्या प्रक्रिया वेळखाऊ आणि किचकट आहेत. त्यामुळे ते काय करू शकतात, त्याची परिणामकारकता कमी होते.

अरे हो, आपण सहभागाविषयी बोलत होतो. मी तुम्हाला गाव-पातळीवरील नावं सांगितली. पण मला इथून, अमेरिकेमधल्या भारतीय समाजाकडून खूप मोठी मदत होते आहे. मी मराठी मंडळाच्या काही कार्यक्रमांना गेलो होतो, आणि निधी उभारणीचा एक प्रयत्न म्हणून, थिएटरमध्ये सिनेमा सुरू होण्याआधी मी फक्त ५ मिनिटं मागितली होती. अशा विविध कार्यक्रमांमध्ये मी विनंती करायचो की, मी गावाकडे काही काम करतो आहे. तिथल्या भारतीय लोकांनी खूप मोठी मदत केली. 'याहू'मध्ये मी काम करतो, तिथल्या सहकाऱ्यांनी आत्तापर्यंत, मागच्या ३ वर्षांमध्ये जवळपास एक लाख डॉलर्स इतकी मोठी मदत केलेली आहे.

क्या बात है! माझा पुढचा प्रश्न हाच होता. 'याहू'च्या सहभागाबाबत मी वाचलं. पण मला कुतूहल असं होतं की, 'याहू' अमेरिकेतल्या बऱ्याच सामाजिक उपक्रमांना मदत करते, आणि लोकांचा स्वेच्छेनं सहभाग वाढावा म्हणूनही प्रयत्न करते. पण भारतातल्या कुठल्यातरी एका राज्यातलं, अतिशय दूरचं खेडं आणि तिथला एक प्रकल्प, त्याला त्यांनी मदत करावी हे तुम्ही त्यांना कसं पटवून दिलं?

मी जवळपास दहा वर्षांपासून 'याहू'मध्ये काम करतोय आणि मला वाटलं की, 'याहू'नं ह्यात काही वाटा उचलावा. असं मला वाटलं कारण आमच्याकडे एक Corporate Social Responsibility Wing आहे. त्यांनी मदत केली तर बरं, असं वाटत होतं. पण मलाही आधी हाच प्रश्न पडला होता. एकतर ही अमेरिकेतली कंपनी, आणि माझं गाव जर बघितलं तर महाराष्ट्रामध्ये आणि अत्यंत सुदूर म्हणता येईल, असं. त्यामुळे ह्या कामात मदत देऊन त्यांना काही साधणार नाही. मी जवळपास १५ दिवस विचार करत होतो, विचारायचं की नाही? कारण निधी मिळण्याची शक्यता खूप कमी दिसत होती. मग मी शेवटी विचार केला की, मी माझ्यासाठी काही मागत नाहीये. शेवटी गावातल्या

लोकांसाठी मागतोय. म्हणून मी आमच्या इथल्या काही २-३ लोकांची भेट घेतली आणि विशेष म्हणजे ते भारतीयपण नव्हते. पण आश्चर्य म्हणजे, त्यांना भेटल्यावर निधी मिळणं मला खूप सोपं वाटू लागलं. ह्या एकूणच प्रकल्पांच्या कामात माझा सर्वात कमी वेळ कुठे गेला असेल तर तो 'याहू'कडून पैसे मिळवण्यात! कारण माझी जी आस, उत्कट तळमळ त्या कामाशी निगडित होती, त्याचा कुठेतरी त्यांच्यावर खूप मोठा परिणाम झाला आणि त्यांनी हे पैसे टप्प्याटप्प्यांनी दिले. पहिले फक्त पंचवीस हजार डॉलर्स दिले होते आणि जेव्हा ते काम त्यांनी फोटोत पाहिलं, तेव्हा त्यांना पण आश्चर्य वाटलं. कारण जवळपास ४ लाख घनमीटर गाळ आम्ही वाहून जाण्यापासून वाचवला होता आणि राखला होता. अमेरिकन निकषांनुसार तो मल्टीमिलियन डॉलरचा प्रोजेक्ट होत होता. त्यामुळेही आणि मूळ माझं ध्येय नि उत्कट आस, ह्याचा परिणाम झाला असावा आणि त्यांना फलित पटकन दिसलंही. कारण बरेचदा काय होतं की, निधी एकदा दिला, की नंतर तो कसा वापरला जातोय, त्याचा परिणाम कितपत होतोय, हे बऱ्याच वेळेला देणाऱ्या कंपनीला किंवा देणगीदारांना नाही समजत. हे सुधारण्याचा मी खूप प्रयत्न केला. म्हणजे गावाकडच्या काय अडचणी आहेत, कोणती आव्हानं येतात, कुठपर्यंत काम झालं, निधी वापरला कसा गेला आहे-हे मी अत्यंत पारदर्शकपणे त्यांना सांगत गेलो. त्याचा एक खूप मोठा फायदा म्हणजे नंतरचं निधी-संकलन सोपं झालं.

नक्कीच, तुमची तळमळ त्यांच्यापर्यंत पोचली असणार. मगाचचा जो आपला मुद्दा होता की, तुमचा शासकीय अधिकाऱ्यांचा आधीचा अनुभव काही फारसा सुखकारक नव्हता, आणि आता मात्र तुम्हाला त्यांच्याकडून चांगल्या कामाला खूप मदत मिळाली. ही दोन भिन्न चित्रं का उमटली असावीत असं वाटतं?

मागच्यावेळेस जेव्हा मी गेलो होतो त्यावेळेला ते माझं एक वैयक्तिक काम घेऊन गेलो होतो. ह्या वेळेला वैयक्तिक काम नव्हतं. मी काहीतरी दुसऱ्यासाठी त्यांची मदत मागत होतो, असं एक कारण कदाचित असू शकतं. आणि दुसरं, मागच्या वेळेला मी जोडला नव्हतो गेलो त्यांच्याशी. मी जास्त रोखठोक पद्धतीने त्याकडे पाहात होतो. हे तुम्हाला हवे असलेले कागदपत्र, आता द्या मला सही-अशा पद्धतीनं. ह्या वेळेस तीन वर्षात मी त्यांच्याशी चांगलाच जोडला गेलो. आणि एखाद-दुसरा माणूस खराब असला तरी सगळे नसतात, शोधले की चांगले लोकही सापडतात.

आत्ताचे आमचे कलेक्टर आणि डेप्युटी कलेक्टर माझ्यापेक्षा वयानं लहान आहेत. माझ्या मते कदाचित त्यांची पहिली किंवा दुसरी नेमणूक असावी. मला नाही वाटत की, कोणताच विद्यार्थी, अभ्यास करताना हा विचार करतो की मला सरकारी अधिकारी बनून पैसे कमवायचेत. मला वाटतं, 'लोकसेवा' हाच त्यांचा मुख्य उद्देश असतो. कदाचित कालांतरानं भ्रष्ट यंत्रणा त्यांना खराब बनवत असेल. पण मी ही जी मंडळी पाहिली, त्यांच्यामध्ये अद्याप ती ज्योत ज्वलंत आहे. म्हणजे कुठेतरी त्यांना आतून जाणीव आहे की आपण इथं का आलो आहोत. आणि बरेचदा दुसरंपण कारण असू शकतं त्याचं की, मी इथे माझ्यासाठी काही मागत नसतो, दुसऱ्यांसाठी मागतो. तर त्याच्यामुळे ते माझ्याशी कदाचित या कारणाने जोडले जातात. निव्वळ शासनामध्ये असल्यानं ते जे करू शकत नाहीत ते शक्य करणारं एक व्यासपीठ त्यांना उपलब्ध होतं. आपणही त्याचा एक भाग आहोत, ही भावना त्यांना येत असणार. माझ्या मागच्या तीन वर्षांच्या अनुभवानंतर सरकारी अधिकाऱ्यांबद्दलचं माझं मत संपूर्णपणे बदललं आहे. उलट अशा चांगल्या लोकांबरोबर काम करता येतं आहे, ह्याचा मला अभिमान वाटतो.

फारच छान. सरकारच्याच सहभागाबद्दल तुम्हाला आता मला पुढचा प्रश्न विचारायचाय. मी वाचलं, की माजी मुख्यमंत्री देवेंद्रजी फडणवीस यांनी तुमचं गाव दत्तक घेतलंय. तर ही नक्की काय कल्पना आहे? त्याच्याबद्दल मला फार उत्सुकता आहे. असं एखादं गाव दत्तक घ्यायचं म्हटलं, तर त्यासाठी काय व्हायला लागतं? त्यासाठी नक्की कुठले निकष लावले जातात? आणि मग आता त्यांनी ते दत्तक घेतलंय, तर त्यामुळे या गावाला काय वेगळे फायदे मिळणार?

पंतप्रधान माननीय मोदी साहेबांनी प्रत्येक खासदाराला एक गाव विकसित करायला सांगितलं आहे. जेव्हा आम्ही हलगऱ्यामधे काम करत होतो, तेव्हा ते काम खूपच वेगळं असल्यानं, किंवा कुठलातरी अमेरिकेतला माणूस येऊन गावामध्ये काम करीत असल्यानं ह्याची वर्तमानपत्रांनी खूप मोठी दखल घेतली. माझ्यावरती किंवा या कामावरती मागच्या ३ वर्षांमध्ये जवळपास २५० पेक्षा जास्त लेख छापून आले. ही बातमी आता मराठवाड्यात पोचलेली आहे. तशीच ही बातमी फडणवीसांपर्यंत पोहोचली होती. मग फडणवीस आपण होऊन म्हणाले, की मी गावाकडे येतोय. लातूरला त्यांचा एक दौरा होता, त्यावेळेला त्यांनी हलगऱ्याला भेट द्यायचं ठरवलं. आम्ही कुणी त्यांना बोलावलं

नव्हतं, पण ही कामाची सकारात्मक बातमी वाचून ते गावामध्ये आले. त्यांनी गावामध्ये जवळपास ४ तास वेळ घालवला. २ तास श्रमदान केलं, सकाळी २ तास गावकऱ्यांशी चर्चा केली. त्याचा परिणाम म्हणजे गावातले लोक खूप प्रेरित झाले. कारण एकतर पहिल्यांदाच महाराष्ट्राचा मुख्यमंत्री गावामध्ये आला होता. ही तर एक मोठी गोष्ट होती सर्व गावकऱ्यांसाठी! ती नक्कीच त्यांना मनोबल पुरवून गेली. त्यांचं मागच्या ३ वर्षांपासूनचं काम, कष्ट ह्यांची कुठेतरी नोंद घेतली गेली होती. एक उत्साहाचं वातावरण निर्माण झालं. जवळपास एक महिनातरी गावामध्ये याच बाबीवरती चर्चा होती. तिथून गेल्यावर मा. मुख्यमंत्र्यांनी अशी घोषणा केली की, त्यांना इथली लोक-चळवळ पाहून, हे गाव दत्तक घ्यावंसं वाटलं आणि वेगवेगळ्या योजनांद्वारा त्याच्यामध्ये सुधारणा करावी, असं वाटलं. अर्थात ह्या घटनेला बराच कालावधी लोटला आहे, आणि फार काही पुढे झालं नाहीये. पण मला अजून आशा आहे, की त्यांना ह्यासाठी वेळ मिळेल. कारण त्यांच्यामागे हजार कामं असणार. त्यांनी मुख्य लक्ष घालायला हवं ते शाळा आणि पेय-जल योजना विकसित करण्यावर, कारण ह्या दोन्ही योजना काहीशा खर्चिक आहेत, पण मुख्यमंत्र्यांसाठी किंवा महाराष्ट्र शासनासाठी त्या खूप छोट्या आहेत. मीच नाही, संपूर्ण गावातली मंडळी पुढं काही घडण्याची आतुरतेनं वाट पाहतायत.

तुमच्या गावातल्या लोकांची जी गरज आहे ती मुख्यमंत्र्यांपर्यंत नक्की पोहोचेल. आपल्या 'विश्वसंवाद'च्या श्रोत्यांपैकी कुणी असा एखादा श्रोता असू शकेल की जो पुढे येऊन ती तुमची हाक त्यांच्यापर्यंत पोचवायला कदाचित मदत करेल, आणि तसं होऊ शकलं तर फारच उत्तम होईल आणि तुमची कामं पुढे जातील.

नक्कीच! मीपण माझ्या परीनं खूप वेळेला त्यांना लिहिलेलं आहे इमेलमधून. शिवाय, माझी आई त्यांना भेटण्यासाठी मंत्रालयामध्ये जात असते. पण त्यांचा कार्यभार इतका मोठा आहे की भेट अवघड असते.

या तुमच्या गावाला तुम्ही पाण्याच्या बाबतीत स्वयंपूर्ण बनवलंय एवढ्या प्रयत्नानंतर. अशाच इतरही काही यशोगाथा आहेत तुमच्या गावच्या, तर त्यांच्याबद्दल थोडं आम्हाला सांगा.

पाण्यानंतर आता, माझी आई सरपंच असल्यामुळे, मी अन्य दोन-तीन गोष्टींवरती लक्ष दिलेलं आहे. आधी आम्ही म्हणायचो- 'स्वच्छ सुंदर पाणीदार हलगरा'. तर आता जवळपास हा 'पाणीदार'चा भाग पूर्ण झालेला आहे. त्या

टप्प्यामधे शिक्षण बसत नव्हतं. पण आता चौथा भाग 'स्वच्छ सुंदर पाणीदार आणि शैक्षणिक हलगरा' आम्ही त्यात आणला आहे. अमेरिकेत जे जग मी पाहातो-रस्ते म्हणा,स्वच्छता म्हणा, ते इथे माझ्या आईच्या माध्यमातून किंवा आमच्या गावातला जो समूह तयार झाला आहे, त्यांच्याद्वारा करण्याचा प्रयत्न करत आहे. आम्ही सध्या 'प्रोजेक्ट कॅलिफोर्निया' म्हणून सुरू केलाय. हा ग्रामीण भागातला पहिला पक्का रस्ता असेल. भले अर्धा किलोमीटर का असेना, पण बनवलेला आहे!

हे काम होऊन १० दिवस झालेत. खरं तर मी कम्प्युटर इंजिनीअर आहे. मला रस्त्यांबद्दल जास्त माहिती नाही, पण मी मागच्या ६ महिन्यापासून अभ्यास केला की, इथले, अमेरिकेतले रस्ते बनत असताना कोणत्या कोणत्या गोष्टींवर ते लक्ष देतात आणि भारतातले रस्ते का खराब आहेत? आणि ह्याच्यासाठी काय तंत्रज्ञान आहे? ते सर्व वापरून आम्ही अर्धा किलोमीटरचा रस्ता तयार करून टाकलाय, आणि अक्षरश: अमेरिकेतल्यासारखा रस्ता झाला आहे. व्यक्तिश: माझं लक्ष खरंतर शाळा विकसित करण्याकडे आहे, पण मी मागच्या ३ वर्षांमध्ये त्याच्यावरती काम सुरू करू शकलेलो नाही. पण असं लक्ष का आहे-तर मीही ह्याच भागातला आहे. म्हणजे इथल्याच शाळेमध्ये माझं शिक्षण झालं. माझ्या जीवनातली पहिली १५ वर्षं मी इथंच घालवली. मी आज या घडीला अमेरिकेमध्ये आहे. हे सगळं घडून येण्यासाठी मुख्य कारणं दोन. एक, माझं शिक्षण आणि त्यामुळे जी संधी मला मिळाली. आणि दुसरी गोष्ट म्हणजे कुटुंबियांचा भक्कम आधार आणि पाठिंबा. मला असं वाटतं की, शिक्षण हे गरीबी आणि श्रीमंती ह्यांच्यातील दरी बुजवू शकेल, असं एक मोठं ताकदवान व्यासपीठ आहे.

आमची जिल्हा परिषदेची शाळा आहे, तिथं आम्ही काम सुरू केलं आहे. आम्ही पाच नवीन खोल्या, आपलं घर जसं असतं तशा पद्धतीनं बनवल्या आहेत. म्हणजे छप्पर ते फरशी, दर्जा आणि गुणवत्तेत कुठेही तडजोड नाही. आईला किंवा माझ्या मित्रांना सांगितलंय, जेव्हा तुम्ही स्वत:च्या घरचं काम करता तेव्हा जसं करता तसं इथे केलं, तर ही उच्च गुणवत्ता आपोआप येईल. तुम्ही घरामध्ये १० वेळा विचार करता, कोणत्या रंगाची फरशी वापरू, त्याच्यामध्ये योग्य सिमेंट आणि कॉंक्रीटचं मिश्रण योग्य आहे का नाही? तुम्ही तडजोड नाही करत त्याच्यामध्ये. अशाच पद्धतीनं १६ वर्गांपैकी पाच वर्ग पुढच्या २ महिन्यात तयार होतायत. त्याच्यामध्ये काही दुसऱ्याही गोष्टी आहेत, म्हणजे कुंपणाची भिंत आणि स्वच्छतागृहं. ते काम सुरू केलं आहे. हा निव्वळ

आस्थापनेचा, इन्फ्रास्ट्रक्चरचा भाग झाला, पण निव्वळ त्यामुळे बदल होणार नाही. आमूलाग्र बदलासाठी त्याच्यामध्ये विद्यार्थी, शिक्षक आणि पालक ह्या सर्व घटकांचा समावेश लागणार. मी माझ्या काही मित्रांना बोललो होतो, की मला एका उत्तम शिक्षकाच्या व्यावसायिक सेवेची गरज आहे. त्याचा मोबदला अर्थातच देऊ. आम्ही अंदाजे ५० हजार ते १ लाख रुपये प्रतिमहिना देण्याचा विचार करतोय, पण त्याच्या २-३ अटी आहेत. त्यांना ३ वर्षाचा कालावधी आपण दिला आहे. या कालावधीत त्यांनी पूर्णच्या पूर्णवेळ गावामध्ये राहायचंय. तीन वर्षं संपता संपता, फक्त दोन अंतिम फलितं त्यांच्याकडून अपेक्षित आहेत. पहिलं म्हणजे, निदान ४०० ते ५०० मुलं प्राथमिक इंग्लिश अचूक बोलू लागली असावीत आणि अगदी प्राथमिक संगणक कौशल्यं त्यांनी आत्मसात केलेली असावीत. म्हणजे मला सर्च करता येतंय, मी गुगल ड्राईव्हवरती एखादं डॉक्युमेंट क्रिएट करू शकतो, असा आत्मविश्वास त्यांच्यात निर्माण झाला पाहिजे. याच्यामागची भावना ही आहे की इंग्लिश हा जगाकडे जाण्याचा एक प्रकारचा दरवाजा आहे आणि कम्प्युटर हे त्याचं उपयोजित साधन आहे. ग्रामीण भागातली खूप मुलं या सर्वापासून वंचित आहेत. उदाहरणार्थ, मी आज या तंत्रज्ञानाचा वापर करून गावाशी संवाद साधतो आहे किंवा मी कम्प्युटर इंजिनिअर असूनही मला रस्ते कसे बनवतात माहिती आहे. ते काही मला कुणी सांगितलं नाहीये. मी बेसिकली गुगल सर्च केलेलं आहे, यूट्यूबवरती पाहिलेलं आहे. तर ही माहिती उपलब्ध आहे पण ती नक्की कशी मिळवायची, कोणती माहिती कुठं असते, हे प्राथमिक ज्ञानही ग्रामीण भागात पोचलेलं नाही. जग एवढं वेगाने पुढे चाललंय! मला कुठेतरी वाटतं की, ही मुलं एका खूप मोठ्या प्लॅटफॉर्मपासून वंचित राहतायत. तर त्यामुळे आम्ही असा विचार केला की, एखादा जरी असा ध्येयवेडा शिक्षक असला तर त्याला आपण उत्तम आर्थिक मोबदला देऊ आणि ३ वर्षाच्या कालावधीमध्ये फक्त त्यानं मगाशी सांगितलेल्या दोनच फलितांवर काम करावं.

अरे वा, फारच छान. चांगलं उद्दिष्ट असलेला आणि अतिशय down to earth असा तुमचा विचार मला दिसतोय या सगळ्यात. हे तुमचं जे काय काम आहे, त्याच्याबद्दल फारच ऐकून बरं वाटलं.

मगाशी बोलायला विसरलो. ह्याच कामात आणखी दोन मोठे हेतू आहेत. आमची एक Overseas Volunteers for a Better India नावाची संस्था आहे. मी तिच्याशी संबंधित आहे आणि त्यांनी ह्याच्यामध्ये फंड ट्रान्सफरमध्ये खूप

मोठी मदत केलेली आहे. माझा एक हेतू आहे की माझी गोष्ट ऐकून ५ ते १० लोक जरी अमेरिकेतून त्यांच्या मुळांशी जोडले गेले, तर मला वाटेल की माझा एक हेतू साध्य झाला. 'विश्वसंवाद'शी बोलताना हाही एक हेतू होता, की हे ऐकून कदाचित एखादा कोणी गावाशी जोडला गेला असेल तर तो परत आपल्या पद्धतीनं काही देऊन जाईल. कुणाला असं काही व्यासपीठ नसेल तर ते मला कळवू शकतात. खरंच आम्हाला आणखी निधीची गरज आहे. आम्ही वेगवेगळे प्रकल्प तिथे करतोय.

अरे वा! ह्या संस्थेची वेबसाईट आणि तसंच तुमचा इमेल सांगितलात तर आमच्या श्रोत्यांना त्याचा उपयोग होईल.

नक्कीच. आमची वेबसाईट आहे overseasvbi.org. माझ्याशी संपर्क साधण्यासाठी talktodatta@gmail.com हा इमेल वापरू शकता.

थँक्यू सो मच, दत्ता! तुमच्याशी बोलून फारच छान वाटलं.

दत्ता पाटील यांच्या मूळ मुलाखतीचा ऑडिओ एपिसोड ऐकण्यासाठी खाली दिलेल्या लिंक वापरा किंवा सोबत दिलेला क्यू आर कोड स्कॅन करा.

https://tinyurl.com/vs-yt-37-dp

पूर्व-प्रसिद्धी : १ ऑगस्ट, २०१८

अनिमा पाटील-साबळे

अंतराळात झेप घेण्याचं स्वप्न मनाशी बाळगत त्यासाठी आवश्यक ते प्रशिक्षण घेतलेल्या astronaut-aspirant scientist

''ह्या सगळ्याची सुरुवात झाली, तेव्हा मी जेमतेम ७ वर्षांची होते. आमच्या शाळेमध्ये एक 'पुस्तक जत्रा' होती. त्यात मला अमेरिकेच्या आणि रशियाच्याही अंतराळ कार्यक्रमाविषयी पुस्तकं, चित्रपट, माहितीपट बघायला मिळाले. मला अद्यापही स्पष्ट आठवतेय ते म्हणजे एका पुस्तकातील चित्रात एक अंतराळवीर पाठीवर बसून 'लॉन्च' होत होता. अंतराळवीर असे 'लॉन्च' होतात हे बघून मला खूप उत्सुकता वाटली. तेव्हा माझ्या मनात आलं, मला जर आयुष्यात काही बनायचं असेल-तर ते हे! मला अंतराळवीर व्हायचं आहे.''

७.

अनिमा पाटील-साबळे

एखादी गोष्ट अमर्याद आहे, असं सुचवायचं असलं की 'स्काय इज द लिमिट' असं आपण सहज म्हणून जातो. मात्र अनिमा यांच्याबाबतीत 'इव्हन स्काय इज नॉट द लिमिट' असं म्हणावंसं वाटतं. कारण त्यांना झेप घ्यायचीये ती आकाशाच्याही पलिकडे - अंतराळात. अनिमा यांचं स्वप्न आहे ते अंतराळवीर बनण्याचं!

लहानपणी पाहिलेलं स्वप्न साकार करण्याच्या मार्गावर आज अनिमा पाटील-साबळे यांचा प्रवास मोठ्या जिद्दीने चालू आहे. त्या मार्गावरचा एक महत्त्वाचा टप्पा त्यांनी गाठलाय. तो म्हणजे 'सायंटिस्ट अ‍ॅस्ट्रोनॉट कँडिडेट' म्हणून त्यांची निवड झाली आहे. अंतराळ प्रवास आणि संशोधन ह्यासाठीचे वेगवेगळे प्रयोग केले जातात, त्यात सहभागी होण्याची संधी त्यांना आता मिळाली आहे. आजवरच्या या प्रवासाची कहाणी त्यांच्याकडूनच आपण ऐकणार आहोत. त्याचबरोबर अंतराळ प्रवासापूर्वी कोणकोणते प्रयोग केले जातात, त्यांचं महत्त्व का आहे, किती वेगवेगळं प्रशिक्षण घ्यावं लागतं याची आजवर कधीही न ऐकलेली माहितीही त्या आपल्याला सांगणार आहेत. एका अगदी वेगळ्या क्षेत्रातल्या प्रत्यक्ष कामाचा अनुभव असणाऱ्या मराठी व्यक्तीचे हे अनुभव आपल्या सगळ्यांसाठी प्रेरणादायी ठरतील यात काही शंकाच नाही.

हॅलो अनिमा. तुमचं 'सायंटिस्ट अ‍ॅस्ट्रोनॉट कँडिडेट' म्हणून सिलेक्शन झालंय. हे तुमचं अतिशय लहानपणापासून जपलेलं स्वप्न होतं. ते स्वप्न पूर्ण करण्यासाठी तुम्ही बऱ्याच वेगवेगळ्या अडचणींवर मात करून तिथपर्यंत पोचलेल्या आहात. ही बातमी जेव्हा तुम्हाला पहिल्यांदा कळली, की तुमचं स्वप्न पूर्ण होण्याची पहिली पायरी तुम्ही गाठली आहे, त्या क्षणाकडे आम्हाला घेऊन चला. त्या क्षणी तुमच्या मनात काय विचार

आले? पहिल्यांदा कोणाशी बोललात?

ह्या निवडीची बातमी, हा नक्कीच फार रोमांचकारी क्षण होता. एक यशस्वी पाऊल उचललं ह्याचं निश्चितच समाधान होतं त्यात. सर्वात आधी माझ्या नवऱ्याला आणि आई-वडिलांना मी ही बातमी कळवली. त्यांनाही खूप आनंद वाटला. आता माझा प्रवास सुरू झाला आहे. 'नासा अॅस्ट्रोनॉट' बनणं मात्र अद्याप बाकी आहे. खरंतर ते माझं सर्वोच्च स्वप्न आहे. मला अजूनही नासा अॅस्ट्रोनॉट बनायचंय आणि मी त्यासाठी प्रयत्न करत राहणार. पण 'सायंटिस्ट अॅस्ट्रोनॉट कँडिडेट' ही माझी पर्यायी योजना आहे. आता व्यावसायिक अंतराळ-उद्योग मोठ्या प्रमाणावर वाढतो आहे. त्यासाठी हे दोन प्रकल्प आहेत: प्रोजेक्ट पॉसम आणि फेनम म्हणून, ज्यासाठी माझी 'सायंटिस्ट अॅस्ट्रोनॉट कँडिडेट' म्हणून निवड झाली आहे. आम्हाला त्यासाठी प्रशिक्षण दिलं जातंय. निवडलेल्या उमेदवारांपैकी, माझं प्रोजेक्ट पॉसमचं प्रशिक्षण पूर्ण झालं आहे. As a Scientific Astronaut Candiate, I am ready for project PoSSUM space flights. दोन-एक वर्षात ह्याच्या फ्लाईटस् सुरू होणार. तेव्हा आम्हाला अपर मेसोस्पिअरमध्ये म्हणजे सबऑर्बिटपर्यंत उंची गाठता येणार आहे, काही संशोधन करण्यासाठी. याविषयी आणखी माहिती बोलण्याच्या ओघात मी देईनच.

हे प्रोजेक्ट पॉसम आणि प्रोजेक्ट फेनम काय आहेत आणि त्यांचा उपयोग काय होणार आहे ?

प्रोजेक्ट पॉसमचे दीर्घरूप आहे- Polar Suborbital Science in the upper Mesosphere (PoSSUM). आपल्या पृथ्वीच्या वरील भागातलं जे वातावरण विविध आवरणं मिळून बनलं आहे, त्यातले अपर मेसोस्फिअर (Mesosphere) म्हणजे मध्यावरण. स्तरितावरणाच्या वरचा ८० कि.मी. जाडीचा थर ही चौथी आवरण-पातळी आहे. इथे तपमान उणे १०० सें. इतकं कमी होतं. त्यात सहसा ढग नसतात. ट्रोपोस्फिअर (Troposphere) म्हणजेच क्षोभावरण/तपांबर हा भूपृष्ठापासून ८ ते १० कि.मी. जाडीचा थर असतो. ९०% हवा ही या आवरणात साठवलेली असते. ढग, वादळं, पाऊस, हिमवर्षाव हे सर्व याच आवरणातून होताना दिसतं. इथलं तपमान उणे ७०० सें. इतकं कमी होऊ शकतं. तपांबराच्यावरच्या पातळीपर्यंत ढग असतात आणि तिथपर्यंत आपली 'हवा' निर्माण होत असते.

पण गेल्या काही वर्षांमध्ये वैज्ञानिकांना अपर मेसोस्फिअरमध्ये काही

ढग आढळून आलेले आहेत. त्यांना Noctilucent Clouds म्हणतात. म्हणजे मांजराच्या डोळ्यांप्रमाणे रात्री चमकणारे. तर आपल्याला हे समजून घ्यायचंय की ह्या ढगांची निर्मिती नक्की कशामुळे झाली आहे आणि अंतराळ संशोधनावर त्यांचा काही दुष्परिणाम होणार आहे का? अंतराळ-यानांची उड्डाणं, रॉकेटस् लाँच होणं, उपग्रहानं पृथ्वीभोवती प्रदक्षिणा घालणं ह्या सर्व गोष्टींवर त्यांचा काही परिणाम होईल का? ह्याच्या अभ्यासासाठी आपण अपर मेसोस्फिअरपर्यंत प्रत्यक्ष प्रवास करणं गरजेचं आहे. आता सध्या, असा अभ्यास पॅरॅशूटस्, बलून्सद्वारा, किंवा हाय-ॲल्टिट्युड एअर बलून्समध्ये काही कॅमेरे ठेवून केला जातो. त्यांच्याद्वारा आपल्याला ह्या ढगांची छायाचित्रं मिळतात. पण जे काम आपण माणसं करू शकतो, जी माहिती, विदा (data) आपण प्रत्यक्ष गोळा करू शकतो, ते ह्या उपकरणांच्या सहाय्याने आपल्याला मिळू नाही शकत आणि म्हणून आपल्याला गरज भासते ती अष्टपैलू अंतराळवीरांची, जे उच्च अर्हता असणारे वैज्ञानिकही आहेत, आणि अंतराळवीर म्हणून प्रशिक्षितही आहेत. कारण ह्या आवरणापर्यंतच्या प्रवासात सूक्ष्म-गुरुत्वाकर्षणाचा म्हणजेच मायक्रोग्रॅव्हिटीचा तुम्हाला नक्की अनुभव येणार. अशा सूक्ष्म गुरुत्वाकर्षणासाठी प्रत्येक माणसाचं शरीर जुळवून घेईलच असं नसतं. काही लोकांना नॉशिया येतो, सिकनेस होतो. मग ते कदाचित त्यांच्या वाटची कामं पूर्ण करू न शकण्याची भीती असते म्हणून त्यासाठी आपण आधी प्रशिक्षण घेतलेलं असणं आवश्यक आहे. आमचं ते प्रशिक्षण चालू आहे प्रॉजेक्ट पॉसमसाठी, नॉक्टिल्युसंट क्लाऊड्सच्या अभ्यासासाठी.

प्रॉजेक्ट फेनम (Physical, Health and Environmental Observations in Microgravity - PHEnOM)) हा एक अजून मोठा, दोन वर्षांचा विस्तृत कार्यक्रम आहे. अंतराळातील प्रवासात मानवी वर्तणूक, शरीररचना ह्यांमध्ये काय बदल होतात त्याचं प्रशिक्षण घेतो आहोत. वैज्ञानिक अंतराळवीर म्हणून आम्हीही भरपूर संशोधन करणार आहोत. हा कार्यक्रम नुकताच सुरू झालेला आहे, त्यात बदल, स्थित्यंतरं होत राहतील. ह्याच कार्यक्रमाचा भाग म्हणून आम्ही The Mars Desert Research Station (MDRS) म्हणून जी संस्था आहे, तिथंही जाणार आहोत. अत्यंत विलग, मंगळाप्रमाणे असणाऱ्या वातावरणात ही संस्था आहे. तिथे आम्ही चौदा दिवसांच्या एका मोहिमेत सहभागी होणार आहोत. मी त्याची कमांडर असेन आणि माझ्या हाताखाली पाच सदस्यांचा संघ असेल. आम्ही त्या अधिवासात मंगळावर असल्यासारखे राहणार. आम्ही जेव्हा त्या अधिवासाबाहेर पडणार असू, तेव्हा आम्ही स्पेससूटमध्ये असू, जणू काही

आम्ही मंगळावर, तो ग्रह शोधण्याच्या मोहिमेवर बाहेर पडतो आहे. तर अशा प्रकारचं संशोधन आम्ही तिथं करणार आहोत. अर्थात हे एक उदाहरण झालं. आमच्या प्रशिक्षणातला एक भाग रशियन भाषा शिकणं, हाही आहे. वेगवेगळ्या भाषा तुम्हाला यायला हव्यात. कारण आता जेव्हा Deep Space Missions सुरू होतील, तेव्हा आंतरराष्ट्रीय असा अंतराळवीरांचा समुदाय असणार. नुसतं पुढील काळात नाही, तर अगदी आत्तासुद्धा आंतरराष्ट्रीय अंतराळ स्थानकांवर अंतराळवीरांना रशियन भाषा, जपानी भाषा येणं गरजेचं आहे, कारण आपण या सगळ्या देशांमधल्या अंतराळवीरांसोबत काम करत आहोत. त्यामुळे इतका परस्पर-संवाद गरजेचा आहेच. आमच्या प्रशिक्षणातील वैविध्य किती आहे ह्याचं हे एक उदाहरण म्हणता येईल.

मला वाटतं की लोकांना प्रत्येकवेळी आधी माहिती नसणार की अंतराळवीर होण्यासाठी तुम्हाला भाषापण शिकाव्या लागतात!

इतकं सरसकट नाही म्हणता येणार, कारण नासाचे जेव्हा ॲस्ट्रोनॉट्स निवडले जातात, तेव्हा त्यांनासुद्धा प्रशिक्षणामध्ये ह्या भाषा शिकाव्या लागतात. अंतराळवीर होण्यासाठी दोन वर्ष प्रशिक्षण घ्यावं लागतं. ते पूर्ण होईपर्यंत त्यांना 'अंतराळ-उमेदवार' हा दर्जा असतो. त्यामध्येसुद्धा काही ट्रेनिंग अमेरिकेत होतं, काहीसाठी सहा महिने रशियामध्ये, कॅनडामध्ये जावं लागतं. कारण आंतरराष्ट्रीय अंतराळ स्थानकांवर 'कॅनडा आर्म' आहे, जो अमेरिकेचे अंतराळवीरही वापरतात. जपानला जावं लागतं. जाक्सासोबत (Japan Aerospace Exploration Agency - JAXA) आपला सहकार्य करारसुद्धा आहे. आंतरराष्ट्रीय अंतराळ स्थानक हा परस्पर सहकार्यानंच होणारा उपक्रम आहे, म्हणून ज्या ज्या देशांची मोड्यूल्स त्यावर आहेत, तिथं जाऊन प्रशिक्षण घेणं आवश्यक आहे, आणि म्हणून मग या सगळ्या भाषा येणं आवश्यक ठरतं. आता रशियन स्पेस कॅप्सुल्समध्ये जेव्हा आपले अंतराळवीर वावरतात, तेव्हा त्यांना ज्या सूचना रशियनमध्ये आहेत, त्या वाचता यायला हव्यात. काही रशियन अंतराळवीर फक्त रशियन बोलतात, मग त्यांच्याशी संवाद कसा साधणार? अशासाठी ह्या सर्व गोष्टी येणं गरजेचं आहे.

जी प्रशिक्षणं आत्तापर्यंत तुम्ही सांगितलीत, त्यापेक्षा अजून काही वेगळी प्रशिक्षणं तुम्ही घेतलीत का? तुम्हाला काही त्याची वेगळी तयारी करायला लागली का ?

हो. अशा काही ट्रेनिंग प्रोग्रॅम्समध्ये मी सहभागी आहे. काहींमध्ये मी

प्रशिक्षणार्थी म्हणून नव्हे, तर प्रयोग ज्याच्यावर करायचा तो उमेदवार म्हणून सहभागी होते जसं आता नासा किंवा Federal Aviation Administration- जे अमेरिकेचा अवकाश नियंत्रित करतात, व्यावसायिक हवाई कंपन्यांसाठी नियम आणि नियमन ठरवतात-त्यांचे काही टेस्ट प्रोग्रॅम्स सुरू आहेत. त्यांना डेटा हवा आहे काही रिसर्च प्रोग्रॅम्सवर. त्यात अशा संधी येतात, जिथे तुमच्यावर प्रयोग करण्यासाठी तुम्ही सहभागी होऊ शकता. तर मी एका अशा प्रयोगात सहभागी आहे. National Aerospace Training and Research (NASTAR) Center म्हणून एक सेंटर आहे पेनसिल्व्हेनियामध्ये, तिथे सेंट्रीफ्यूज आहे. सेंट्रीफ्यूजमध्ये अधिकतम गुरुत्वाकर्षणाचं, म्हणजेच हाय-ग्रॅव्हिटीचं प्रशिक्षण दिलं जातं. आपण पृथ्वीवर असताना वन जी (1 G) गुरुत्व-बल (Gravitational Force) आपल्या शरीरावर परिणाम करत असतं. यासाठी to pull Gs असा शब्दप्रयोग आहे, पण जेव्हा आपण अवकाशात, अंतराळात जातो तेव्हा भरपूर 'जीज्'(Gs) अंतराळवीरांना अनुभवायला मिळतात. You pull a lot of Gs, upto 4 to 6 Gs.. प्रत्येक मानवी शरीर ते सहन करू शकेलच असं नाही, देवाने तशी रचनाच केलेली नाही. काहींना मळमळ होऊ लागते, काहीजण थोड्या वेळासाठी पूर्णपणे बेशुद्ध होऊ शकतात. मग करायचं काय? जे भावी अंतराळ प्रवासी असतील, त्यांच्यासाठी ह्या बाबतीत विचार करावाच लागेल, कारण आता व्यावसायिक अंतराळ-प्रवास उद्योग वाढणार आहे, अंतराळ-पर्यटन वाढणार आहे. तर त्यासाठी एफ.ए.ए.ला (Fedaral Aviation Administration) समजून घ्यायचंय की या लोकांना, ते प्रत्यक्ष अंतराळात जाण्याआधी काय प्रशिक्षण द्यायला पाहिजे. हा अभ्यास त्यांचा सध्या चालू आहे. त्यात मी सहभागी झाले होते आणि सेंट्रीफ्यूजमध्ये मी चांगलीच गरागरा फिरवली गेले (I got spinned). दोन प्रकारच्या प्रवासांचे नमुने आम्ही अनुभवून पहिले. पहिला, व्हर्जिन गॅलॅक्टिकच्या स्पेसशीप वनचा फ्लाईट प्रोफाईल. फ्लाईट प्रोफाईल म्हणजे स्पेसशीप वन प्रत्यक्षात नक्की कसं उडणार? तर ते ४० हजार फुटापर्यंत एका हवाई यानाला जोडलेलं असणार. मदरशिप म्हणतात त्याला आणि मग ४० हजार फुटावर गेल्यावर त्याला ड्रॉप केलं जाणार. मग ते एका रॉकेटशिपसारखं टेक-ऑफ करणार. तर ह्यातल्या प्रत्येक टप्प्यावर जे 'जीज्' अंतराळ प्रवाशांना अनुभवयाला मिळतील, ते वेगवेगळे असणार. आम्हाला तसं प्रशिक्षण दिलं गेलं. काही संरक्षक हालचाली शिकवल्या जातात, म्हणजे जर तुम्हाला वाटायला लागलं की तुम्ही आता पास आऊट होणार आहात, इतके जीज् आपल्याला सहन होत नाहीयेत, तर असं वाटण्याच्या विरुद्ध काही

प्रशिक्षणात्मक डावपेच, हालचाली असतात. त्या जर तुम्ही त्या ताणात पार पडू शकलात, तर मग तुम्ही टिकता. नाहीतर यू माईट पास आऊट. छान अनुभव होता तो सगळा. माझ्या लक्षात आलं की माझं शरीर हे जास्तीचे जीज् सहन करू शकतं आहे. मी पास आऊट नाही झाले, उलट मजा आली. त्यानंतर मी Microgravity Space Suit Evaluation म्हणून एका कार्यक्रमामध्ये सहभागी झाले. प्रॉजेक्ट पॉसममध्ये मी जे सायंटिस्ट ॲस्ट्रोनॉट कॅंडिडेटस् ट्रेनिंग केलं, त्यानंतर मला ही सुसंधी मिळाली, कारण मी प्रशिक्षित होते. तर त्यात मी एक स्पेस सूट घातला होता. फायनल फ्रंटीअर डिझाईन अशा नावाची एक व्यावसायिक कंपनी आहे. ती नासाची सहकारी म्हणून स्पेस सूट्स तयार करते आहे. त्यांच्या स्पेस सूटला सूक्ष्म-गुरुत्वाकर्षणात (मायक्रोग्रॅव्हिटीमध्ये) तपासून पाहायचं होतं. मग मी तो स्पेस सूट घालून एका Falcon 20 यानानं उड्डाण केलं. माझ्यासोबत बरेच सहकारी होते, ते माझी विविध मोजमापं घेत होते, माहिती, डेटा गोळा करत होते. आम्ही १५ पॅराबोलाज् इतकी उड्डाणं पूर्ण केली. पॅराबोला म्हणजे तुम्ही उभे, सरळ वर जात असता, तेव्हा तुम्ही दोन जीज् अनुभवता आणि मग ते यान अगदी सरळ होऊन जातं. पॅराबोलाच्या सर्वोच्च बिंदूवर ते स्थिरावतं. सरळ उडू लागतं. तेव्हा तुम्ही मायक्रोग्रॅव्हिटीचा अनुभव घेता (zero Gs) तेही तेवीस सेकंदांसाठी फक्त. हा अनुभवही जबरदस्त होता. मग ते परत उलटा सूर मारून सरळ रेषेत खाली येऊ लागतं, उलटं. त्यानंतर पुन्हा वर सरळ रेषेत जातं. ह्या सरावाला तुमची प्रचंड मानसिक तयारी लागते. तुम्ही कितीही प्रशिक्षित असलात तरी तो एक वेगळा, टोकाचा अनुभव असतो. पण माझा स्वत:च्या प्रशिक्षणाचा हाच मार्ग आहे की आपण आपल्या शरीराची परीक्षा किती पाहू शकतो? आपली खरी ताकद त्यात कळते. स्कूबा डायव्हिंगचा अनुभव माझ्यासाठी सर्वात आव्हानात्मक होता. म्हणजे हवेत उडणं मला एवढं धोकादायक वाटत नाही, जेवढं मला पाण्याच्या आत जाणं वाटतं. आपण सगळे वाढलो भारतामधे, तेव्हा त्यावेळी पोहणं ही इतकी रुळलेली गोष्ट नव्हतीच. मग त्यात आपण प्रशिक्षित होण्याचा वगैरे तर प्रश्न नव्हताच. जेव्हा मी अमेरिकेला आले, तेव्हा म्हटलं, आता आपल्याला जर हे सगळं करायचंय तर निदान थोडं पोहता यायला हवं. म्हणून मी जरा मोठ्या वयात थोडं शिकून घेतलं, पण मी ५ फुटांच्या पलिकडे गेलेले नव्हते. जेव्हा मी स्कूबा डाईव्ह करायचं ठरवलं, तेव्हा ट्रेनिंगच्या पहिल्याच दिवशी पूलच्या तळाशी घेऊन जातात १२ फूट खाली. तर माझ्यासाठी ते खूप भीतीदायक प्रकरण होतं. माझ्या पाठीवर एअर टॅंक होती, पण तरीही मला खूप भीती मनामध्ये

वाटत होती. त्या भीतीवर मात करणं, हा तोपर्यंतच्या माझ्या आयुष्यातला सर्वात आव्हानात्मक क्षण होता. त्या पहिल्या दिवशी फार धडपड झाली, पण मग मी ठरवलं की जर आपल्याला हे करायचंय तर आपल्याला ही भीती घालवायला हवी. ते मनात एकदा ठरवलं आणि स्वत:च्या कणखरपणाची चाचणी घ्यायची ठरवली. मन स्थिर केलं, आणि त्याला बजावलं, की ह्या भीतीवर आपण मात करणार आहोत. ते जमलं. हे, मला वाटतं, माझं आजवरचं सर्वात मोठं यश म्हणता येईल. मला मायक्रोग्रॅव्हिटीचा अनुभव, किंवा १५ हजार फुटावरून उडी मारणं (जे मी केलं आहे) हेसुद्धा इतकं आव्हानात्मक वाटलं नव्हतं, जितकं पाण्याखाली श्वास घेणं वाटलं. पण एकदा जमल्यावर ते फार समाधान देऊन गेलं. मी तेच सगळ्यांना, विद्यार्थ्यांनासुद्धा सांगत असते, की स्वत:ला आव्हान द्या. ललकारा. तुमचे जे जे भयगंड आहेत त्यांच्यावर मात करा. त्यानंच तुम्हाला आयुष्यातलं सगळ्यात मोठं समाधान मिळेल.

नक्कीच नक्कीच. जेव्हा आपण भारतीय पार्श्वभूमीच्या किंवा भारतीय वंशाच्या अंतराळवीरांचा विचार करतो, तेव्हा काही अगदी मोजकी म्हणजे एका हाताच्या बोटावर मोजण्याइतकी नावं आपल्याला माहिती असतात. राकेश शर्मानंतर कल्पना चावला, सुनीता विल्यम्स. या सगळ्या व्यक्तिमत्त्वांमधे आता कदाचित तुमचापण समावेश झालेला आहे. मला वाटतं की, मराठी माणूस म्हणून तर बहुतेक तुम्ही एकट्याच आहात ह्या सगळ्या उपक्रमामध्ये. तर इतक्या प्रतिष्ठित, अद्वितीय समूहाचे सभासद असण्याचा काही ताण जाणवतो का? काही जबाबदारीची जाणीव वाटते का?

माझ्या मते ह्या सगळ्यासाठी मला अजून बरेच टप्पे गाठायचे आहेत. तुम्ही मला 'अंतराळवीरांच्या समूहाची सभासद' असं म्हणालात त्याबद्दल आभार, पण जोवर अंतराळात एखादा का होईना, प्रत्यक्ष प्रवास मी करून येत नाही, तोवर मला वाटतं, त्या श्रेयाची मी वाटेकरी होऊ शकत नाही. त्या मार्गावर आहे, ही खूपच आश्वासक, अभिमानास्पद गोष्ट आहे. त्याचं दडपणही येतं, कारण ज्या प्रकारे विविध वयोगटातले विद्यार्थी माझ्या संपर्कात येतात, तिथंच मला एक जबाबदारी जाणवते. मी त्यांना उचित माहिती, योग्य, तांत्रिकदृष्ट्या अचूक माहिती द्यायला हवी हा माझा आग्रह असतो. अशी माहिती मी त्यांना स्वहस्ते लिहून देते, म्हणजे सुयोग्य माहितीच त्यांना मिळते. ५-६ वर्षांच्या मुलांमुलींचे पालकही माझ्या संपर्कात येतात, विचारतात, की आमच्या मुलाला,

मुलीलासुद्धा आम्हाला अंतराळवीर बनवायचंय, तर आम्ही काय करायला हवं? इथं एअरोस्पेस इंजिनिअरींगमध्ये, मेकॅनिकल इंजिनिअरिंगमध्ये एम.एस. करणारे जे भारतीय विद्यार्थी आहेत, तेही हाच प्रश्न विचारतात, की आम्हालासुद्धा हे सगळं करायचंय, तर आम्ही ते कसं जमवू शकू? भारतातले विद्यार्थीही हेच विचारतात, तेव्हा वाटतं, की जे मार्गदर्शन मला मिळू शकलं नाही, ते मी ह्यांना देऊ शकते आहे. ही भावना परिपूर्तीची असते, आणि त्याचबरोबर ही जबाबदारीही येते, की मी त्यांना अचूक, उचित माहिती देते आहे ना?

आधी तुम्ही सॉफ्टवेअर इंजिनिअरींगपासून सुरुवात केलीत. बी.एस्सी. फिजिक्स आणि नंतर एम.सी.ए. आणि मग सॉफ्टवेअर इंजिनिअर म्हणून काम करणं, नंतर एअरोस्पेसचा अभ्यास करून या क्षेत्रात येणं... अशा बऱ्याच वेगवेगळ्या मार्गांनी तुम्ही शेवटी तुमच्या स्वप्नापर्यंत पोहोचता आहात. हे सगळ्यांना जमत नाही. खूपच कमी लोक हे असं शंभर टक्के जमवू शकतात. पण तुम्ही जर तटस्थपणाने तुमच्या करिअरकडे बघितलंत, तर हे इतकं वेगळ्या प्रकारचं यश मिळवण्यासाठी तुमच्यातले, व्यक्तिगत असे, कोणते स्वभावगुण महत्त्वाचे ठरले, असं तुम्हाला वाटतं?

मला वाटतं चिकाटी, जिद्द आणि एक ती पोटातली आंच-इच्छाशक्ती, की मला हे करायचंच आहे. मला कितीही अडचणी येवोत, मी थांबणार नाही. स्वप्न साध्य करण्याची प्रबळ इच्छाशक्ती ही अत्यंत आवश्यक आहे. मी हे सगळं सोडून दिलं असतं, असे बरेच प्रसंग होते. अनेक अडचणी आल्यात. आता मी पायलट ट्रेनिंग घेत आहे. तेही बऱ्याच वर्षांपासून सुरू आहे आणि तिथे तेव्हासुद्धा बऱ्याच वेळा आल्या, जेव्हा मी सोडून द्यायला हवं होतं. अगदी माझ्या कुटुंबियांकडून विरोध झाला, तेव्हासुद्धा मी सोडून द्यायला हवं होतं. मला सगळ्यांनी चक्क विचारलं की तुझ्याकडे एक चांगली नोकरी आहे, एवढं छान मोठं घर आहे, मूल झालेलं आहे. आता मस्त आराम करायचा आणि मजा करायची, का एवढी मेहनत घ्यायची? माझ्या मैत्रिणी मला म्हणाल्या, आयुष्याच्या ह्या टप्प्यावर आता तू हे कष्ट का घेते आहेस? तर असे खूप प्रसंग आलेत, वेळा आल्या आहेत, पण का कुणास ठाऊक, आतून मला हे असं सोडून द्यावंसं कधीच वाटलं नाही. मला अजूनही नेहमी आशा असते की गोष्टी मला अनुकूल होतील. मी अजूनही नासा अंतराळवीर होईन, असा मला विश्वास आहे आणि हे खूप महत्त्वाचं असतं, तरच तुम्हाला यश मिळत जातं. जर कुठल्याही थांब्यावर तुम्ही प्रयत्न करणंच सोडून दिलं

तर मग तुमच्या मनासारखं आयुष्यात होणार नाही. मग तुम्ही फक्त आयुष्यभर विचार करत राहाल, की मी हे असं केलं असतं तर काय झालं असतं. तर आज मी नेहमी सगळ्यांना हेच सांगते की, मी माझं अंतिम उद्दिष्ट जरी गाठू शकले नाही, तरीही मला समाधान वाटेल. कारण 'वय' ही एक गोष्ट आज मला फारशी अनुकूल नाही. तर त्यामुळे, समजा नाहीच जमलं, तर कमीतकमी मला एक समाधान राहील, की शक्यतेच्या शेवटच्या क्षणापर्यंत मी प्रयत्न केला. तो प्रयत्न करत असताना मी माझ्या प्रवासाची भरपूर मजा घेतली. मी आज सगळ्याची मजा घेते आहे; वैज्ञानिक म्हणून, प्रशिक्षणार्थी अंतराळवीर उमेदवार म्हणून, वैमानिक म्हणून, स्कूबा डायव्हर म्हणून, स्टुडन्टससाठी एक 'स्टेम अॅडव्होकेट' (STEM: Science, Technology, Engineering, Mathematics या क्षेत्रांमध्ये विद्यार्थ्यांना प्रोत्साहन देण्याचं काम) म्हणूनही मी बऱ्याच गोष्टी करते आहे. त्याचं समाधान आहे. अजून खूप मोठा पल्ला पार पाडायचाय. पण हार मानू नका, स्वप्नं पाहणं सोडू नका, हेच सांगता येईल.

आज ना उद्या तुमच्या एवढ्या कष्टांना फळ येईल यात मला शंकाच वाटत नाही. आपण थोडंसं तुमच्या पार्श्वभूमीकडे वळू या, की तुम्ही शिकलात कुठे? कौटुंबिक पार्श्वभूमी काय होती? तुम्ही फिजिक्स आणि सॉफ्टवेअरमध्ये काम केलं आहे, त्याबद्दल थोडसं सांगाल ?

माझा जन्म धुळ्यात झाला. वडील जळगावात स्थायिक झाले होते. जळगावात मी मोठी झाले. सेंट जोसेफ कॉन्व्हेंट हायस्कूल, जळगाव या शाळेत मी माझं शालेय शिक्षण पूर्ण केलं. मी ७ वर्षांची होते, तेव्हाच ह्या स्वप्नाची सुरुवात झाली. आमच्या शाळेत एक पुस्तक-जत्रा होती. त्यात मला अमेरिकेच्या आणि रशियाच्या अंतराळ कार्यक्रमाची चित्रं पाहायला मिळाली. माझ्या स्मृतीकोशात ती आठवण अजूनही स्वच्छ आहे. एका पुस्तकात एक अंतराळवीर पाठीवर बसून 'लॉन्च' होत होता. अंतराळवीर असे 'लॉन्च' होतात, हे बघून मला खूप कुतूहल वाटलं. तेव्हा मला माझ्या मनात आलं, मला जर आयुष्यात काही बनायचं असेल ना, तर ते हेच! खूपच आकर्षक चित्रं होती ती. त्यातली, प्रत्यक्ष अंतराळातली आणि रॉकेट सोडलं जात असतानाची तर विशेष लक्षवेधी होती. शाळेच्या ग्रंथालयात रशियन नियतकालिकं यायची. त्यात रशियाच्या अंतराळ कार्यक्रमाची खूप चित्रं, त्यावर लेख असं असायचं. माझ्या पिढीच्या लोकांना ह्या नियतकालिकांची भारतातली लोकप्रियता अजूनही आठवत असेल. भारताची रशियाशी मैत्री असल्याने ती येत असत. ती मी सतत वाचत असायचे आणि

तेव्हाच मी विचार करायला लागले, की अंतराळवीर होण्यासाठी मला काय करावं लागेल? ऐंशीच्या दशकातलं आहे हे सर्व... तेव्हा राकेश शर्मांचं एक उदाहरण होतं डोळ्यांसमोर. तर माझ्या मनात असा विचार आला की ते लढाऊ वैमानिक (Fighter pilot) झाले. तसं मी सुद्धा बनावं. ते बनण्यासाठी एक तर विज्ञान अथवा अभियांत्रिकीची पदवी लागणार असं मी वाचलं होतं. म्हणून मी ठरवलं, की आपण भौतिक शास्त्रातली पदवी घेऊ. कारण आईवडिलांची इच्छा होती, की मी जळगावात राहूनच शिकावं. मग तिथून भौतिक शास्त्रातली पदवी घेतली. मला ते आवडायचंही खूप. मी विशेष गुणवत्तेने त्यात उत्तीर्ण झाले आणि मग हवाई-दलातील प्रवेशाचा अर्ज घेऊन आले. पण त्यातल्या दोन आवश्यक गोष्टींमध्ये मी कमी पडत होते. एक म्हणजे मी पुरुष नव्हते, आणि माझी दृष्टीक्षमता तंतोतंत २०-२० नव्हती. मला हलकासा नंबर होता. म्हटलं, झालं! लागला निकाल. पण मग माझ्या वडिलांनी सुचवलं, की थांबता तर नाही येणार, शिकत तर राहावंच लागणार. आमच्या जळगावमध्ये नवीन स्थापन झालेलं उत्तर महाराष्ट्र विद्यापीठ होतं. तिथे २ ते ३ वर्षाचा, एम. सी.ए. चा प्रोग्रॅम होता नुकताच सुरू झाला होता. त्याची प्रवेश परीक्षा दिली, त्यात उत्तीर्ण झाले. एम.सी.ए. करत असतानाच मला माझा जीवनसाथी भेटला. आमचं लग्न झालं. मग दोघे जण मुंबईला आलो. तिथे दोन-अडीच वर्षं नोकरी केली. मग H1B व्हिसावर आम्हाला अमेरिकेला कॅलिफोर्नियामध्ये येण्याची संधी मिळाली. मग इथे आलो, स्थायिक झालो. आमचा पहिला मुलगा जन्मला. त्या पूर्ण काळात मी अंतरिक्ष-यानं सोडली जाण्याचे कार्यक्रम पाहात असे. मुलगा ३ वर्षाचा असताना 'नासा'चं रिसर्च सेंटर इथे आहे असं मला कळलं. मग माझी निद्रिस्त स्वप्नं, आकांक्षा पुन्हा जागृत व्हायला लागली. मला वाटलं आता ही संधी आहे. बघू या, मला काही करता येतंय का. मग कळलं, की इथं एअरोस्पेस इंजिनिअरींगचा शिक्षणक्रम होता. मला लक्षात आलं होतं की स्पेस प्रोग्रॅममध्ये काम करायचं असेल तर माझ्याकडे काहीतरी एअरोस्पेसशी संबंधित अर्हता हवी, त्यानं प्रवेश मिळण्याची शक्यता वाढते. म्हणून मग मी Masters in Aerospace Engineering साठी San Jose State Universityमध्ये अर्ज भरला. मला प्रवेशही मिळाला आणि पूर्ण वेळ नोकरीही.

तीन वर्षाचा मुलगा असताना मी माझं पदव्युत्तर शिक्षण सुरू केलं. ते पूर्ण होईतो आमच्या दुसऱ्या मुलाचा जन्म झाला. अशी परिस्थिती सतत बदलती राहिली, तरीही मी चांगल्या गुणांनी उत्तीर्ण झाले. माझे गुण पूर्ण-वेळ विद्यार्थ्यांपेक्षाही चांगले होते. दरम्यान, मी नासामध्ये सतत विचारणा करत

होतेच. पण तेव्हा माझ्याकडे अमेरिकन नागरिकत्व नव्हतं, त्यामुळे मला खूप काळ अर्ज करत राहावं लागलं. बरीच वर्ष गेली अशी. तो काळ बराचसा निराशाजनक होता. ३-४ वर्ष थांबावं लागलं. जेव्हा मला अमेरिकन नागरिकत्व मिळण्याचे दिवस जवळ आले, तेव्हा मला केपलर मिशनसाठी कॉल आला. त्यांनी पहिलाच प्रश्न हा विचारला, की तुम्ही नागरिक आहात का इथल्या? मी म्हटलं, की मी दोन महिन्यात होणार आहे. मग कुठे सुमारे दहा ते बारा वैज्ञानिक, अभियंते आणि व्यवस्थापन तज्ज्ञ यांनी माझी मुलाखत घेतली. त्यांना माझं सॉफ्टवेअर आणि एअरोस्पेस इंजिनिअरींगचं मिश्रण असलेली पार्श्वभूमी आवडली, कारण केपलर हा खगोलविज्ञानाचा प्रकल्प होता. केपलर ही एक स्कूलबस इतक्या आकाराची space telescope आहे. २००९ मध्ये हा प्रकल्प कार्यरत झाला. तो आपल्या आकाशगंगेतल्या एका विशिष्ट विभागातल्या दोन लाख ताऱ्यांचं निरीक्षण करत होता. सूर्य-सदृश्य ताऱ्यांचं जास्त. अशा सूर्य-सदृश्य ताऱ्यांभोवती असणारे पृथ्वीसारखे ग्रह याचा केपलर प्रकल्प शोध घेत होता. त्या मोहिमेत मला काम करायला मिळालं. मोठा सुंदर अनुभव होता तो. मी सॉफ्टवेअर अभियंता म्हणून काम करत होते, कारण माझ्या हे लक्षात आलं होतं, की मला जर नासामध्ये एअरोस्पेस इंजिनिअर म्हणून नोकरी हवी असेल, तर मला एक फ्रेशर म्हणून सुरुवात करावी लागणार. घरच्या जबाबदाऱ्या सांभाळून पुन्हा फ्रेशर म्हणून व्यावसायिक कारकिर्दीची सुरुवात करणं योग्य नव्हतं. म्हणून मी नासामध्ये सॉफ्टवेअर इंजिनिअर म्हणून नोकरी सुरू केली. केपलरवर काम करत असताना आणि नासाच्या ह्या कामात मी हळूहळू माझ्या मूळ उद्दिष्टाच्या दिशेने वाटचाल केली. मग पहिल्यांदा पायलट म्हणून ट्रेनिंग घेणं, स्कूबा डायव्हर बनणं, त्यानंतर सायंटिस्ट ॲस्ट्रोनॉट कँडिडेट म्हणून निवड होणं, अशी ती वाटचाल होती. Human Exploration Research Analog : HERA या Stimuated Mission मध्ये मी कमांडर म्हणून सिलेक्ट झाले. १४ दिवसांच्या नासाच्या जॉन्सन स्पेस सेंटरमध्ये 'हेरा मिशन'मध्ये मी सहभागी होते, तो ही फार छान अनुभव होता.

आपण या 'हेरा मिशन'बद्दल बोलू या का थोडंसं ?

हो. नक्कीच, तर २०१५च्या जून महिन्यासाठी १४ दिवसांच्या 'हेरा मिशन'साठी माझी निवड झाली. त्या मोहिमेचं नेतृत्व माझ्याकडे होतं, हा एक सन्मानच होता. पण त्याचबरोबर मला पहिल्यांदा माझ्या आयुष्यात माझ्या मुलांपासून एका पूर्ण महिन्यासाठी लांब राहावं लागणार होतं. एक आई म्हणून

हे निश्चितच फार आव्हानात्मक होतं, पण ह्या सरावाला आधी काहीसा विरोध करणारे माझे कुटुंबीय आता खूपच पाठिंबा दर्शवत होते. कारण त्यांनी बघितलं की हिनं आपल्या मुलांबाबतच्या, पतीबाबतच्या, आई-वडिलांबाबतच्या जबाबदाऱ्यांमध्ये कुठेही काहीही तडजोड कधीही केलेली नाही. त्या व्यवस्थित पूर्ण करत असतांना जर ही हिचं स्वप्न पूर्ण करण्याचा प्रयत्न करतीये, तर आपण तिच्या मागं का उभं राहू नये? त्यामुळे दिनेशचे- माझ्या नवऱ्याचे विशेष आभार मानायला हवेत. त्यांनी, मी 'हेरा मिशन'वर असताना मुलांची एक महिना काळजी घेतली. आता, नासा लांबवरच्या अंतराळ-मोहिमांची आखणी करू पाहते आहे. इतके लांब, प्रदीर्घ अंतराळ प्रवास आपण आजवर कधीच केलेले नाहीत, आणि जेमतेम सहा महिनेही अंतराळात सलग राहिलं, तरी शरीरावर खूप वाईट परिणाम होतात. इथे तर हा काळ आणखी वाढवण्याची कल्पना आहे. ६ महिने अवकाशातल्या वास्तव्यातसुद्धा आपल्या शरीरावर रेडिएशन्सचा, सूक्ष्म-गुरुत्वाकर्षणाचा (microgravity) खूप वाईट परिणाम होतो. आंतरराष्ट्रीय अंतराळ स्थानकांवर पूर्ण एक वर्ष राहून आलेले जे पहिले अंतराळवीर आहेत, ते हेच परिणाम समजून घेण्यासाठी इतका वेळ तिथं राहिले होते. आपल्याला समजून घ्यायचंय, की मानवी शरीरावर अंतराळातल्या रौद्र वातावरणाचा काय परिणाम होतो. ते जेव्हा पृथ्वीवर परत आले तेव्हा आम्हा नासा कर्मचाऱ्यांसाठी त्यांच्याबरोबर एक बैठक आयोजली होती. त्यात आम्ही त्यांना प्रश्न विचारले. तेव्हा ते सांगत होते की अवकाशातील विविध रेडिएशन्सचा त्यांच्या त्वचेवर खूप परिणाम झाला. त्यांची त्वचा पृथ्वीवर परतल्यावर अत्यंत हळवी, संवेदनशील अशी झाली आहे, आणि ती भाजल्यासारखं त्यांना वाटतं आहे. एकूणच त्यांच्या त्वचेला, शरीराला पुन्हा इथल्या वातावरणाशी जुळवून घ्यायला खूप वेळ लागणार आहे. हाडांचं ठिसूळ होणं, कार्यशक्ती जाणं हेही मोठ्या प्रमाणात झाल्याचं दिसतं आहे. अंतराळात असतांना आपली पायाची हाडं जास्त वापरली जात नाहीत. आपण पृथ्वीवर असतो, तेव्हा गुरुत्वाकर्षणामुळे रक्त खाली पूर्ण शरीरात खेचलं जातं, सर्व अवयवांकडे वहन होऊन पोहोचतं. पण अंतराळात गुरुत्वाकर्षण नसल्यामुळे सर्व रक्त आपल्या मेंदूकडे धाव घेतं. परिणामी आपल्या नाक-कान-घसा ह्या मार्गातील सर्व नलिकामार्ग (sinuses) बंद असतात. त्यामुळे अंतराळवीरांना ह्यातल्या कुठल्याच जाणिवा होत नाहीत. त्यांना वास येत नाही, चव लागत नाही, कारण त्या सर्व मार्गिका बंद असतात आणि रक्त फक्त मेंदूकडे उसळत असतं. त्यामुळेच त्यांच्या हृदयाला खूप काम करावं लागतं. शरीरभर रक्त पसरवण्यासाठी अंतराळवीरांना कित्येक

तास व्यायामात घालवावे लागतात. कारण स्नायूंचं आणि हाडांचं आक्रसणं हा अंतराळ-प्रवासादरम्यानचा फार मोठा, महत्त्वाचा विषय आहे. आपल्याला हे सगळं जाणवलं आहे, ते कमी दिवसांच्या प्रवासातलं! जेव्हा प्रदीर्घ मोहिमा निघतील, म्हणजे एक वर्षाहून अधिक कालावधीच्या-मंगळावरील एक मोहीम म्हणजे कमीतकमी चार वर्षं-त्यात आपल्या शरीरावर काय परिणाम होईल हे आपल्याला समजून घ्यायचंय. फक्त शरीरावरच नव्हे तर मानसिकतेवरही, कारण मंगळापर्यंत जायला कमीतकमी ६ ते ८ महिने लागणार आणि तेसुद्धा आपण एका पूर्ण बंदिस्त डब्यामध्ये बसून जाणार आहोत, असंच समजायला हवं, नाही का? कारण तिथे वातावरणसुद्धा कृत्रिमरीत्या निर्माण केलेलं असणार. इतके महिने तुम्ही बंदिस्त वातावरणात असणार, सगळ्या अंतराळवीरांना हे सहन होईलच, असं नाही. मनोवैज्ञानिक दृष्टीनं पाहता एकांतातील आणि तेही कृत्रिम वातावरणात काही लोकांना वेड लागू शकतं. तर कुणाच्या मानसिकतेवर त्याचा कसा परिणाम होईल ह्याचा, आपण इथंच, पृथ्वीवर असतानाच अभ्यास आवश्यक आहे. म्हणून मग पृथ्वीवर अशा आभासी मोहिमा केल्या जात आहेत (stimulated missions), जिथे निवडलेल्या लोकांना एका बंदिस्त वातावरणात सोडून दिलं जातं आणि त्यांचा संवाद, संपर्क फक्त नासाच्या मिशन कंट्रोलसोबत असतो. बाकी सगळ्या जगाशी त्यांचा संपर्क तुटलेला असतो. तेच आम्ही 'हेरा'मध्ये केलं. १४ दिवस आम्ही जणू एका स्पेसशिपमध्ये होतो, असं ते आभासी वातावरण निर्माण केलं होतं. तो एक प्रकारचा अधिवास (हॅबिटॅट) आहे. तिथं 'हेरा हॅबिटॅट' म्हणतात त्याला आणि त्यात आम्ही कुलूपबंद होतो. आमचा संपर्क फक्त मिशन कंट्रोलशी होता. बाकी जगात काय चाललंय, आम्हाला काहीही माहिती नव्हतं. आम्ही, अंतराळवीर आंतरराष्ट्रीय अवकाश स्थानकांवर जी कामं पार पाडतात, तीच पार पाडत होतो. तसाच आमचा दिनक्रम असायचा. मी प्रमुख (कमांडर) होते. तर माझ्याकडे कमांडर म्हणून एक आयपॅड होता. त्यात माझी काळ-काम रेषा (timeline) वेगळी असायची की माझा दिवसभराचा दिनक्रम हा हा असा आहे. जणू काही आपण अंतराळातच आहोत अशा पद्धतीचे भरपूर प्रयोग आम्ही करत होतो. त्यात जीवशास्त्राशी निगडित प्रयोग होते, मानसिक परिस्थितीसाठी आमच्या विविध चाचण्या होत होत्या. त्यानंतर अन्न, तेही अंतराळवीरांचं (हा एक वेगळाच प्रकार असतो.) दिलं जायचं. आम्हाला वाटे, की आपल्याला पुरेसं खायला मिळतं आहे की नाही? कारण ते सगळं सुकवलेलं अन्न असतं. काय प्रकारचा पदार्थ आहे, त्याप्रमाणे त्यात आपल्याला गरम किंवा गार पाणी घालून घ्यावं

लागतं, आणि मग तुम्हाला ते खायचं असतं. तर त्याच्या छोट्या पिशव्यांमधे (pouches) असं अन्न पुन्हा ओलावा निर्माण करून खाण्यायोग्य बनवणं ही प्रक्रियाही आम्ही शिकलो. अगदी अंतराळवीर आपल्या प्रदीर्घ प्रवासात करतील, तसंच. खूप मजेशीर अनुभव होता तो. आमच्या पथकाची झोपण्याची जागापण अगदी छोटी होती. प्रत्येकाला अत्यंत मर्यादित जागा. इथेही मला माझ्यातल्या कणखरपणाचा, ताकदीचाच अनुभव आला. मला ह्या सक्तीच्या, एकांतातील बंदिवासाचा काही दुष्परिणाम जाणवला नाही. आशियाई पार्श्वभूमीची व्यक्ती, आणि तीही एक स्त्री, सर्व गोऱ्या लोकांनी वेढलेली असतांना थोडे काही अवघड, अप्रशस्त अनुभव आले, पण त्यांना तोंड द्यायला मी शिकलेच. प्रत्यक्ष जीवनातही, एक स्त्री म्हणून, एक आशियाई स्त्री म्हणून, एक आई म्हणून, आपल्याला अनेक गोष्टींचा सामना करावा लागतोच की.. ह्या सगळ्यातून मी शिकत आणि आणखी खंबीर होत आले आहे.

हे खूपच वेगळं आहे. अशा प्रकारच्या आभासी वातावरणातून बाहेर आल्यानंतर स्वत:कडे मागं बघून आपल्याला काय मिळालं किंवा आपण कसं त्यात राहू शकलो किंवा नाही- हा विचार करता येणं हे खूप वेगळं.

नक्कीच. मी सांगते तुम्हाला, की एक अजून मी खूप मोलाची, महत्त्वाची गोष्ट शिकले. आपल्या पृथ्वीच्या वातावरणाचा आस्वाद घ्यायला शिकले. सूर्याच्या ऊबेचा आस्वाद अधिक चांगल्या प्रकारे घ्यायला शिकले. आमची ही मोहीम पार पडल्यावर आम्ही समुद्र किनाऱ्यावर गेलो. कारण १४ दिवस आम्ही बंद वातावरणात होतो बंदिस्त. ऊन नाही, हवा नाही. अमेरिकेतल्या Texas राज्यातल्या Galveston या शहरात आम्ही होतो. Houstonपासून Galveston Beach जवळ आहे. तर तिथल्या सूर्याचा तो प्रकाश आणि ती ऊब खूप छान वाटत होती. वारा सुरू होता. समुद्री वाऱ्याची सुखद झुळूक आणि तो समुद्र. मी त्या वाळूमध्ये पाय अगदी आत टाकून बसले. एरवी आपण ह्या साध्या गोष्टी फार गृहीत धरतो. तेव्हापासून मला त्यांचं महत्त्व कैक पटींनी अधिक उमगलं.

खूप लोक तुम्हाला सल्ला विचारतात. लोकांसाठी तुम्ही आदर्शवत आहात. या सगळ्या लोकांना तुम्ही मदत करता, ती काय पद्धतीनं करता? तुमची अंत:प्रेरणा इतरांपर्यंत कशी पोहोचवता?

त्यासाठी माझं फेसबुकचं पब्लिक पेज आणि एक वेबसाईटही बनवली आहे. ही दोन साधनं वापरून मी प्रश्नांची उत्तरं देते. लोक माझ्याशी ह्या दोन्हीद्वारे संपर्क साधू शकतात, करतातही. मी शक्य तेवढ्या लवकर त्यांना

उत्तरं पाठवतेच. मला लहान मुलांच्या पालकांपासून ते विद्यार्थ्यांपर्यंत सर्वांचे संदेश तर येतातच, पण काही माझ्या वयाच्या ज्या स्त्रिया आहेत त्यासुद्धा मला म्हणतात, की तुम्ही जे जे करता आहात, ते सर्व पाहून आम्हालाही आता वाटायला लागलंय, की आम्ही इतकी वर्षं वाया घालवली. आता आम्ही काहीतरी करायला हवं. जर तुम्ही करू शकताय तर आम्हाला वाटतं, आम्हीही थोडंफार काहीतरी करू शकतो. ते मला छान वाटतं. मी त्यांना सांगते, की तुम्ही निश्चितच करायला हवं. जे काही स्वप्न तुम्ही सोडून दिलंय ते करायला हवं. पण त्याचा अर्थ असा नाही, की तुम्ही तुमच्या, तुमच्या कुटुंबाच्या कोणत्याही जबाबदारीशी तडजोड करा. त्या जबाबदाऱ्या पार पाडून मग सगळं काही करा. मग त्यात तुम्हालाही समाधान वाटेल. माझी वेबसाईट आहे www.animapatilsabale.com आणि फेसबुक पेज आहे. www.facebook.com/animapatilsabale.

तुम्ही स्वतंत्रपणे पीएच.डी.चाही अभ्यास करताय, त्याचं नेमकं काय उद्दिष्ट आहे?

आहे, निश्चित उद्दिष्ट आहे. एक बघा, की नासाच्या अंतराळवीरांमधे पीएच.डी. नसलेले असे फार कमी आहेत. अगदी एक-दोन असतील मोजून सांगण्यासारखे, ज्यांच्याकडे डबल मास्टर्स किंवा ट्रिपल मास्टर्सही आहेत. पण बहुतेक जणांकडे डॉक्टरेट आहेच. त्याचं कारण आहे: नासाला इथली प्रत्येक व्यक्ती अत्यंत प्रगल्भ हवी आहे आणि आपल्या विषयातील तज्ज्ञसुद्धा. प्रदीर्घ, लांब अंतरावरील मोहिमांसाठी हे सगळं गरजेचं आहे. अनेक कौशल्यं त्यांच्यात असणं आवश्यक आहे. २०१३ मध्ये, सुमारे साडेसहा हजार लोकांनी निवडीसाठी अर्ज केले होते, त्यातले फक्त आठ निवडले गेले. प्रत्येकाची जर पार्श्वभूमी पाहिली तर अनेकांकडे डॉक्टरेट तर आहेच- पण लष्करी पार्श्वभूमीचेही लोक आहेत, वैमानिक आहेत. खासगी आणि स्पोर्ट्स-दोन्ही प्रकारचे वैमानिक, स्कूबा डायव्हर्सपण आहेत. मॅरेथॉन रनर्स आहेत. तर लोक शारीरिकदृष्ट्या तंदुरुस्त असण्यासाठीसुद्धा हे आहे. अनेकविध कौशल्यं असणं हेही गरजेचं आहे, कारण अशा लांबवरच्या प्रदीर्घ मोहिमांसाठी प्रत्येक अंतराळवीर हा एक स्वप्रेरित, स्वतंत्र मनुष्य हवा. त्यांना स्वतःची तर काळजी घेता यायलाच हवी, पण त्या अंतराळयानाची, त्या अधिवासाची, जिथं ते राहणार आहेत, त्यानंतर एकमेकांची-जर कोणी आजारी पडलं तर काळजी घेणं, सगळं त्यांना जमायला हवं आणि म्हणून नासा खरोखर अष्टपैलू तज्ज्ञ शोधते आहे. माझं पीएच.डी.

करण्याचं ते एक उद्दिष्ट आहेच, की त्यामुळे नासा अंतराळ कार्यक्रमात निवड होण्याची माझी संधी खूप वाढेल. पण हे नसलं होणार तर एक पर्यायी मार्ग (backup plan)असणं गरजेचं आहे. कारण अशी निवड होणं हे जरा कमी शक्यतेचंच स्वप्न आहे आणि आता स्पर्धा फार वाढत चालली आहे. आता पहिल्यांदा, नासाच्या इतिहासात प्रथमच १८,३०० लोकांनी अंतराळवीर-निवड कार्यक्रमासाठी अर्ज केले होते. त्यावरून तुम्हाला कल्पना येईल आणि सगळे यातले बरेच लोक असे आहेत जे बेस्ट ऑफ द बेस्ट-ऑफ द बेस्ट-ऑफ द बेस्ट-ऑफ द बेस्ट-ऑफ द बेस्ट आहेत. म्हणजे भरपूर कौशल्यं असलेले, भरपूर अर्हता असलेले लोक आहेत. अशा परिस्थितीत 'वय' हा घटक मला अनुकूल नाही, ह्याची मला जाणीव आहे. आता मी बेचाळीस वर्षांची आहे आणि मी फक्त एकदाच अंतराळवीर-निवड कार्यक्रमासाठी अर्ज केला आहे. निवडलेले काही अंतराळवीर असे आहेत, की ज्यांनी चार-पाच वेळा अर्ज केल्यावर त्यांची निवड झाली आहे. वयानुरूप पाहिलं तर माझ्याकडे तेवढा अवधी नाही. म्हणून मग मी माझा एक पर्याय ठेवलेला आहे, की मी पीएच.डी. पूर्ण करेन, आणि अंतराळ-संशोधन करत राहीन. जर मी नासासाठी ॲस्ट्रॉनॉट नाही होऊ शकले तर एक पर्यायी मार्ग आहे. व्यावसायिक अंतराळ-प्रवास कार्यक्रमात जशी मी आता शास्त्रज्ञ अंतराळ उमेदवार म्हणून निवडली गेले, तशा मार्गाने मला काही करता येईल, आणि दरम्यान हे संशोधनही मी करत राहीन. मला शिकायला फार आवडतं. माझ्याकडे डबल मास्टर्स आहे.

अनिमा, ज्या विस्तृतपणे हे सर्व तुम्ही उलगडून दाखवलं, त्यासाठी मी तुमचा आभारी आहे. ही मुलाखत संपवताना, तुम्हाला ज्या वेगवेगळ्या पद्धतीचे लोक त्यांच्या वाटचालीसाठी मार्गदर्शक, पथदर्शक म्हणून संपर्क साधतात, त्यांच्यासाठी, असं करिअर करू बघणाऱ्या लोकांसाठी तुम्ही काय संदेश द्याल?

मोठी स्वप्नं पहा आणि त्याच्यासाठी मेहनत करायची तयारी ठेवा. कधीही पळ काढू नका. कधीही, काहीही अडचणी आल्या तर सोडून देऊ नका. सातत्य राखा. तुम्हाला यश नक्की मिळेल. नेहमी एक पर्यायी प्रस्ताव तयार ठेवा, हे फार महत्त्वाचं आहे, जसा मी ठेवला; कारण मला माहिती आहे की, निवडीची शक्यता जरा कमीच आहे. गंमत पाहा- मी एकटीच नाही असं करणारी. 'Astronaut Hopeful' म्हणून एक समूह आहे, ज्यात बरेच लोक आहेत, जे माझ्यासारखं अंतराळवीर होण्याचं स्वप्न पाहात आहेत. आता त्यांचं

वयही झालेलं आहे, पण तेसुद्धा पर्यायी मार्ग तयार ठेवून आहेत. मी अंतराळ-संशोधनामध्ये मुलांना, विद्यार्थ्यांना प्रेरणा देण्यासाठी जी भाषणं करते, तेही मी करत राहीन. मला भारतातल्या, विशेषत: मुलींसाठी, एक ना-नफा तत्त्वावर संस्था काढून अनेक गोष्टी करायच्या आहेत. अशा माझ्या मनात बऱ्याच गोष्टी आहेत आणि बरंच काही अजूनही मी करत आहे. बघू या एकेक! मला विद्यार्थी विचारतात, तुमच्यासारखं बनण्यासाठी आम्ही काय करायला हवं? मी त्यांना सांगते, माझा मार्ग फार वेगळा, लांबचा होता आणि मी प्रार्थना करीन, की तुमचा तसा असू नये. त्यामुळे तुम्ही माझ्यासारखं बनण्याचा प्रयत्न करू नका. माझ्या मार्गक्रमणेतून तुम्ही काय ते शिका, आणि स्वत:चा मार्ग निर्माण करा. तो नक्कीच सोपा असणार आहे, कारण तुम्ही तरुण वयात योग्य वेळी सगळी सुरुवात करत आहात. मला मास्टर्स करण्यासाठी एअरोस्पेस इंजिनिअरींगची पार्श्वभूमी नसल्यामुळे, सात अतिरिक्त विषय शिकण्यासाठी घ्यावे लागले आणि त्यात पूर्णवेळ नोकरी आणि आणि मूल असताना हे अवघड होतं, पण तुमच्यासाठी हे फार सोपं आहे.

तुमच्या या सगळ्या वेगवेगळ्या स्वप्नांसाठी आमच्या सगळ्यांकडून खूप खूप शुभेच्छा. ती नक्की प्रत्यक्षात येतील, असा आम्हाला विश्वास आहे. तुम्ही तुमच्या कर्तृत्वाने ते घडवणार आहात, याची खात्री आहे. परत एकदा मनापासून आभार.

अनिमा पाटील-साबळे यांच्या मूळ मुलाखतीचा ऑडिओ एपिसोड ऐकण्यासाठी खाली दिलेल्या लिंकवर क्लिक करा किंवा सोबत दिलेला क्यू आर कोड स्कॅन करा.

https://tinyurl.com/vs-yt-03-aps

पूर्व-प्रसिद्धी : १ फेब्रुवारी, २०१७

शिरीष फडतरे
आणि
मेधा ताडपत्रीकर

कचऱ्यातल्या प्लॅस्टिकपासून इंधन निर्माण करण्याचं तंत्रज्ञान निर्माण करणारे उद्योजक

प्लॅस्टिकपासून निर्माण होणाऱ्या प्रदूषणावर मात करण्यासाठी कचऱ्यातल्या प्लॅस्टिकपासून इंधन निर्माण करण्याचं तंत्रज्ञान आणि यंत्र बनवण्याची किमया साधणारे पुण्यातले दोन उद्योजक शिरीष फडतरे आणि मेधा ताडपत्रीकर. इंधनाबरोबरच ज्वलनशील गॅस, रस्ते बांधणीसाठी वापरता येण्याजोगा कच्चा माल आणि सोलर पॅनेल बसवलेली मंगलोरी कौलं अशी इतरही उत्पादनं त्यांनी निर्माण केली आहेत. भारतात आणि परदेशातही त्यांच्या या तंत्रज्ञानाची दखल घेतली जाते आहे. स्वयंपाकघरातल्या हौशी प्रयोगापासून सुरू झालेला हा प्रवास आज पॉलिफ्युएल यंत्रनिर्मितीपर्यंत येऊन ठेपला आहे.

८.

शिरीष फडतरे आणि मेधा ताडपत्रीकर

प्लॅस्टिकपासून इंधन-निर्मिती करणारं संयंत्र तुम्ही दोघांनी मिळून तयार केलंय, त्याबद्दल तुमचं अभिनंदन. ह्यामागची संकल्पना जरा समजावून सांगाल का?

हे संयंत्र, अशी काही संकल्पना आधी डोक्यात नव्हती, परंतु एखाद्या पदार्थाचं पुनर्चक्रीकरण, पुनर्वापर निसर्ग-नियमांच्या आधारे करता येतो. जे प्लॅस्टिक कचऱ्यात पडलेलं असतं, त्या प्लॅस्टिकवर काही प्रक्रिया करून परत ते कच्च्या स्वरुपात तयार करता येतं का? म्हणजे, जसं क्रूडपासून प्लॅस्टिक बनतं तसं प्लॅस्टिकपासून परत क्रूड करता येतं का, असा एक साधा प्रश्न आमच्या मनात आला. ते करण्यासाठीची जी काही प्रक्रिया आहे, त्यासाठी जे संयंत्र लागेल ते विकसित करता येईल का आणि त्याच्यापासून काही इंधन करता येईल का असे प्रश्न डोक्यात होते आणि त्याप्रमाणे ते इंधन 'पॉलिफ्युएल' तयार केलं.

पण हे असं करावं, हे सुचण्याला कारणीभूत झालेली निश्चित प्रेरणा काय होती?

आपण बघतो की एखादी वस्तू आपण तयार करतो आणि ती तयार केल्यानंतर त्या वस्तूचा पुनर्वापर होऊ शकतो का, हा प्रश्न पडतो, ही तशीच घटना होती. प्लॅस्टिकचा पुनर्वापर करता येईल का, त्यापासून इंधन बनवता येईल का, ह्याचे पर्याय आम्ही शोधले. काही लोक वेगवेगळ्या पद्धतींनी प्लॅस्टिकवर प्रक्रिया करतात, परंतु इंधन बनवण्याची प्रक्रिया करता येऊ शकते का? हे डोक्यात आल्यानंतर आम्ही आधी प्रकाशित झालेलं काही संशोधन वाचलं. काही गोष्टी करता येऊ शकतात, हे लक्षात आलं. मग आम्ही प्लॅस्टिक

पातेल्यामध्ये घातलं, प्रेशरकुकरमध्ये घातलं आणि त्याच्यापासून काय काय होऊ शकतं, याच्या आम्ही वेगवेगळ्या चाचण्या घेतल्या. त्या घेतल्यानंतर आमच्या असं लक्षात आलं की ह्याच्यापासून इंधन बनू शकतं आणि वायू निर्माण होऊ शकतो. अशा वेगवेगळ्या कल्पना डोक्यात आल्या.

तुम्ही म्हणता ते इंधन, आणि सर्वसामान्य माणसाला माहिती असलेले इंधनाचे प्रकार-जसे केरोसीन आहे, पेट्रोल आहे- ह्यांची तुलना कशी करता येते? आणि तुम्ही ते कुठं कुठं वापरता येईल त्याबद्दलच्या काही चाचण्या केल्यात का?

मुळात पेट्रोल, डिझेल, केरोसिन हे सगळं क्रूड ऑईलपासूनच बनतं. त्यामुळे जेव्हा हे पॉलिफ्युएल तयार होतं, तेव्हा त्याच्यामध्ये डिझेल, पेट्रोल, केरोसिन ह्या सगळ्यांचं मिश्रण असतं. ह्याचा उपयोग जनरेटर, डिझेल बर्नर, फर्नेस, इन्सिनरेटर, केरोसिनचे स्टोव्ह ह्या सगळ्यांमध्ये होऊ शकतो. सध्या आम्ही कम्बशन इंजिनसाठी-स्वयंचलित दुचाकी, चारचाकी ह्यांच्यासाठी- जे इंधन लागतं त्याच्या उत्पादनासाठी लागणाऱ्या परवानग्या मिळण्याची वाट बघतो आहोत. आत्ता या क्षणीही पुण्याच्या आजूबाजूला अनेक लोक सकाळचं आंघोळीचं पाणी तापवण्याकरता लाकडाचा उपयोग करतात किंवा थेट प्लॅस्टिकच्या बाटल्या जाळल्या जातात. मग त्यामुळे प्रचंड प्रदूषण होतं. त्यामुळे आम्ही अशा अनेक गावांशी संपर्क साधला. आता तिथं पॉलिफ्युएल वापरलं जातं आणि त्यामुळे सकाळचं जे प्रदूषण होतं किंवा झाडं तोडली जातात, ते सगळं कमी व्हायला मदत होते.

अरे वा! पण मग अशा वापराला, काही परवानगीची किंवा कुठल्या रासायनिक प्रयोगशाळेच्या संमतीची, परवानगीची गरज नसते का?

नाही. त्यासंबंधातील सर्व चाचण्या आम्ही संबंधित सरकारी प्रयोगशाळांमधून करून घेतल्या आहेत. त्याचप्रमाणे आज विविध मोठमोठ्या कंपन्याही हे इंधन वापरून बघत आहेत, कारण शेवटी हे पर्यायी इंधन आहे आणि ह्याच्यातून होणारं प्रदूषण हेदेखील डिझेल, पेट्रोलमुळे होणाऱ्या इंधनाच्या प्रदूषणापेक्षाही खूप कमी आहे. आम्ही हे सर्वप्रकारे पारखूनच वापरायला सुरुवात केलेली आहे. आता विविध औद्योगिक समूहही आम्हाला आणखी प्रयोग, आणखी चाचण्या करायला मदत करतायत. एखाद्या छोट्या कंपनीला किंवा आम्हाला दोघांना खूप मोठी गोष्ट स्वतंत्रपणे करता येणं काही वेळेला अवघड होऊन जातं, पण अशा कंपन्याही आम्हाला आता मदत करायला लागल्या आहेत. सध्या शासकीय

यंत्रणाही आम्हाला मदत करतायत.

शिरीष, तू सुरुवातीला म्हणालास की, द्रवइंधन आणि वायू (गॅस) असं दोन्ही ह्यातून तयार होतं. यापैकी वायू हे उप-उत्पादन (बायप्रॉडक्ट) काय आहे? आणि ते कुठे वापरलं जातं?

एलपीजीमध्ये ज्या पद्धतीचे वायू असतात त्या पद्धतीचाच हा वायू आहे आणि तो आम्ही आमच्याच संयंत्राच्या प्रक्रियेत वापरतो. जेव्हा २०१० साली आम्ही पहिलं संयंत्र तयार केलं, तेव्हा आम्ही तो वायू वातावरणात सोडायचो. नंतर लक्षात आलं की अरे, आपण जर पर्यावरणाच्या भल्यासाठी काम करत असू, तर असा वायू हवेमध्ये सोडणं चुकीचं आहे. त्यामुळे मग आम्ही त्याच्या काही चाचण्या घेतल्या. मग त्याला एकदा जनरेटर लावून बघितला. एकदा आम्ही तो वायू जाळून बघितला. तो चांगला जळत होता म्हणजे चांगली निळी ज्योत येत होती. जनरेटरमध्ये लावल्यानंतर लक्षात आलं की त्याच्यातून ट्यूबलाईट लागतीय. तर त्यामुळे मग आम्ही तो वायू अशा काही पद्धतीने वापरता येतो का हे चाचपून पाहिलं. बाजारामध्ये दोन शेगड्यांचे बर्नर उपलब्ध आहेत. आम्ही पहिल्यांदा जो बर्नर वापरत होतो, तो फक्त पेट्रोल किंवा डिझेल किंवा आमचं इंधन ह्यावरच चालायचा. तर त्याला आम्ही गॅसही जोडला आणि त्याच्यानंतर आत्ता आम्ही आमच्या प्रक्रियेत जे संयंत्र तापवतो (reactor heating) त्याला एकतर आमचं इंधन वापरतो, आणि काही ठराविक अंश तापमानानंतर जो वायू निर्माण होतो तो आम्ही साठवतो आणि त्याचा पुनर्वापर करतो.

म्हणजे या तुमच्या प्रक्रियेतूनच तुम्ही तुमच्या प्रक्रियेसाठी लागणारं इंधन निर्माण करताय किंवा पुनर्वापरातच 'आणखी एक पुनर्वापर'- ही खूपच अभिनव कल्पना आहे. या सगळ्या प्रक्रियेतून निर्माण होणारं आणखी जे साहित्य आहे, ते तुम्ही खूप वेगळ्या वेगळ्या अभिनव पद्धतींनी वापरता. उदाहरणार्थ, रस्त्यांच्या बांधणीकरता किंवा तू कौलांचा उल्लेख केलास. मला त्याच्याबद्दल थोडं ऐकायला आवडेल!

जेव्हा असं लक्षात आलं की या सगळ्या प्रक्रियेमधून साधारण ५%-७% अवशेष (residue) शिल्लक रहातो तेव्हा मनात आलं की तो वापरायचा कुठे? मग आम्ही इंडियन रोड कॉंग्रेस नावाची, रस्त्यांबाबत काम करणारी भारतामधली शासकीय संस्था आहे. त्यांचं मुद्रित साहित्य, माहितीपत्रक गोळा केलं. त्यातून आम्हाला हे कळलं की, प्लॅस्टिक रस्त्यांमध्ये वापरता येऊ शकतं.

तर मग आमच्याकडे जे गाळ, अवशेष आमच्या प्रक्रियेनंतर शिल्लक राहात होते, ते आम्ही पुणे महानगरपालिकेच्या रस्त्यांमध्ये वापरून बघितले आणि त्या रस्त्यांचे कामगिरीच्या निकालाचे आकडे चांगले आले. बिटुमेनमधे भर टाकण्याबरोबरच हे अवशेष जर मिसळले, आणि ते मिश्रण डांबरी रस्त्यांवर ओतलं, तर रस्त्यांचं आयुष्य वाढू शकतं. प्रति किलोमीटर किंमतीतही बचत होते. त्याचप्रमाणे रस्त्याचा प्रवाहीपणा वाढू शकतो, पर्यायाने टायरचं आयुष्यही वाढू शकतं. म्हणजे हादरे, दणके कमी बसतात. तर असं वेगवेगळ्या पद्धतींनी आम्ही ते वापरून बघितलं आणि मग आता पुढची प्रक्रिया चालू आहे.

आम्ही प्लॅस्टिकवर काम करत असल्यामुळे पुढचा एक मोठा प्रश्न आमच्यासमोर आला, तो म्हणजे समुद्रकिनाऱ्यावरचं प्लॅस्टिक. समुद्रकिनाऱ्यावर प्रचंड प्लॅस्टिक येतं, पण ते सगळं वाळूमिश्रित असतं. ते वेगळं काढायचं तर ते एकतर धुवायला लागतं. धुतल्यानंतर परत पाण्याचं प्रदूषण होतं, म्हणजे हे नाही करता येणार. मग त्याचं काय करता येईल? हा एक पुढचा विषय होता. आम्ही त्याच्यावर जवळजवळ ८-९ महिने काम करत होतो आणि त्याच्यातून आपल्याकडे जशी मंगलोरी कौलं असतात, तशीच त्या वाळूमिश्रित प्लॅस्टिकपासून कौलं तयार केली. ती अशा भागातच वापरली जातील, जिथे भरपूर पाऊस आहे. ती वजनाला हलकी आहेत आणि दणकटही आहेत. त्यामुळे त्याचा वापर म्हणजे त्या कचऱ्याचा वापर, निर्माण होतो तिथेच केला जाऊ शकतो.

हे अत्यंत पथदर्शी, क्रांतिकारी असं संशोधन तुम्ही करता आहात. त्याला सुरुवात करताना, त्यातून इतकं मोठं काही उभं राहणार आहे, हे लक्षात येणारा एखादा eureka moment असा होता का?

खरं सांगायचं तर प्लॅस्टिकबद्दल माहिती होतं. म्हणजे प्लॅस्टिक हे अत्यंत उपयुक्त, बहुगुणी उत्पादन आहे. पण इथे भारतात त्याचा वापर फार चुकीच्या प्रकारे केला जातोय. इथे कचरा बाहेर टाकला जातो, फेकला जातो. आम्ही २००९ साली एका अभयारण्यात गेलो होतो. तिथं काही हरणं मेलेली पाहिली, ज्यांच्या पोटातून प्लॅस्टिक बाहेर पडलं, असं कळलं. परत आल्यानंतर जसं प्रत्येकाला वाटतं की कुणीतरी काहीतरी करायला पाहिजे, आम्हालाही तसंच वाटलं. म्हणजे पहिले २-४ महिने आम्ही नुसतेच चिडत होतो की कुणी काही करत का नाही? कारण प्रत्येकाला असं वाटतं ना, की कुणीतरी दुसऱ्यानं काहीतरी करावं. दोन महिन्यांनी आम्ही दोघांनी असं म्हटलं, की आपणही

इतरांसारखेच बोलतोय, काहीच करत नाही आहोत, आणि फक्त म्हणतोय की कुणीतरी काहीतरी करावं. आपण का नाही करून बघायचं? म्हणून खरं तर आम्ही अभ्यास चालू केला. मुळात शिरीष आणि मी, आम्ही दोघेही इंजिनिअर नाही किंवा केमिस्ट्रीशी आमचा काहीही संबंध नाही. शिरीष आय.सी.डब्ल्यू.ए. (ICWA) आहे. माझी मार्केटिंगमध्ये पीएच.डी. आहे. पण एक कुतूहल होतं, आणि हा प्रश्न होता. त्यामुळे आम्ही पहिले ३-४ महिने अभ्यास केला की प्लॅस्टिक म्हणजे काय? कारण प्लॅस्टिक हे क्रूड ऑईलपासून बनतं, हेही तेव्हा माहिती नव्हतं.

आणि eureka moment म्हणाल तर एका पार्टीमध्ये, एका ड्रिंकमध्ये जेव्हा बर्फ टाकला गेला आणि त्याचं पाणी होताना पाहिलं, तेव्हा आमचं दोघांचं, एकमेकांकडे लक्ष गेलं आणि काही घंटा किणकिणल्या... साधी गोष्ट, की जर पाणी गार केल्यानंतर बर्फ होतो आणि परत त्याचं पाणी होतं, तर मग असं काही प्लॅस्टिकबद्दल होऊ शकेल का? म्हणून खरं तर शोध चालू झाला. आम्ही जेव्हा प्रयोग सुरू केलें तेव्हा काही होणार नाही, अपयश येणार, असं गृहित धरुनच आम्ही पुढे जात होतो. त्यामुळे पहिल्यांदा पॅनमध्ये गरम करून बघा, प्रेशर कुकरमध्ये घाला अशी सुरुवात झाली आणि मग स्वयंपाकघरातल्या त्या प्रकल्पापासून आम्ही पुढे आज इथपर्यंत येऊन पोचलो आहोत.

अरे वा! सिलिकॉन व्हॅलीमध्ये स्टार्टअप कंपन्या ह्या गराजमधून सुरू होतात अशी एक परंपरा आहे. आणि ही तुमची नवीन कंपनी, स्टार्टअप कंपनी, स्वयंपाकघरातून सुरू झाली, ही खूप गमतीदार गोष्ट... हे जेव्हा तुम्ही करायला लागलात तेव्हा तुम्हा दोघांना विज्ञानशाखेची पार्श्वभूमी नव्हती आणि फक्त वाचनातून तुम्ही माहिती घेतलीत. खूप वेगवेगळ्या प्रकारचे प्रयोग केलेत. याच्यात तुमच्याबरोबर रसायनशास्त्रातलं किंवा प्रोसेस डेव्हलपमेंटमधली माहिती असलेलं कुणी होतं का, की ज्याच्यामुळे तुम्हाला हे करायला सोयीचं झालं?

असं कोणीच नव्हतं. आम्ही फक्त अनेक लोकांशी म्हणजे मेकॅनिकल इंजिनीअर, पॉलिमर इंजिनीअर, केमिस्ट या सगळ्यांशी बोलत होतो. आणि प्रश्न विचारत होतो, "हे काय, ते काय?"

मी शिरीषला 'व्हिजन इंजिनिअर' म्हणते. कारण तो काहीतरी अशा भन्नाट कल्पना शोधून काढतो, आणि मग आमच्याबरोबर काम करणारे इंजिनिअर, त्या कल्पनांना इंजिनिअरींगच्या संकल्पनेत बसवायचा प्रयत्न करतात. आमच्या

डोक्यात हे पक्कं आहे, की करून बघू या. नाही झालं तर ठीक आहे, चाललं तर फारच उत्तम. निदान आपल्याला, काय चालत नाही, हे तरी कळेल यातून, आणि आम्ही काम सुरू केलं. तज्ज्ञ तर कोणी नव्हते, पण माहिती सांगणारे मात्र खूप जण होते.

मला तुम्ही शिरीषला दिलेला हा किताब खूप आवडला. कारण आपण सगळेजण कुठल्या ना कुठल्या टाईपचा इंजिनिअर-मेकॅनिकल इंजिनिअर, इलेक्ट्रिकल इंजिनिअर-म्हणतो पण 'व्हिजन इंजिनिअर' ही पदवी मी पहिल्यांदाच ऐकली, आणि मला वाटतं, शिरीषबद्दल ती खूपच यथायोग्य आहे कारण त्याच्या त्या व्हिजनमधूनच हे 'पॉलिफ्युएल' तयार झालेलं दिसतंय.

तर शिरीष, तू २०१० पासून सुरुवात केलीस, आपण २०१७ मध्ये बोलतोय. ७ वर्षांचा हा जो तुमचा प्रवास आहे, तो काही साधा, सोपा, सरळ नसणार. त्यात बरेच खाचखळगे, वरखाली झालं असणार. त्यातल्या काही यशोगाथा आणि काही अपयश, ह्याबद्दल मला ऐकायला आवडेल.

खाचखळगे! आपण कडा चढतोय, हे तर माहितीच होतं. त्यामुळे आम्हाला त्याच्याबद्दल अपयशाची भीती नव्हती. आम्हाला आता अनेक वेळेला लोक प्रश्न विचारतात, की जेव्हा हे तुम्ही करायला लागलात तर तेव्हा तुम्हाला काय वाटलं? खरं सांगायचं तर आम्हाला असं काहीच वाटलं नाही. आम्हाला हे करायचं होतं किंवा करून दाखवायचं होतं. त्यामुळे आम्ही एक एक पायरी चढत गेलो. म्हणजे संयंत्र (reactor), त्याची संरचना कशी असते? आत जर वायूचा दाब असेल तर तो किती असला पाहिजे? त्याला किती उष्णता लागते? प्लॅस्टिक वितळवायला किती उष्णता लागते? म्हणजे किती अंश सेल्सिअसला प्लॅस्टिक वितळतं? त्यातून वायू येण्यासाठी किती तापमान पाहिजे? आणि मग त्यातून इंधन यायला लागतं, तेव्हा किती तापमान असतं?

अभ्यास केल्यानंतर लक्षात आलं की, या गोष्टी हळूहळू जर केल्या तर त्या नक्की यशाकडे नेणाऱ्या आहेत. आम्हाला खाचखळगे लागलेच म्हणजे अपयशही आलं. कित्येक वेळेला असं व्हायचं की आम्ही input-output ratioसाठी काही प्रयत्न केले. तेव्हा लक्षात आलं की, to break the chemical chain, a catalyst is needed. आम्ही काही केमिकल इंजिनिअर नव्हतो, तेव्हा आम्ही शोधलं की अशा पद्धतीचे कॅटलिस्ट असतात का? मग

आमच्या लक्षात आलं की, काही खाणींमध्ये दगड मिळतात. त्या दगडांमध्ये अशा कॅटलिस्टचा काही प्रकार असतो. मी आणि मेधा अनेकवेळा डोंगरांवर गेलो. मग आम्ही शब्दश: हातोडा घेऊन, डोंगर फोडून तसले दगड आणले. ते दगड आमच्या कॉलममध्ये भरले आणि जसे परिणाम दिसायला लागले, तसंतसं आम्हाला रोजच 'युरेका, युरेका' असं जाणवायला लागलं.

खूपच छान गोष्ट आहे. आपण आता या तुमच्या प्रक्रिया, संयंत्र ह्या सगळ्याबद्दल बोललो- पण तुम्हाला लागणारा, मूळ कचऱ्यात गेलेल्या प्लॅस्टिकचा स्रोत मिळवणं आणि त्याच्याशी संबंधित जी काही तुम्ही यंत्रणा उभी केलीत, त्याच्याबद्दल थोडं बोलू या?

खरं सांगायचं, तर असं काही ठरवून कुठल्या गोष्टी झाल्या नाहीत. नवीन काहीतरी करायचं, आणि समाजासाठी काहीतरी करायचंय, पर्यावरणाकरता करायचंय हा एकच हेतू होता. तर आमची जेव्हा एक एक प्रक्रिया चालू होती, तेव्हा आमच्या असं लक्षात आलं की प्लॅस्टिकबद्दल, प्लॅस्टिकच्या कचऱ्याबद्दल लोकांमध्ये जागृती खूप कमी आहे. मग आम्ही जाऊन सांगायला सुरुवात केली लोकांना की "प्लॅस्टिकमधून जे रासायनिक पदार्थ बाहेर पडतात, ते आपलं शरीर शोषून घेतं. आता मध्यंतरी एक नवीन संशोधन आलं की अत्यंत सूक्ष्म असं microplastic असतं ते आपल्या पिण्याच्या पाण्यात आधीच आलेलं आहे. म्हणजे आपल्या सगळ्यांच्या शरीरामध्ये आज प्लॅस्टिक आहे. हे carcinogenic आहे, यामुळे कॅन्सर होतो."

हे जेव्हा सांगायला सुरुवात केली तेव्हा लोक ऐकत असत. अनेकजण येऊन नुसतं सांगतात. त्याला कृती काही नसते. मग असंच जेव्हा कोणीतरी म्हटलं की, "हो, तुम्ही सांगताय हे सगळं ठीक आहे, पण पुढं काय?" त्यातून खरी कृती सुरू झाली. आम्ही म्हणालो, की तुम्ही जर प्लॅस्टिक वेगळं काढून, विलग करून ठेवलंत, तर आम्ही येऊन घेऊन जाऊ. सुरुवातीला आम्ही आमच्या घरच्या गाड्या, ड्रायव्हर घेऊन घरोघरी जाऊन प्लॅस्टिक गोळा करत होतो. आज आम्ही पुण्यातल्या १५,००० घरांमधून प्लॅस्टिक गोळा करतो. जन-जागृतीसाठीही कृतीच लागते, आणि म्हणून खरं आमचं ते गोळा करणं चालू झालं. आज आम्ही साधारणपणे ठाणे, डोंबिवली, बारामती, भीमाशंकर अशा वेगवेगळ्या गावांमधून प्लॅस्टिक गोळा करून आणतो. साधारण अडीच ते तीन वर्षात आम्ही अडीचशे मेट्रिक टनापेक्षा अधिक प्लॅस्टिक, हे अत्यंत हानीकारक, धोकादायक अशा मोकळ्या जमिनीवरील कचरा साठवणुकीत

म्हणजेच landfill मध्ये जाण्यापासून वाचवलेलं आहे.

बरं, तुम्ही सुरुवातीच्या काळात स्वत: जाऊन ते प्लॅस्टिक गोळा केलंत. आता तुमच्याकडे एक चमू किंवा संघटित समूह आहे, जो प्लॅस्टिक गोळा करण्याचं, अन् जर ते खराब, विलग केलेलं नसेल तर ते त्याच्या जाडीनुसार, श्रेणीनुसार वेगळं करणं, किंवा अशा प्रकारचं काम करतो, हा एक रोजगार निर्मितीचाच मार्ग आहे असं मला दिसतंय. तर तुमची ही टीम कशी उभी राहिली? आणि ते लोक नक्की काय काय करतात? किती जण अशा प्रकारचं काम तुमच्याकडे करतात?

अगदी प्राथमिक पातळीवर आमच्या ऑफिसमधली पाच जणांची टीम हे सगळं काम करते. म्हणजे एक बॅक-ऑफिसचा माणूस आहे. मेधा काम करते, मी काम करतो. ऑफिसला दोन सहकारी कर्मचारी आहेत. आम्ही आमचे स्वत:चे टेम्पो घेतले. म्हणजे एक ड्रायव्हर आणि त्याच्याबरोबर त्याचा सहायक. आम्ही लोकांना पिशव्या देतो. लोक त्या पिशव्यांमध्ये त्यांच्या घरातलं प्लॅस्टिक साठवतात आणि त्या पिशव्या आम्ही गोळा करतो. म्हणजे प्रत्येक सोसायटीमध्ये किंवा घरांमध्ये, अशा पद्धतीच्या पिशव्यांमध्ये प्लॅस्टिक साठवून ठेवलं जातं आणि ते अतिशय स्वच्छ असतं. कारण आमच्या मेधा मॅडम आहेत, त्या एकदम छडी घेऊन सांगतात, “खराब प्लॅस्टिक असेल तर आम्ही घेणार नाही.” कारण लोकांना त्याची सवय लागली पाहिजे आणि आम्ही काही कचरावेचक म्हणून काम करत नाही. आम्ही पर्यावरणासाठीच काम करतोय, तर लोकांनीपण चांगला पाठिंबा द्यावा. म्हणजे जसं, की दुधाच्या पिशव्या असतात. मग आम्ही लोकांना सांगतो, “त्या धुवून द्या, किंवा प्लॅस्टिकमध्ये बाहेरनं आणलेले अन्नपदार्थ असतात ते विसळून द्या.” आणि लोक त्या सगळ्या गोष्टी पाळतात.

याच्यामागची कल्पना अशी आहे की आपण कचऱ्यालासुद्धा एक विशिष्ट स्थान दिलं पाहिजे. निव्वळ निरुपयोगी गोष्ट म्हणून त्याला कांडात काढण्यापेक्षा त्याच्याकडे आपण पुनर्वापराचा खजिना म्हणून पाहिलं, तर त्यातून खूप गोष्टी मिळू शकतात. आम्ही जर तुमच्या कचऱ्याला योग्य त्या पद्धतीने हाताळतो, वागणूक देतो, तर तसाच तो तुम्हीही हाताळला पाहिजे, हे आम्ही शिकवायचा प्रयत्न करतोय. तो त्याच्या जाडीनुसार, श्रेणीनुसार त्याच्या उपयोगाच्याच जागी वेगळा झाला पाहिजे. तिथेच जर तो वेगळा झाला तर पुढे त्यावर काम करणारे आमच्यासारखे असतात, त्यांना त्याच्या कुठल्याही भागाचा उपयोग होऊ

शकतो. आज आम्ही, साधारण पुण्यामध्ये तरी, एखाद्या भागात महिन्यातून दोनदा जातो आणि प्लॅस्टिक गोळा करून आणतो.

पण इतक्या मोठ्या प्रमाणात पुणं वाढलेलं आहे, तर पुण्याचा किती टक्के भाग या तुमच्या प्लॅस्टिक गोळा करण्यामध्ये सहभागी होतोय?

खरं सांगू का? आत्ता अनेकजण सहभागी व्हायला तयार आहेत, आम्हीच तोकडे पडतोय, कारण हे जे सध्या काम आहे हे सगळं आमच्या दोघांच्या पैशांतून सुरू आहे. म्हणजे आमचा जो ट्रस्ट आहे हा स्वनिधीतून चालणारा आहे. हे गोळा करायचं काम खूप खर्चिक आहे. पण ते आत्ता आमच्या खर्चातून चाललं आहे. संबंधित संशोधन देखील, किंवा ह्या न्यासाचा अन्य खर्चदेखील! तुम्हाला माहिती असेलच, की संशोधन ही गोष्ट सोपी नसते. त्याच्यामुळे अजून पैसे उभे राहिले, तर आम्ही पूर्ण पुण्यात हा उपक्रम सुरू करू शकतो. आज लोक तयार आहेत, फक्त आमचे हात तोकडे पडतायत.

पण पुणे महानगरपालिकेसारख्या मोठ्या, श्रीमंत महानगरपालिकेत जेव्हा कचरा गोळा करण्याच्या त्यांच्या स्वतःच्या योजना आहेत, किंवा त्यांच्या यंत्रणा किंवा ट्रक्स किंवा कामगारसुद्धा उपलब्ध आहेत, ते सगळे लोक या सगळ्यात तुम्हाला काही मदत नाही का करू शकत ?

सध्या तरी कुणी काही मदत करत नाहीये. आमचा उपक्रम केवळ नागरिक आणि आम्ही ह्यांच्यातल्या सहकार्याने चालू आहे. त्यामुळे आम्ही आत्ता कुठल्याच शासकीय यंत्रणेबरोबर काम करत नाही आहोत.. म्हणजे आमचे व्हॉट्सॲप ग्रुप्स आहेत. आम्हाला प्लॅस्टिक जमा झाल्याचं लोक फोन करून सांगतात. म्हणजे आता उलटं झालेलं आहे. पूर्वी जिथे दिसतील तिथे आम्ही लोकांना जाऊन प्लॅस्टिकबद्दल सांगायचो. आज आम्हाला लोक फोन करून बोलवतात, आणि सांगतात, की आम्हाला तुमच्या कामात सहभागी व्हायचंय. आम्हाला प्लॅस्टिक वाचवायचंय, आम्हाला ते कचऱ्यात जाऊ द्यायचं नाही. आमचा हा उपक्रम म्हणजे पुणेकर रहिवाशांबरोबर आमचा सहजीवी प्रकल्प आहे... a symbiosis!

तुमच्या या कामात कधी कुणी अडथळे निर्माण केलेत किंवा तुम्हाला काही त्रास देण्याचा प्रयत्न केलाय का? कारण कदाचित तुमच्या या उपक्रमामुळे कुणाचं तरी, काहीतरी नुकसान होत असेल?

आत्ता आम्ही ज्या प्रकारे काम करतोय ह्याच्यातनं, खरंतर कुणाचंच काहीच

नुकसान नाहीये. कारण ह्याच्यामध्ये जे जाड प्लॅस्टिक येतं, म्हणजे पाण्याच्या बाटल्या असतात, शाम्पूच्या बाटल्या असतात, त्याच्यावर परत प्रक्रिया करून त्याचं प्लॅस्टिक होतं. त्याला भावही मिळतो. म्हणजे कचरावेचक जे आहेत त्यांना थोडे जास्तीचे पैसे मिळतात. त्यामुळे आम्ही सांगतो की, "ह्यातलं जे काही जाड प्लॅस्टिक आहे ते तुम्हाला, म्हणजे तुमची घरातली स्वच्छता करणारी बाई असेल, तुमचे कचरावेचक असतील, तर त्यांना विकायचं असेल तर विकू देत." कारण आपल्या पर्यावरणाला आज सर्वाधिक धोका अत्यंत पातळ प्लॅस्टिक आणि एकदाच वापरलेलं प्लॅस्टिक ह्यांचा आहे. खाद्यपदार्थांवरील गुंडाळलेलं प्लॅस्टिक, औषधं ज्यामधे आवेष्टित असतात असं प्लॅस्टिक किंवा जुन्या कॅसेटस्, ह्याला कोणीही वाली नाही. ते कोणीही विकत घेत नाही आणि जे शेवटी नदीनाले, मोकळ्यावर असणाऱ्या कचरा साठवणाऱ्या जागा, म्हणजेच landfills ह्यांच्यात जाऊन पडतं. त्यामुळे आमचं मुख्य लक्ष एकवटलं आहे, ते कोणालाच नको असणाऱ्या पातळ प्लॅस्टिकवर. त्यात काही कुणाचे हितसंबंध नाहीत, कारण ते कुणालाच नकोय.

अगदी काहीतरी वेगळं, डोळे उघडणारं तुम्ही सांगताय. पण पुढचा मुद्दा.. की कोणत्या कोणत्या शासकीय यंत्रणांनी, खात्यांनी किंवा पर्यावरणीय संस्थांनी तुमच्या ह्या पूर्ण प्रक्रियेला, उपक्रमाला मान्यता दिली आहे का? आपल्या महाराष्ट्रात किंवा भारतात किंवा आंतरराष्ट्रीय पातळीवर?

भारतामध्ये प्रत्येक राज्याची प्रदूषण नियंत्रण मंडळे असतात, तसं महाराष्ट्रामध्येपण आहे. आम्ही एक संयंत्र हैद्राबादला विकलंय. तिथे हैद्राबाद प्रदूषण नियंत्रण मंडळ आहे. त्यांनी परवानगी दिलेली आहे. ह्या नियामक यंत्रणा, त्या त्या राज्यांमध्ये त्याच्याबाबतची परवानगी देतात. पहिली परवानगी असते ती तिथे स्थापित होण्याची आणि दुसरी असते, ती आपलं काम त्याद्वारे चालू करण्याची. तर ह्या सगळ्या परवानग्या मिळतात.

अच्छा, म्हणजे तुम्ही हे संयंत्र फक्त स्वतः तुमच्या कारखान्याच्या जागी-म्हणजे पुण्याजवळ जेजुरीला न चालवता, ही संयंत्रं तयार करून बाकीच्या ठिकाणी विकताय का ?

हो, हे संयंत्र आम्ही आमच्या कारखान्यात चालवतो त्याचं कारण म्हणजे लोकांना त्याच्याबद्दल कल्पना नाही. त्यामुळे जर कोणाला अशा पद्धतीची यंत्रणा विकत घ्यायची असेल, तर तो आमच्या इथं येऊन ती बघू शकतो.

आम्ही तर लोकांना सांगतो की तुम्हाला जर ती विकत घ्यायची असेल, तर तुमच्याकडे प्लॅस्टिक किती निर्माण होतं ते बघा, ते प्लॅस्टिक तुम्ही आमच्या इथे घेऊन या. आम्ही त्यांच्यासमोर त्या प्लॅस्टिकवर प्रक्रिया करून दाखवतो. ते सगळं पाहिल्यावर त्या ग्राहकानं आमच्याकडून ती यंत्रणा घ्यावी, अशी आमची संकल्पना आहे. आता आम्ही ह्या यंत्रणेची विक्रीपण चालू केली. जवळजवळ ४ ते ५ यंत्रणा आम्ही वेगवेगळ्या ठिकाणी विकल्या आहेत, अनेक समूह आमच्याकडून ती घेऊ इच्छितात.

मग अशांपैकी महत्त्वाची नावं सांगू शकशील का की जे तुमच्याकडून ही यंत्रणा विकत घेऊन ही प्रक्रिया सुरू करायचा प्रयत्न करीत आहेत? मला एवढ्याचकरता हे विचारायचंय की एका प्रकारे ती तुमच्या कामाला मिळालेली मान्यता आहे, तुमच्या कामाची पावती आहे आणि त्यामुळे त्यांची नावं जर माहिती असतील तर त्याचा जास्त फायदा होईल.

महाराष्ट्रामध्ये गद्रे मरीन या कंपनीनं आमच्याकडून ही यंत्रणा घेतलेली आहे. त्याचप्रमाणे गोदरेज समूहाने आमच्याकडून ही यंत्रणा खरेदी केलीय, ती हैद्राबादमध्ये लागते आहे, आणि सुरेंद्रनगर येथे मॅकसन नावाची औषध-निर्माण कंपनी आहे, त्यांनी ती घेतली आहे. एका रोटरी क्लबनेही ती घेतली आहे. त्याचप्रमाणे पुणे महापालिकेने तिची एक छोटी आवृत्ती बसवली आहे. शेवटी कसं आहे, की एखादं तंत्रज्ञान जेव्हा नवीन असतं, लोकांना माहीत नसतं, तोपर्यंत त्याची विक्री अवघड असते. पण आता हळूहळू लोकांना ती माहिती होते आहे आणि आमच्याकडेही आता बरेच प्रस्ताव येत आहेत.

भारताबाहेरच्या कुणापर्यंत तुम्ही पोचला आहात का? इतर देशांपैकी कुणाला ह्यात स्वारस्य वाटतं आहे का?

आम्हाला आखाती देशांमधून चांगला प्रतिसाद आहे. दुसरं, आम्ही सध्या एक काम करतो आहोत. स्वीडन हा देश घन-कचरा व्यवस्थापनात खूप नावाजलेला आहे, जिथे कचरा हा बाहेरून आणला जातो आणि त्याच्यावर प्रक्रिया केली जाते. तर अशा ठिकाणी आम्ही त्यांच्याकडून शिकायचा प्रयत्न करतोय, की हे ज्या स्थानापर्यंत आले, ते करत असताना त्यांना काय खाचखळगे आले? आणि तिथेही आमच्या सगळ्या यंत्रणांमध्ये लोकांना खूप रस आहे. आम्हाला तिथूनही बरेच प्रस्ताव आहेत. आम्ही आता सध्या त्याच्यावरती काम करतो आहोत.

हे तुमचं काम फार रोचक तर आहेच, पण त्याचा सगळ्यात महत्त्वाचा उपयोग म्हणजे त्याचा पर्यावरणातलं प्रदूषण कमी होण्याकरता हातभार लागतोय. आपण मगाशी समुद्रातून जमा होणारं प्लॅस्टिक आणि त्याची विल्हेवाट कशी लावायची ह्याच्याबद्दल बोललो होतो. तर त्यासंबंधी थोडी अधिक माहिती सांगाल का? की समुद्रातलं हे प्लॅस्टिक किती प्रमाणात आहे, त्याचे काय दुष्परिणाम आपल्याला भोगायला लागतायत? कारण आपण नुसतं त्याबद्दल वर वर कधीतरी बोललेलं, ऐकलेलं असतं. पण तुम्ही ह्या क्षेत्रात असल्यामुळे निश्चित आणि अधिक माहिती सांगू शकाल.

तसं पाहायला गेलं तर १९५० पासून ऐंशी हजार अब्ज मेट्रिक टन प्लॅस्टिक निर्माण झालंय. त्यातला ८०% जमिनीवरील कचरा गोदामांमध्ये साठून आहे. सध्या समुद्रांमधली स्थिती तर इतकी वाईट आहे की, तीन माशांच्या वजनामागे एका माशाच्या वजनाइतकं प्लॅस्टिक आताच समुद्रामध्ये आहे. आताचा जो अंदाज आहे त्याच्या मते, २०५० मध्ये समुद्रामध्ये प्लॅस्टिक आणि मासे यांचं प्रमाण सारखंच होईल. म्हणजे इतकं प्लॅस्टिक आज समुद्रामध्ये जातं आहे. आता हे जे प्लॅस्टिक आहे, हे लाटा आदळून मायक्रोप्लॅस्टिकमधे म्हणजे अति-सूक्ष्म कणांमधे रूपांतरित झालेलं प्लॅस्टिक आहे. त्याच्यावर तर आत्ता काहीच करता येत नाही, पण समुद्रकिनाऱ्यावर जे प्लॅस्टिक असतं, पिशव्या पडलेल्या असतात, बाटल्या असतात, त्यात वाळूमिश्रित प्लॅस्टिक असतं, त्याचं काही करता येईल का, असा आमचा विचार चालला होता. आणि आमच्या 'व्हिजन इंजिनीअर'च्या डोक्यात असा विचार आला, की ते धुतलं तर त्याच्यातनं परत पाणी प्रदूषित होऊ शकतं. तर मग त्याचं काय करता येईल? आत्ता काही दिवस, गेले काही महिने आमचा ह्याच्यावरच अभ्यास चालला होता. सध्या आम्ही त्याच्यातून मंगलोरी कौलं (roof tiles) तयार केली आहेत. आम्ही त्याच्यातून paving blocks तयार करत आहोत. ह्याचं एकतर वजन कमी आहे. त्यांचा टिकाऊपणा चांगला आहे. तुम्ही फेकलंत तरी ते तुटत नाही. त्यामुळे आता सध्या त्याच्यावर काम चालू आहे.

भारतामध्ये अनेक घरात आत्ता सध्या वीज नाहीये. आजही, अशी अनेक गावं आहेत की, जिथं आज वीज पोचलेली नाही. तर ह्या कौलांवर आम्ही solar panels बसवणार आहोत. आमचं ते सगळं आरेखन आणि रचना-संयोजन तयार आहे. आम्ही ५-६ नमुने बनवले आहेत. त्यामुळे पुढच्या एक ते दीड महिन्यामध्ये आम्ही सौर कौलंपण तयार करू. त्याचा उपयोग खेड्यातल्या

लोकांसाठी होईल. कारण आमची किंमत कमी असली पाहिजे, ही त्याच्यामधे आग्रही भूमिका आहे. मी कॉस्ट अकाऊंटंट असल्यामुळे कायम त्या घटकाचा विचार करतो. खेड्यात, गावात जे लोक आहेत, त्यांना उपयोगी असं कुठलं तरी साधन बनलं पाहिजे. त्यामुळे आम्ही 'उद्दिष्ट-गटानुरूप मूल्यनिर्धारण' (target costing) हे माझ्या क्षेत्रातील तंत्र वापरलं. त्या तंत्रानुसार अशा एका कौलाची किंमत म्हणजे ८०० ते ९०० रुपये होईल आणि अशी ६ कौलं जर एखाद्या घरावर बसवली, तर साधारण २ दिवे, १ पंखा चालेल, अशी आमची पुढची संकल्पना आहे.

शिरीष आणि मेधा, तुमचं हे काम खरोखर खूप महत्त्वाचं आहे. हा पॉडकास्ट ऐकणाऱ्या जगभरातल्या लोकांपर्यंत ही माहिती पोचेल आणि त्यातून तुमच्या कामाला नक्कीच काहीतरी प्रोत्साहन आणि मदत मिळेल याची मला खात्री आहे. तर या गप्पांचा शेवट करताना आमचा जो जगभर पसरलेला श्रोतृवर्ग आहे त्यांना तुम्ही काय सांगाल? त्यांच्याकडून काही मदत होऊ शकेल का? आणि ती कशी होऊ शकेल?

आम्हाला सर्वात मूलभूत मदत हवी आहे ती म्हणजे गावात गोळा होणाऱ्या प्लॅस्टिकची त्याच्या श्रेणीनुसार वर्गवारी नीट व्हावी, ह्यासाठी लोकांना काही गोष्टी सांगायची. त्याचप्रमाणे आमच्याकडे आता स्वतःची प्रयोगशाळा असली पाहिजे, असंही वाटतं. कारण डोक्यातून अनेक संकल्पना येतात, त्या प्रत्यक्षात येण्यासाठी ती गरजेची आहे. अशा संशोधन-प्रयोगशाळेसाठी आम्हाला विविध प्रकारची मदत लागणार. आत्तापर्यंतचे जे सगळे खर्च केलेत, ते आम्ही आमच्या खिशातून केलेत. मोटारीसाठी हे इंधन वापरता येईल का, ह्यात आम्हाला जायचं नाही, पण इतर अनेक वेगवेगळ्या गोष्टी आहेत जिथे हे इंधन वापरलं जाऊ शकतं. जे कोणी हे इंधन वापरतात, ते पर्यावरणाला फायदेशीर ठरेल, ज्यामुळे पर्यावरणाची हानी होणार नाही. आज भारतासारख्या देशात अशा पद्धतीच्या इंधनाची बऱ्याचदा आयात केली जाते. तर हे इंधन वापरून, भारताच्या अर्थव्यवस्थेला त्यातून काही फायदा होऊ शकतो का असे अनेक मुद्दे आहेत. आता गंगा-शुद्धीकरण प्रकल्प चाललाय, त्यातदेखील अनेक ठिकाणी प्लॅस्टिक दिसतंय. नद्या, नाले, डोंगर असं सगळीकडचं प्लॅस्टिक कमी व्हावं. प्लॅस्टिकमध्ये लोकं काहीतरी खायचा पदार्थ गुंडाळून टाकतात आणि ते प्राणी खातात, म्हणजे पर्यावरणाचं संतुलन बिघडतंच. ते बिघडू नये, ह्यासाठी आमचे प्रयत्न चालू आहेत.

तुमच्या या सगळ्या प्रयत्नांना अतिशय मनापासून शुभेच्छा. इतका वेगळा प्रयोग करून तो तुम्ही यशस्वी केलात, याबद्दल तुमचं मनापासून अभिनंदन.

शिरीष फडतरे आणि मेधा ताडपत्रीकर यांच्या मूळ मुलाखतीचा ऑडिओ एपिसोड ऐकण्यासाठी खाली दिलेल्या लिंकवर क्लिक करा किंवा सोबत दिलेला क्यू आर कोड स्कॅन करा.

https://tinyurl.com/vs-yt-19-spmt

पूर्व-प्रसिद्धी : १ डिसेंबर, २०१७

आशिष महाबळ

अंतराळ-संशोधनातल्या
उल्लेखनीय कामगिरीसाठी ज्यांचं नाव
एका लघुग्रहाला दिलं गेलं आहे
ते खगोल-शास्त्रज्ञ, विज्ञानकथा लेखक,
डेटा सायन्सचे प्राध्यापक,
नाणीशास्त्रापासून संस्कृतपर्यंत
विविध विषयांमध्ये रस असणारे तज्ज्ञ

''लॉस एंजेलीसमध्ये Griffith Observatory आहे. ते एक संग्रहालयच आहे म्हणा ना.. तेथील टेलिस्कोप छोटा आहे, पण अतिशय सुंदर आहे. म्हणजे लॉस एंजेलीसमधील सर्वाधिक प्रेक्षणीय स्थळांपैकी एक आहे ते! तिथे एक दालन आहे, 'Gunther Depths of Space' नावाचं. त्यात एक मोठी भिंत आहे-दीडशे फूट लांबीची आणि वीस फूट उंचीची. एक म्युरल ती पूर्ण भिंत व्यापून आहे आणि ते म्युरल म्हणजे काय? तर जर तुम्ही साधारण एक फूट अंतरावर आपली तर्जनी धरली तर त्या तर्जनीमागे जितकं आकाश लपेल तितकं आकाश आम्ही मोठं करून त्या १५० फूट बाय २० फूट भिंतीवर लावलं आहे.''

९.

आशिष महाबळ

अंतराळ संशोधनातल्या वैशिष्ट्यपूर्ण कामगिरीसाठी एका लघुग्रहाला 'महाबळ' हे ज्यांचं नाव दिलं गेलंय, असे संशोधक आणि शास्त्रज्ञ डॉ. आशिष महाबळ. लॉस एंजेलीस इथल्या कॅलटेक युनिव्हर्सिटीत (California Institute of Technology - Caltech) ते काम करतात, पण त्याचबरोबर बिग डेटा, डेटा सायन्स, मराठी विज्ञान कथांचे लेखन, नाण्यांचा संग्रह, संस्कृत अशा कितीतरी वेगवेगळ्या क्षेत्रांमध्ये त्यांनी आपला ठसा उमटवला आहे.

आशिष, सुरुवातीला माझी तुला विनंती आहे, की श्रोत्यांना तुझ्याबद्दलची काही माहिती तू सांगावीस.

मी गेली १७ वर्ष कॅलटेकला astronomer/astrophysicist म्हणून काम करतो. तिथे मी पोस्ट-डॉक्टरल फेलोशिप करता १९९९ मध्ये आलो होतो, तेव्हापासून अनेक मोठ्या स्काय सर्व्हेंवर काम केलंय. त्याआधी मी अहमदाबाद येथे फिजिकल रिसर्च लॅबोरेटरीमध्ये एक वर्ष होतो. त्या आधी माझी पीएच.डी. १९९८ साली आयुका पुणे इथून संपादन केली.

ॲस्ट्रॉनॉमर व ॲस्ट्रोफिजीसिस्ट यातला फरक मराठीत कसा सांगता येईल?

फार फरक नाही. 'खगोलशास्त्र' ह्या विद्याशाखेतलेच ते दोन विभाग आहेत. ॲस्ट्रॉनॉमर (खगोलशास्त्रज्ञ) म्हणजे जो प्रत्यक्ष निरीक्षणं करून त्यावर आधारित विज्ञान आणि त्या अनुषंगानं येणाऱ्या भौतिकशास्त्राचा अभ्यास आणि त्यानुसार प्रारुपं (models) तयार करतो तो, आणि मग त्यावरून काही सिद्धान्त बांधणं ही कामं करतो तो ॲस्ट्रोफिजीसिस्ट (खगोल-भौतिक शास्त्रज्ञ). पण त्यात थिअरॉटिकल फिजिक्स वगैरे गोष्टी आपण वेगळ्या म्हणू शकतो,

कारण तशा त्या सर्वच एकमेकांशी संलग्न असतातच. फरक करणारी सीमारेषा तशी खूप धूसर आहे. फक्त ॲस्ट्रॉनॉमर किंवा खगोलशात्रज्ञ आजकाल फारसे सापडणार नाहीत. फक्त ॲस्ट्रोफिजीसिस्ट, म्हणजे खगोल-भौतिक शास्त्रज्ञपण तसे सापडणार नाहीत. कारण त्यांना प्रत्यक्ष निरीक्षणं कशी घेतली जातात ती निश्चित माहिती असावी लागते.

म्हणजे 'ॲस्ट्रॉनॉमी' आणि 'ॲस्ट्रॉफिजिक्स' हे भौतिकशास्त्रातले एक 'सुपर स्पेशलायझेशन' आहे. मला सगळ्यात महत्त्वाच्या एका मुद्याबाबत सुरुवातीलाच तुला विचारायला आवडेल. तुझं नाव गेल्या वर्षी एका लघुग्रहाला म्हणजेच ॲस्ट्रॉइडला दिलं गेलं. ते वाचल्यावर मला असं वाटलं, की हे वेगळं आहे काही तरी! कुठल्याही मराठी माणसासाठी फार अभिमानाची गोष्ट आहे. पण कदाचित ॲस्ट्रोफिजीसिस्ट व ॲस्ट्रॉनॉमर्स अशी, तू म्हणालास तशी आणखी काही मंडळी असतील पण ज्याचं नाव एखाद्या लघुग्रहाला दिलं गेलंय, असा बहुधा तू एकटाच भारतीय आहेस, किंवा अजूनही कोणी भारतीय आहेत?

असं नाव दिलं गेलेला मी एकटाच भारतीय नाही. ह्यासंदर्भात काही रंजक माहिती मी तुम्हाला सांगू शकतो. माझं नाव जे दिलं गेलं, तेव्हा बरेच लोक म्हणाले की, तुम्ही तो लघुग्रह शोधून काढलात म्हणून नाव दिलं गेलं. ते काही खरं नाही. लघुग्रह मंगळ आणि गुरूच्या दरम्यान असतात. त्याचा एक मुख्य पट्टा आहे. पृथ्वीच्या जवळ येणारे काही असतात, बरेच दूर असलेलेही असतात. त्या सर्वांचं सर्वेक्षण केलं जातं. मी एका अशा सर्व्हेवर काम करतो. अमेरिकेतल्या अरिझोना या राज्यातून तो सर्व्हे कार्यरत आहे. 'कॅटलिना स्काय सर्व्हे' हे त्याचं नाव आणि त्या सर्व्हेमधला डेटा थेट आमच्याकडे कॅलटेकला येतो. आमचा दुसरा एक सर्व्हे आहे 'कॅटलिना रिअलटाईम ट्रांझियंट सर्व्हे' आणि आम्ही तो डेटा वापरून अनेक गोष्टी शोधतो. जो मूळ सर्व्हे आहे म्हणजे कॅटलिना स्काय सर्व्हे, त्याचं कामच मुळी लघुग्रह शोधण्याचं आहे. खास करून त्यातले असे लघुग्रह शोधायचे की जे पृथ्वीवर येऊन आदळण्याची शक्यता आहे. आता या सर्वच लघुग्रहांना नावं दिली जातात असं नाही, कारण आम्ही अक्षरशः हे शेकड्यांनी शोधत असतो. माझा हातभार हजारो लघुग्रह शोधण्यात लागला आहे, पण ते पूर्ण चमूचं काम असतं.

एखादा लघुग्रह शोधल्यानंतर त्याच्या कक्षा-भ्रमणाच्या तीन प्रदक्षिणा (Orbits) पूर्ण होईपर्यंत त्याला नाव देण्यात येत नाही. साधारण तीन-साडेतीन

वर्ष लागतात मुख्य पट्ट्यामधला एक लघुग्रहाच्या कक्षा-भ्रमणाला, तेव्हा लघुग्रह शोधला गेल्यानंतर निदान १० वर्षं नावच देण्यात येत नाही. ते नाव देणारी एक मध्यवर्ती संस्था असते. म्हणजे जे शोधतात त्यांचं नाव नाहीच दिलं जात त्याला! त्यामुळे हा २००४ साली शोधलेला लघुग्रह होता, त्याला माझं नाव देण्यात आलं. तुम्ही विचाराल की फक्त माझंच नाव का? मी एकटा आहे का? तर असं नाही. वैज्ञानिक किंवा इतरही ॲस्ट्रॉफिजीसिस्ट आहेत त्यांची नावंपण दिली आहेत. भारतीयांबद्दल बोलायचं झाले तर आपले जुने खगोलशास्त्रज्ञ 'वेणु बप्पू', (यांच्या नावानं बंगलोरजवळ एक टेलिस्कोप आहे) यांचंही नाव एका लघुग्रहाला देण्यात आलं होतं. लघुग्रहांना क्रमांकही असतात. माझ्या लघुग्रहाचा क्रमांक ९०४७२. त्यांच्या लघुग्रहाचा क्रमांक होता २५९६. पण ते स्वत: काम करत नसत लघुग्रहांवर. त्यांच्या कामाच्या सन्मानार्थ त्यांचं नाव दिलं गेलं. ही जी नावं दिली जातात ती कोणीतरी अधिकृत पद्धतीनं सुचवू शकतं आणि तशीही ती दिली जातात आणि अशी देता येऊ शकतात. उदा. सुप्रसिद्ध बुद्धिबळपटू अनातोली कारपोवच्या नावानेसुद्धा लघुग्रह आहे किंवा काही Intel या कंपनीच्या स्पर्धांमधील विजेते आहेत. उदा. २००३ मधल्या केमिस्ट्रीचा विजेता जो आहे तो! याच्या याद्या उपलब्ध असतात. त्या यादीमध्ये कोणाचं नाव दिलं आहे आणि ते का दिलं गेलं आहे आणि त्यांनी खगोलशास्त्रात काही काम केलं आहे का, ते पण दिलेलं असतं. तर माझं आडनाव महाबळ- ते नाव दिलेलं आहे त्या लघुग्रहाला. तर त्याच्याजवळची नावे शोधली तर मला महाडिक, महाजन ही नावं सापडली, पण हे दोघे म्हणजे त्या 'इंटेल'च्या एका क्विझमधले विजेते आहेत.

म्हणजे ते तुमच्या क्षेत्रामध्ये-खगोलशास्त्रातच काम करत असतील असं नाही?

अगदी बरोबर! पण एखादवेळी, आपण असं म्हणू शकू की ज्यानं लघुग्रहांवर काम केलं आहे, जो खगोलशास्त्रात आहे आणि मूळ भारतीय आहे, त्याचं नाव दिलं गेलंय, तसा मी पहिला आहे! हे शक्य आहे, पण तसे आणखीही काही असू शकतील.

या सगळ्या वैशिष्ट्यांचा विचार करून, मराठी माणसांमध्ये बहुतेक तुझं नाव पुढे येईल असं मला वाटतं, त्याबद्दल मनापासून अभिनंदन. ही अगदी सगळ्यांनाच अभिमान वाटावी अशी गोष्ट आहे. ही जर तुझ्या कामाला दिलेली दाद किंवा शाबासकी आहे, तर ते काम नक्की काय

स्वरूपाचं आहे हे जरा सविस्तर सांग ना.

हो. आपण जे लघुग्रह पाहतो, ते फक्त आपल्या सूर्यमालेतले. दुसऱ्या सूर्यमालेतले लघुग्रह आपल्याला इथून दिसू नाही शकत. पण हा जो कॅटलीना स्काय सर्व्हे म्हटला, त्यांनी ह्या लघुग्रहांवरचा डेटा गोळा केल्यावर तो इथं कॅलटेकला येतो आणि आम्ही डेटामध्ये इतरही अनेक गोष्टी शोधतो. उदा. अनेक वेगवेगळ्या प्रकारचे तारे जे आपल्या दीर्घिकेत असतात किंवा बाहेरच्या दीर्घिकांमधले क्वेसार्स म्हणजे ज्यांचं ऊर्जकेंद्र त्यांच्या मध्यभागी असलेली कृष्णविवरं (black holes) असतात. त्या कृष्णविवरांच्या भोवती ॲक्रिशन डिस्क असते. या ॲक्रिशन डिस्कशी संलग्न एक एनर्जेटिक जेट असतं. त्या जेटमुळे क्वेसार्सचा शोध लागतो. मुख्यत: माझं जे काम आहे, ते गेली अनेक वर्षे स्काय सर्व्हेजमधून अशा गोष्टी, असे तारे किंवा आपल्या दीर्घिकेबाहेरील असे 'नग' शोधून काढायचे की ज्यांची तेजस्विता बदलत असते. आपण आकाशात आज नुसत्या डोळ्यांनी पाहिलं तर तारे लुकलुक करतात पण लुकलुकणं ही प्रक्रिया आपल्या पृथ्वीभोवती जे वातावरण आहे त्यामुळे होत असते, पण त्यांची तेजस्विता बदलतेच असं नाही. साधारण ९०% ताऱ्यांच्या तेजस्वितेत दिवसेंदिवस, दिवसाकाठी, वर्षासाठी फरक पडत नसतो. पण त्यांचा एक विहित आयुष्यक्रम असतो. ते श्वेत बटू बनताना किंवा राक्षसी तारे बनताना बरेच बदल होत असतात. आता हा जो काही आयुष्यक्रम आहे, तो कोट्यावधी वर्षांचा असतो. आपल्या आयुष्यात एका ताऱ्यात झालेले असे बदल आपल्याला दिसणं शक्य नाही, पण संख्याशास्त्रीय नियमांनुसार तुम्ही कोट्यावधी तारे पहिले तर तुम्हाला त्यात बदल होत असणारे काही तारे दिसणार. आम्ही आकाशाचे निरंतर आणि वारंवार निरीक्षण करीत असतो, आणि त्यात असे जे बदल घडत असतात ते शोधून काढतो. आणि मग त्याच्या सांख्यिकी अभ्यासावरून (statistics) आपलं विश्व कसं उत्क्रांत होतं आहे, ते शोधण्याकडे आमचा कल आहे.

हे समजल्यावर मला पडलेला प्रश्न म्हणजे इतक्या गुंतागुंतीच्या, जटिल अशा ह्या संशोधनाचा उपयोजित भाग काय आहे? जगाला ह्याचा नक्की कसा उपयोग होतो?

सांगतो. 'मी कोण? मी कुठून आलो?' हा जो प्रश्न आहे या प्रश्नाची उकल करायला आमच्या संशोधनाची मदत होते. त्यामुळे त्याचा उपयोग लगेच उद्याच होईल असं नाही. पण बरेचदा या संशोधनांकरता एकूण जी साधनं वापरावी

लागतात, म्हणजे सिग्नल्स प्रोसेसिंग किंवा कम्प्युटेशनल आस्पेक्ट किंवा इन जनरल दळणवळण; ती सामग्री अन्य संशोधनासाठीदेखील उपयोगी ठरते म्हणजे एका संशोधनाचा दुसऱ्या संशोधनासाठी उपयोग होतो. उदाहरणार्थ, इतक्या दूरवर जेव्हा आपण काही लाँच करतो.. म्हणजे आपल्या सूर्यमालेतच पाहिलं, तर भारताने जे मंगळयान धाडलं मंगळापर्यंत; त्याच्याकरता अतिशय ॲक्युरेट कम्प्युटेशन्स लागतात ते कम्प्युटेशन मॉडेल किंवा प्रारूप बनवणं सोपं नाही. जेव्हा अशी प्रारूपं बनवली जातात, त्याचा उपयोग इतरत्र सगळीकडेपण दिसतो. उदा. इंटरनेटचा शोध किंवा सॅटेलाईट. आपण दोघे जे बोलतो आहोत ते इंटरनेटवरून, तेही सॅटेलाईट माध्यमातून! हे जे शक्य आहे, त्या बऱ्याच गोष्टींचे मूळ हे फिजिक्स, ॲस्ट्रॉफिजिक्स या संशोधनात असतं. लॅबमध्ये जे नवीन नवीन प्रकार घडून येत असतात, घडवून आणले जात असतात, त्यावरूनच ते बऱ्याचदा शक्य होतं. आमच्या संशोधनाचं फलस्वरूप उद्या लगेच दिसणार नसलं तरी त्यामुळे ज्या गोष्टी प्रत्यक्षात आल्या आहेत, त्या मात्र आपल्या आयुष्यात लगेच दिसत असतात.

वा! सर्वसामान्य माणसाच्या आयुष्यात नक्की काय उपयोग होतो ह्याचं तू अत्यंत चपखल उदाहरण दिलंस. म्हणजे, इंटरनेट वापरताना सॅटेलाईटद्वारा सिग्नल जात असतील तेव्हा त्याच्यामागे कुठेतरी तुम्ही केलेला रिसर्च उपयोगी पडतो, हे त्यातलं फार महत्त्वाचं आहे. जरा मागे जाऊ या. तुझ्या खगोलशास्त्रातल्या करिअरची सुरुवात कशी, कुठपासून झाली? कारण एखादा सर्वसामान्य मुलगा खगोलशास्त्राकडे करिअर म्हणून बघतोय, असं माझ्या तरी माहितीतलं हे पहिलंच उदाहरण आहे. ही प्रेरणा कुठून मिळाली? कुटुंबियांपैकी कोणी होतं का ह्या क्षेत्रात? किंवा तुझ्यावर प्रभाव असणारं कुणी व्यक्तिमत्व होतं?

खरं तर मी जेव्हा लहानाचा मोठा होत होतो तेव्हा आपल्याकडे फारसं प्रदूषण नसायचं आणि रात्रीचं आकाश बऱ्यापैकी निरभ्र असायचं. उन्हाळ्यात तेव्हा भरपूर तारे दिसायचे आणि अनेकदा वडील त्यांच्या खांद्यावर बसवून रात्री काहीकाही तारे-त्यांना जे माहिती होते ते-दाखवायचे त्यामुळे गोडी तशी लहानपणीच लागली. वडिलांनी मी नववीत असताना हॅलेचा धूमकेतू येणार, म्हणून छोटासा टेलिस्कोप घेऊन दिला. त्याचा व्यास फक्त दोन इंची होता, पण त्यांतून तो धूमकेतू शोधताना, इतरांना दाखवताना मजा आली आणि ते प्रेम नीट रुजलं. मग नंतर दोन-चार वर्षांनी एक थोडा मोठा टेलिस्कोप घेतला, पाच

इंच व्यास असलेला आणि माझ्यातल्या हौशी खगोलनिरीक्षकाची वाटचाल सुरू राहिली. B.Sc.च्या शेवटच्या वर्षाला असताना १९९० साली मी आयुकामध्ये Summer School साठी गेलो होतो. आयुका आणि NCRA यांनी आयोजित केलेलं हे पहिलंच Summer School होतं. त्यानंतर, M.Sc.च्या पहिल्या वर्षी मी आयुकाच्या Visiting Students Programmeला गेलो होतो. यासाठी काही निवडक विद्यार्थ्यांनाच आमंत्रित केलं होतं.

तेव्हा तिथे असताना आयुकाच्या लोकांनी एक परीक्षा घेतली आमची. अशा परीक्षा ते आयुकात प्रवेश देण्यासाठी घेत असतात. ती परीक्षा खरंतर मी आणखी एक वर्षानंतर द्यायला पाहिजे होती. पण तरीही आम्ही व्हिजिटिंग स्टुडंट होतो, त्यामुळे ती परीक्षा सगळ्यांनी दिली म्हणून मीही दिली आणि नंतर मी परत गेलो.

M.Sc.च्या दुसऱ्या वर्षाला असतांना मी बराच आजारी होतो त्यामुळे मी कोणत्याच प्रवेश परीक्षा देऊ शकलो नव्हतो. आयुकाची परीक्षा खरंतर तेव्हा द्यायची होती, पण नाही देता आली. त्यामुळे शेवटी काय करावं ते कळत नव्हतं. त्यामुळे एक वर्ष नुसतं बसायचं त्यापेक्षा इतर परीक्षा देणं वगैरे सुरू होतं. म्हणजे सायन्सच्या नसलेल्याही... म्हणजे चक्क कम्प्युटरच्या, LICच्या वगैरे परीक्षांचा विचार केला होता.

असं सगळं चालू असताना, अगदी त्यांचं ग्रॅज्युएट स्कूल सुरू होण्याच्या वेळी एक आठवडा आधी डॉ. नारळीकरांच्या नावानं टेलिग्राम आला. त्यात असं लिहिलेलं होतं, "तुझी आयुकाच्या प्रवेश परीक्षेतील जी मागच्या वर्षीची कामगिरी होती, त्यावर आधारित तुला आम्ही ग्रॅज्युएट स्कूलमध्ये ॲडमिशन देऊ इच्छितो, स्वीकारणार असशील तर लगेच कळव, कारण एका आठवड्यात ग्रॅज्युएट स्कूल सुरू होतंय."

मग काहीच प्रश्न नव्हता. त्यानंतर लगेचच सर्व ठरवलं, प्रवासाची तयारी केली आणि पोचलो आयुकाला. अशी सुरुवात झाली त्या व्यावसायिक कारकिर्दीच्या वाटचालीची. मी आधी नागपूरला होतो, B.Sc. आणि M.Sc. मी नागपूरला केलं.

म्हणजे सगळं शिक्षण नागपूरला झालं?

सगळं नाही. बाकीचं वडिलांच्या बदलीमुळे महाराष्ट्रात इकडे तिकडे फिरतफिरत झालं.. चंद्रपूर, परभणी वगैरे ठिकाणी होतो. माझा जन्म यवतमाळचा, तिथेही काही वर्षं होतो. होता होता पुण्याला जाऊन आयुकात डॉक्टरेट झाली.

बरोबर. आयुकाचं नाव अर्थातच सगळ्या जगात प्रसिद्ध आहे, पण सर्वसामान्य माणसाला आयुका काय काय करते, नारळीकरांनी तिथे काय काय केलं आहे हे कदाचित माहिती नसेल तर त्याबद्दल थोडं सांग.

आयुका म्हणजे Inter University Center for Astronomy and Astrophysics. तिथे खगोलशास्त्रासंबंधित अनेक प्रकारचं काम चालतं. इन्स्टुमेंटेशन थेअरीवरचं काम चालतं, डेटा सायन्सपण आहे. सूर्याबद्दलचं काम असतं, अॅस्ट्रोफिजिक्सची जी विविध अंगं आहेत त्यावर तिथे काम चालतं. मी नारळीकरांबरोबर प्रत्यक्ष काम नाही केलं, पण त्यांनी आम्हाला तिथे असताना शिकवलं. तुम्ही सुरुवातीला ग्रॅज्युएट स्कूल करण्यासाठी जाता तेव्हा काही कोर्सेस पूर्ण करावे लागतात. तर नारळीकर शिक्षक म्हणून होते. त्यांच्याशिवाय इतरही मातब्बर खगोल वैज्ञानिक तिथं असायचे, त्यांनी शिकवलं. राणा म्हणून होते, प्रोफेसर टंडन, नंतरचे संचालक प्रोफेसर दधीच आणि केंभावी, पद्मनाभन. अनेकांनी अनेक गोष्टी शिकविल्या त्या काळी. नवीन नवीन लोक येत असतात. उदा. सध्याचे जे चौथे संचालक आहेत- सोमक रायचौधरी, मी शिकत असताना ते नुकतेच आलेले होते. त्यानंतर ते इंग्लंडला गेले, परत आले. आयुकाचं एक चांगलं काय आहे, तर बरेच अभ्यागत तज्ज्ञ (Visting Experts) तेथे येतात आणि त्यामुळे जगभरात काय चाललं आहे, याबद्दलची अद्ययावत माहिती तिथल्या विद्यार्थ्यांना, Post-doctoral fellowsना मिळत असते. त्यासाठीच त्यांनी सेंटर मुद्दाम छोटं ठेवलं आहे. या दृष्टीनं की इतर ठिकाणचे व्हिजिटर्स सतत येऊ शकतील.

म्हणजे व्हिझिटिंग प्रोफेसर?

नाही, सगळे तसे नसतात. काही अल्प मुदतीच्या कामासाठी कधी कधी लोक आलेले असतात! मग तिथे कॉन्फरन्सेस होतात, मीटिंग्ज होतात. त्यात काही जण महिन्याभराच्या काहीशा दीर्घ मुदतीच्या भेटीवर आलेलेही बरेच संशोधक असतात.

नारळीकरांबरोबर प्रत्यक्ष काम केलं नाही, असं जरी तू म्हणालास तरी एकूणातच मराठी माणसाला खगोलशास्त्राशी संबंधित असलेल्या माणसाला नारळीकर ह्या नावाविषयीच खूप कुतूहल आणि आदर वाटतो. तुला त्यांच्याकडून काही ना काही प्रेरणा नक्कीच मिळाली असणार. तुला स्वतःला त्यांच्याकडून काय शिकायला मिळालं? ते तिथे असल्यामुळे म्हणा... किंवा त्यांच्या ललित लेखनामुळं म्हणा. नारळीकरांबद्दल काय

सांगू शकशील?

नारळीकरांचं ज्ञान सगळ्यात वाखाणण्याजोगं आहेच. त्याव्यतिरिक्त त्यांची लेक्चर्स देण्याची पद्धत. ते अतिशय संथपणे सुरुवात करतात आणि हळूहळू गोष्टी समजावत जातात. जेव्हा तास संपतो तेव्हा ते बरोबर थांबतात आणि त्या तासाला त्यांनी सांगितलेलं आपल्याला पूर्ण समजलेलं असतं. त्यांनी ते इतकं सुंदर पद्धतीनं समजावलेलं असतं, की तुम्ही परत जाऊन सगळं तसच्या तसं उतरवून काढू शकाल, असं वाटतं... कुठेही न पाहता! तसं करण्याचा प्रयत्न केला तर अर्थातच जमत नाही. त्यांनी इतक्या खुबीनं इतक्या गोष्टी जोडून घेतलेल्या असतात एकमेकांशी... ते एक तंत्र वाखाणण्याजोगं आहे! ते मला सगळ्यात थक्क करून जाणारं वाटलं आणि आधी मी म्हटलंच, की त्यांचं ज्ञान आणि व्यासंग अफाट आहे! आणि लेखन जे आहे, त्याबद्दलही मला त्यांच्याकडूनच प्रेरणा मिळाली. मी विज्ञानकथा आधी ज्या मराठीत वाचल्या त्या त्यांच्याच वाचल्या. काही वर्षांपूर्वी मी लेखन सुरू केलं. आता मराठीत माझ्या काही विज्ञानकथा प्रसिद्ध झालेल्या आहेत. त्याच्यावर नारळीकरांचा प्रभाव निश्चितच आहे.

नारळीकरांच्या बरोबरीने मराठीत विज्ञानकथा लिहिणारे बाकी कोण लेखक आहेत की जे कदाचित नारळीकरांइतके प्रसिद्ध नसतील? काही कुणाची नावं सांगता येतील का? ज्यांचं लेखन चांगलं आहे, वाचायला पाहिजे असं ?

मराठीमध्ये विज्ञानकथा लिहिणारे बरेच लेखक आहेत. पण एका कुणाचं नाव घेण्यापेक्षा मला एक वेगळी आठवण होते आहे. काही वर्षांपूर्वी मराठीत विज्ञान परिषदेने होतकरू विज्ञानकथाकारांसाठी शिबिराचं आयोजन केलं होतं. आणि त्यातून पुढे आलेले होतकरू लोक हळूहळू प्रस्थापित होताहेत. तर त्यांची पुस्तके, विज्ञानकथासंग्रह असं काही काही पुढे येणार आहे. त्याबद्दल जरूर वाचा, हळूहळू येतायेत ती. त्यामुळे लोकांनी 'नवल', 'धनंजय' या प्रकारचे जे दिवाळी अंक असतात त्यामध्ये पाहिलं तर अनेक नवीन लेखक दिसतील.

तू जे म्हणालास की तुझ्या विज्ञानकथा प्रसिद्ध झाल्या आहेत, तर त्या कुठे प्रसिद्ध झाल्यात किंवा त्या इंटरनेटवर सर्वसामान्य वाचकाला सहजी उपलब्ध होऊ शकतील का?

अजूनही इंटरनेटवर आपली मासिकं, नियतकालिकं फारशी दिसत नाहीत, पण 'ऐसी अक्षरे' म्हणून एक वेबसाईट आहे. त्यांच्या २०१४ व २०१६

च्या दिवाळी अंकांमध्ये माझ्या कथा आल्या आहेत. त्या आहेत इंटरनेटवर. मी तिथे एका टोपण नावाने लिहितो पण लोक शोधून काढू शकतील, काय नाव आहे ते. काही 'नवल' आणि 'धनंजय' मध्येही खऱ्या नावानं आल्या आहेत. माझी पहिली कथा जी आली, तिला २०१४ साली मराठी विज्ञान परिषदेनेच एक स्पर्धा घेतली होती, त्या स्पर्धेत तृतीय स्थान मिळालं होतं. त्यानंतर मराठी विज्ञान परिषदेच्याच दिवाळी अंकात ती छापून आली होती. ती कथा आहे. काही अंक ऑनलाईन आहेत, लोकांना त्यातल्या काही नक्कीच सापडू शकतील. काही विज्ञानसंग्रहांमध्येही (anthologies) माझ्या कथा समाविष्ट आहेत.

आपण विज्ञानकथांबद्दल बोलतो आहोत तर त्यातल्या एखाद-दोन कथांची साधारणपणे थोडीशी तोंडओळख दे ना करून, किंवा त्यात विषय कोणते आहेत त्याबद्दल काही सांगशील का?

मी शक्यतो Hard Science Fiction लिहिण्याचा प्रयत्न करतो. हार्ड सायन्स फिक्शन म्हणजे 'कठीण' नाही, तर खरं विज्ञान त्यात असेल, असं.. म्हणजे निव्वळ काल्पनिका (फॅन्टसी) नाही, तर ते भावी काळातील घटनांचा अंदाज बांधणारं असतं. अस्सल विज्ञानकथेतून जर विज्ञान काढून घेतलं तर कथा कोसळायला हवी. अर्थात विज्ञानकथेला जसं विज्ञान हवं, तसं कथाबीजही हवं असतं. अॅस्ट्रॉनॉमीवर आधारित माझ्या काही कथा आहेत. भारतीय मायथॉलॉजीवर आधारित एक-दोन कथा लिहिल्या, त्या आहेत. आता माझं काम डेटा सायन्समध्ये, Genetics सारख्या अजूनही काही गोष्टींमध्ये आहे तर त्याच्याशी संबंधितही काही गोष्टी दिसून येतात.

आधी आपण बोलताना एका विषयाला नुसता स्पर्श केला. अॅस्ट्रॉफिजिक्स आणि अॅस्ट्रॉनॉमी याच्याशिवाय 'डेटा सायंटिस्ट' हे नव्याने उदयाला आलेलं करिअर आहे की, ज्याच्यात तुम्ही कम्प्युटर डेटाचा खूप अभ्यास करता. ते ह्या मुख्य विषयांशी कसं जोडलं गेलं आहे आणि तू त्यात काय काय करतोस? डेटा सायन्स ह्या विषयाची थोडीशी ओळख करून देऊन मग तुझं त्याच्यातलं काम काय आहे, त्याबद्दल सांगशील?

खगोलशास्त्रात, मी सांगितलं त्याप्रमाणे अनेक स्कायसर्व्हेज वर काम केलं आहे, म्हणजे संपूर्ण आकाश.. पुन्हा पुन्हा त्याचं निरीक्षण करायचं. त्याचा डेटा खूप जमतो. बिग डेटा हा नुसता त्याच्या data volume वरून ठरत नाही तर डेटा किती जटिल, गुंतागुंतीचा, क्लिष्ट आहे ह्यावरून ठरतो. तसंच

तुम्हाला डेटाचं विश्लेषण करायचं असेल तर काय करावं लागतं, ह्याच्यावर पण ते अवलंबून आहे. म्हणजे नुसता एक कम्प्युटर प्रोग्रॅम सुरू केला की, ते विश्लेषण होणार असेल तर बिग डेटा नाही म्हणायचं. पण त्याच्यात जर खूप चल घटक (variables) असतील, खूप वेगवेगळे डेटा सेटस् एकत्र करावे लागत असतील तर मग त्याची क्लिष्टता, गुंतागुंत वाढत जाते. तेव्हा ते 'बिग डेटा'च्या प्रकारात जातं. अशा प्रकारचं विश्लेषण, म्हणजे डेटा सायन्स. तर ॲस्ट्रॉनॉमीमध्ये मी हे करतच होतो. त्याकरता अनेक गणिती, संख्याशास्त्रीय पद्धती वापराव्या लागतात. पण ते करता करता, कॅलटेकला असल्यामुळे NASAच्या JPL बरोबरही काम सुरू झालं. तर त्या अनुषंगाने अनेक इतर क्षेत्रांशी परिचय झाला.

JPL म्हणजे Jet Propulsion Laboratory. नासाचंच ते एक अंग आहे. त्याचं सर्वसाधारण व्यवस्थापन कॅलटेक करतं. खरंतर नासा आणि JPL मधूनच सर्व रॉकेट सायन्स सुरू झालं आणि नंतर ते नासाचं अंग झालं. मनुष्यविरहित अवकाशयान संशोधन सर्वप्रथम कॅलटेकच्या काही विद्यार्थ्यांनी तिथून सुरू केलं होतं आणि अजूनही नासाची जी मनुष्यविरहित अवकाशयानं असतात त्यांची सर्व संकल्पना विकसित होते ती JPL मध्ये. म्हणजे सगळी समानवी यानं असतात, ती नासाच्या अन्य केंद्रांमध्ये होतात, पण मनुष्यविरहित अवकाशयानं म्हणाल तर JPL मध्ये होतात.

खूपच बहुमूल्य माहिती दिलीस तू. कारण मी जरी JPLचं नाव ऐकलं होतं तरी ते काय आहे, याबद्दल मला काहीच माहिती नव्हती. हे चांगलं झालं, कळलं या निमित्तानं. तर आपण पुन्हा डेटा सायन्सकडे वळू या.

डेटा सायन्समध्ये मी पृथ्वी-विज्ञानावर (Earth Science) पण काम करतो. जसं आपण पृथ्वीवरून दुर्बीण लावून आकाशाकडे पाहू शकतो, त्याचप्रमाणे आपण आकाशात पाठवलेले उपग्रहही पृथ्वीकडे पाहात असतात, डेटा गोळा करत असतात. भारताचेही अनेक उपग्रह आहेत. ह्या क्षेत्रात भारताचं आणि ISROचंही पुष्कळ काम आहे. जसे आकाशाचे आम्ही पुन्हा पुन्हा पूर्ण स्काय सर्व्हेज घेतो, तशी पृथ्वीचीही अनेक निरीक्षणं उपलब्ध असतात आणि आकाशाच्या ऑब्झर्वेशनप्रमाणेच वेगवेगळी रेझोल्युशन्स आणि टाईमस्केल यावर ती सगळी उपलब्ध असतात. आम्ही ॲस्ट्रॉनॉमीकरता ज्या पद्धती वापरतो, त्याच किंवा तशाच पद्धती पृथ्वी-विज्ञानाकरता वापरणे शक्य आहे.

पण डेटा सायन्स इथंच थांबत नाही. एकदा तुम्ही डेटा एका टेबलमध्ये

वेगळा काढला, तर तो डेटा कोणत्याही प्रकारचा असला, तरी काही शास्त्रशुद्ध पद्धती तिथंही वापरू शकता. इथे त्यातलं मूळ क्षेत्रीय कौशल्य (domain knowledge) त्यात महत्त्वाचं ठरतं. तिथला जो मूळ वैज्ञानिक आहे, सायंटिस्ट आहे त्याला दूर करून भागत नाही, पण तुमच्या विश्लेषणाच्या पद्धती आणि त्या व्यक्तीचं हे ज्ञान हे एकत्र करून बरंच काही करता येतं. ते वापरून आम्ही कर्करोगाचं निदान थोडंसं आधी (early detection) करू शकतो. कर्करोगाच्या दृश्य जैवखुणा, म्हणजेच बायो-मार्कर्स असतात; त्यांची निरीक्षणं मिळवून त्यांचं कोणकोणतं विश्लेषण करता येईल, व्हिज्युएलायझेशन कसं करता येईल, त्यांच्या वेगवेगळ्या data sets मधली connections कशी शोधून काढता येतील, त्याबद्दलही काम आहे.

हे म्हणजे खगोलशास्त्राहून अगदी एक संपूर्ण वेगळंच क्षेत्र झालं. पण मग डेटा सायन्स हे साधन दोन्हीमध्ये समान आहे तर!

मूळ विज्ञानशाखा जरी दोन वेगळ्या असल्या, तरी एकदा तुम्ही निरीक्षणे नोंदवलीत, डेटा एकत्र केला तर त्या डेटावर पुढच्या ज्या प्रक्रिया केल्या जातात त्यात साम्य असू शकतं. डेटा सायन्समधून ते दिसून येतं. अजूनही काही चांगले प्रकल्प आता हळूहळू सुरू होणारेत; त्यापैकी एक अगदी साधा वाटू शकणारा प्रकल्प म्हणजे पाण्यामधलं शिशाचं किंवा जस्ताचं (lead or zinc) हानिकारक, अतिरिक्त प्रमाण शोधून काढायचं! संपूर्ण अमेरिकेचा मॅप मिळवायचा, पाणी जिथं आहे त्याचे छोटे छोटे डिटेक्टर्स मिळवायचे, त्यांच्या सहाय्याने वेगवेगळा डेटा जमवायचा, त्या डेटाच्या सहाय्याने शोधून काढायचं की कुठे ते अधिक हानिकारक प्रमाणात असू शकेल. हेदेखील डेटा सायन्स मध्येच येतं. आम्ही तेजस्विता बदलणारे जे तारे निरखतो, त्याचं ज्या प्रकारांनी विश्लेषण करतो, तीच मूळ पद्धत कोणी Fitbit वापरत असेल, त्यातल्या विश्लेषणाला लागू होते. आजकाल खूप लोक Fitbit वापरतात, व्यायाम करताना, किंवा दिवसभरही लावून ठेवतात. त्याचे विश्लेषणाचे जे सर्व घटक, त्यांच्या संरचना आहेत, ते विश्लेषणही अशाच प्रकारे करता येऊ शकतं.

पण हा सगळा डेटा उपलब्ध असू असतो का?

थेट तो डेटा उपलब्ध असतो असं नाही. बऱ्याच हॉस्पिटल्समध्ये त्यांच्या पेशंटकरता ते वापरतात. पेशंट हॉस्पिटलमध्ये दाखल असतांना पंधरा दिवस काय काय झालं, ते दर्शवणारं Fitbitचं विश्लेषण त्या हॉस्पिटलकडे असतं, आणि मग हॉस्पिटलमधले वैद्यकीय तज्ज्ञ हे पाहात असतात की त्या पेशंटमध्ये

आपल्याला वेगळं काही दिसतं आहे का? हे डेटा सेटस्‌मधून शोधून काढू शकतो आणि त्याचंही विश्लेषण आणि त्यावरून निदान करू शकतो.

अरे वा !! तुझ्या कामाशी तू संलग्न असलेले अजून काही प्रकल्प सांगताना दोन नावं तू मला सांगितली होतीस. एक आहे, 'LSST' आणि दुसरे ते 'बिग पिक्चर'. त्याच्याबद्दल आपण बोलूया थोडंसं?

LSST म्हणजे Large Synoptic Survey Telescope. हा टेलिस्कोप अजून काही वर्षांनी चिली, साउथ अमेरिकामधून कार्यरत होऊन निरीक्षणे करू लागेल. या टेलिस्कोपचं महत्त्वाचं वैशिष्ट्य म्हणजे त्याच्याद्वारे 'सदर्न स्काय' दर ३ ते ५ दिवसांनी पूर्ण निरखता येणार आहे. आम्ही जे तेजस्विता बदलणारे तारे शोधत असतो ते सध्या साधारण १ लाख इतके सापडतात, पण जेव्हा LSSTची निरीक्षणं सुरू होतील तेव्हा असे तारे १० लाख ते १ कोटी रोज सापडू लागतील. इतकी दांडगी निरीक्षणक्षमता असणार आहे त्याची! त्यातल्या वेगवेगळ्या टेलिस्कोपवर वेगवेगळी फिल्टर्स असणार आहेत! त्यामुळे सध्या कसं, की १० ते २५ तारे असतील तर शास्त्रज्ञ प्रत्येकाकडे नीट लक्ष देऊन त्याचा अभ्यास करू शकतात, इतर टेलिस्कोप आहेत त्यांची लक्ष्ये काय आहेत ती मिळवून त्याचा जास्त सखोल अभ्यास करू शकतात. पण तेव्हा हे शक्य होणार नाही, तेव्हा मशिन लर्निंग आणि डेटा सायन्स हे खूपच जास्त प्रमाणात लागणार आहे, त्याचा अल्पकालीन आणि बदलता (transient and variable) डेटा खूपच असेल, त्याचं म्हणून एक विज्ञान असेल. त्याकरिता बऱ्याच शास्त्रीय पद्धती आता विकसित होतायेत. कम्प्युटरच्या साह्याने जास्तीत जास्त तारे नुसते शोधायचे नाहीत. ते तर शोधलेलेच असतील टेलिस्कोपनं, पण त्यांचं विविध प्रकारे वर्गीकरण म्हणजे कोणता तारा कोणत्या प्रकारचा आहे, किंवा आपल्या आकाशगंगेबाहेरचे (extra galactic) काही नग असतील, तर सुपर नोव्हा कोणता आहे, तो कोणत्या प्रकारचा आहे हे शोधणं, हे सर्व करण्याकरता कार्यपद्धती विकसित करणं सुरू आहे सध्या. भरपूर देश त्यात सहभागी आहेत. आयुकापण आहे त्यात.

बरं! आणि Griffith Observatory मधला 'बिग पिक्चर' हा प्रकल्प काय आहे ?

Griffith Observatory ही लॉस एंजेलीसमधली वेधशाळा आहे. खरंतर ते संग्रहालयच जास्त आहे. तिथली दुर्बीण छोटी आहे, पण अतिशय सुंदर आहे. लॉस एंजेलीसमधल्या सर्वात प्रेक्षणीय स्थळांपैकी ते एक आहे, असं म्हणता

येईल. अनेक लोक तिथे Hollywood Sign पाहण्यासाठी येतात, कारण तिथून 'हॉलीवूड साईन'चं दर्शन खूपच अप्रतिमरीत्या होतं. काही वर्षांपूर्वी त्यांनी या वेधशाळेचं नूतनीकरण करायचं ठरवलं. एका छान डोंगरावर ती आहे आणि तिथून खालचं शहर खूप सुंदर दिसतं, समुद्रही दिसतो. त्यामुळे त्यांना ते काही बिघडवायचं नव्हतं. मग ती संपूर्ण वेधशाळेची इमारत हायड्रॉलिक्सच्या मदतीनं उचलली. ५ वर्षं ते काम सुरू होतं. त्याच्याखाली खोदकाम झालं. तिथे मोठी एक-दोन दालनं बनवली आणि पुन्हा ती खाली ठेवली. वरून पाहिलं तर काही फरक दिसणार नाही. खाली जे दालन बनवलं, त्याचं नाव Gunther Depths of Space. त्यात एक मोठी भिंत आहे-दीडशे फूट लांबीची आणि वीस फूट उंचीची. एक म्युरल ती पूर्ण भिंत व्यापून आहे. ते म्युरल म्हणजे काय? तर जर तुम्ही साधारण एक फूट अंतरावर तर्जनी धरली तर त्या तर्जनीमागे जितकं आकाश लपेल तितकं आकाश आम्ही मोठं करून त्या १५० फूट बाय २० फूट भिंतीवर लावलं आहे. म्हणून त्याला 'बिग पिक्चर' म्हणतात आणि ते आमच्या टीमने बनवलंय.

फारच रोचक माहिती आहे ही सगळी. आपण बऱ्याच वेगवेगळ्या गोष्टींवरून फिरत फिरत आलोय. आता जरा तुझ्या लेखनाबद्दल बोलूया थोडंसं? विज्ञानकथांबद्दल आपण बोललो. 'लमाल' नावाचा ग्रुप तुम्ही लॉस एंजेलीसमधले मराठी लोक चालवता, हे मला माहिती आहे, कारण मीही काही वर्षांपूर्वी एकदा त्यात सहभागी झालो होतो. 'लमाल'बद्दल काय सांगशील?

'लमाल' या नावात जराशी गंमत केलीय. ते एक पॅलिण्ड्रोम आहे- म्हणजे उलट-सुलट कसाही वाचलात तरी तोच शब्द राहतो, असं आद्याक्षरांपासून केलेलं लघुरूप. Los Angeles Marathi Author's Litera-meet म्हणजे LAMAL. माझं सगळं शिक्षण इंग्रजी माध्यमातून झालेलं असल्यामुळं मला स्वत:ला असं वाटत होतं की आपल्याला मराठी नीट यायला हवं. आपल्याला मराठीतून लेखन जमायला पाहिजे. त्यामुळे आम्ही काही लोकांनी एकत्र येऊन हा ग्रुप सुरू केला. आम्ही वेगवेगळे विषय घेतो, नेहमी भेटतो आणि त्या विषयांवर आम्ही सगळे लोक लिहितो. त्यात आम्ही एकमेकांच्या लेखनावर टिप्पणी करतो, ते कसं सुधारेल, ह्या संदर्भात सूचना देत असतो. खरंतर तिथून मिळणाऱ्या प्रतिसादांमुळे, प्रतिक्रियांमुळेच माझं लेखन बऱ्यापैकी सुरू झालं. त्यात लिहीत होतोच. शिवाय मराठी विज्ञान परिषदेनंही एक ऑनलाईन ग्रुप

सुरू केला आहे. मगाशी बोललो ती ऑनलाइन पोर्टल्स, व्यासपीठंही आहेतच.

तुझी एकूण वाटचाल बघताना, मला अजून एक पैलू महत्त्वाचा वाटतो की, तू नुसतं संशोधन करत नाहीयेस, तू शिकवतो पण आहेस. Coursera ह्या अल्पावधीत लोकप्रिय झालेल्या Online Learning Portal मध्येही तुझा काही सहभाग आहे. त्याबद्दल जरा ऐकायला आवडेल. मुळात वर्गात प्रत्यक्ष शिकवण्यात आणि ऑनलाईन शिकवण्यात कितपत फरक वाटतो किंवा यासाठी काही वेगळी तयारी केलीस का? लोकांचा प्रतिसाद कसा आहे ह्या माध्यमातून शिकण्याला? काय वेगळेपण वाटतं?

'कोर्सेरा'वर ठेवलेला डेटा सायन्सवरचा तो एक अभ्यासक्रम आहे. तो कॅलटेक आणि JPL ह्या दोघांनी मिळून तो तयार केला आहे. त्यात मी एकटा नाही, तर साधारण १० ते १२ लोकांनी मिळून तो तयार केला आहे. मी त्यात 'R' ही कम्प्युटर प्रोग्रॅमिंग लँग्वेज शिकवली आहे. प्रोग्रॅमिंगमधली सर्वोत्तम तंत्रं काय असावीत, याबद्दल माझे त्यात ऑनलाईन वर्ग आहेत. तो एक वेगळाच अनुभव आहे. मी काय केलं की, जेव्हा हा वर्ग सुरू केला तेव्हा सुरुवातीला कॅलटेकच्या विद्यार्थ्यांनापण तो शिकवत होतो. आम्ही प्रत्यक्ष शिकवतही होतो आणि ऑनलाईनही होता तो. त्यानंतर पुन्हा, आम्ही Flipped Classroom अशा पर्यायासहपण दिलेला आहे. म्हणजे काय, तर विद्यार्थी जेव्हा हा अभ्यासक्रम शिकण्यासाठी निवडतात, तेव्हा आधी लेक्चर्स पाहणार असतात आणि जेव्हा तास असतो तेव्हा त्यांच्या शंका, प्रश्न विचारतात. आता मात्र ते ऑनलाईन केल्यामुळे काय झालं की, हजारो लोकांनी त्यासाठी प्रवेश घेतला. अर्थात त्यातले सगळेच्या सगळेच अभ्यासक्रमाच्या शेवटापर्यंत पोहोचतीलच असं नाही. पण हजारो लोकांनी निदान तो पाहायला सुरुवात केली, ज्यांना आवडेल ते आपसूक पुढे गेले. तो जास्त लोकांपर्यंत पोहोचायचा असेल तर ऑनलाईन शिक्षणक्रम नक्कीच जास्त येत राहणार.

तसे ते आलेले आहेत.

निश्चितपणे! ऑनलाईन शिकवण्याची पद्धत हे प्रत्यक्षात शिकवण्यापेक्षा वेगळी असतेच. मी इथे सांगू इच्छितो की, सर्वसाधारणरित्या ह्या माध्यमातून येणाऱ्या पाठांव्यतिरिक्त मी शाळेतल्या मुलांकरता, गणित हा विषय खेळांद्वारा कसे शिकवता येईल, ह्याबद्दलचाच एक 'गेम' तयार केला होता. ह्या दोन्ही गोष्टी एकमेकांशी जोडलेल्या आहेत. मला 'कोडी' हा प्रकारपण खूप आवडतो. हे सगळं अंतर्भूत असणारे पटावरचे खेळ, म्हणजे बोर्डगेम्स! त्यांचं गणिताशी

कसं नातं आहे आणि नवीन शिकायचं असेल तर ते खेळामधून कसं शिकवता येऊ शकेल, त्याबद्दलचा तो एक छोटासा कोर्स होता. त्याचा एकूण अवधी साधारण १० ते ११ तासांचा आहे पण मुलांना तो निश्चितच आवडायचा. मुलांना खेळ आवडतातच. साधारण चौथी, पाचवीपर्यंतच्या वयोगटासाठी हा बनवलाय. ज्या पातळीवर गणिताची आवड निर्माण होणं आवश्यक आहे, त्याच पातळीसाठी तो रचला आहे.

तो तू आता नियमितपणे शिकवतोस का?

अगदी नियमित होतंच, असं नाही. कारण बऱ्याचदा माझा प्रवास कसा, किती आहे, त्यावर ते अवलंबून असतं. कारण एक सत्र जर पाहिलं, तर मी निदान ७-८ आठवडे उपलब्ध असेन तर मी शिकवतो. पण हे झालं प्रत्यक्ष शिकवणं. ऑनलाईन करण्याकरता बाकी काही तडजोडी कराव्या लागतात. ह्या शिकवण्यात कसं आहे, की मुलांना मी ते खेळ प्रत्यक्ष दाखवतो बरेचदा. काही गोष्टी आम्ही कागद कात्रीने कापून, करून दाखवतो. अशा प्रत्यक्ष करण्याच्या गोष्टी ऑनलाईन शिकवण्यात डोळ्यांसमोर दाखवणं कठीण जातं. Youtubeच्या माध्यमातून किंवा व्हीडियोज, दाखवून करता येईल, पण ‘हाताने करून पाहा’ प्रकारातल्या गोष्टींमध्ये ते जरा अवघड आहे- कारण प्रत्यक्ष करतांना काही वेळा अडायला झालं, तर जे अडेल ते लगेच दाखविता येणं हे आवश्यक आहे.

तुझ्या व्यक्तिमत्त्वाचे इतके सगळे पैलू, बारकावे आपली इतक्या दिवसांची ओळख असूनही आज मला पहिल्यांदा कळतायत! आणि तरी तुझ्या संस्कृतच्या आवडीबद्दल, त्याचप्रमाणे नाणी जमवणे ह्या छंदाबद्दल विचारायचं बाकीच आहे. याबद्दल बोलू या जरा.

जरूर. तुम्ही जेव्हा असे संग्राहक बनता-नाणी वगैरेंचे-तेव्हा त्या छंदाचे अनेक सांख्यिकी, शास्त्रीय पैलू आणि तपशीलही तुम्ही अभ्यासताच. हे सगळं करून त्या विषयाची मी एक वेबसाईट बनवली आहे. तिच्या अंतर्गत तुम्ही ‘शोध’ घेऊ शकता- म्हणजेच मी ती searchable बनवली आहे. ह्या साईटवर माझा संपूर्ण संग्रह आपण पाहू शकतो. संस्कृतबाबत जरा वेगळा प्रकार म्हणता येईल. संस्कृतबद्दल मला बरंच कुतूहल होतं, पण लहान असल्यापासून मी ज्या ज्या शाळांमध्ये जात होतो, तिथे कुठेच ते शिकता येण्याची सोय नव्हती. त्यामुळे मी चक्क B.Sc. आणि M.Sc.करत असताना जर्मन भाषा शिकलो, कारण जर्मन ही संस्कृतला जवळची भाषा आहे. नंतर कॅलटेकला आल्यानंतर

संस्कृतभारतीच्या एका कार्यकर्त्यामुळे माझं संस्कृत शिक्षण सुरू झालं. इथं एक वर्ग चालायचा. त्याद्वारे आम्ही साधारण दोन वर्षं शिकलो. मग आम्ही इथेही एक वर्ग चालवला, माझ्यापेक्षा चांगलं संस्कृत येणारे सतत आजूबाजूला असल्यामुळे ते शक्य झालं. संस्कृत भाषा खूपच रोचक आहे. 'ती सर्वात चांगली भाषा आहे, किंवा संगणकासाठी ती उत्कृष्ट भाषा आहे', ह्या ढोबळ आणि वादग्रस्त विधानांपलीकडे जाऊ. त्या भाषेच्या व्याकरणाची एक संरचना (structure) आहे, दोन हजार धातू आणि त्यांच्यापासून नवे शब्द बनविण्याच्या अनेक पद्धती, यातून जे विश्व उभं राहतं ते फार मनोहारी आहे. माझा त्यातला रस अजूनही पूर्वीइतकाच कायम आहे- पण पुरेसा वेळ मात्र मिळत नाही.

पण एकीकडे असं म्हटलं जातं, संस्कृत भाषा ती आता जुनी झाली, मृत भाषा झाली. आता नवीन काळात त्याचा काय उपयोग? तर शास्त्रीय किंवा वैज्ञानिक दृष्टिकोनातून पाहायला गेलं तर, एक वैज्ञानिक म्हणून तुला असं वाटतं का?

संस्कृत बोलीभाषा म्हणून आली किंवा नाही आली तरी फारसा फरक पडणार नाही. पण संस्कृतचं जे व्याकरण आहे त्याचं शिक्षण मात्र देत राहणं आवश्यक आहे. ज्या प्रकारे त्याची आखणी केली आहे, नियम बनवले गेले आहेत ते अतिशय नेमके बनवलेले आहेत. त्याचा अभ्यास जर होत राहिला, तर त्यामुळे आपल्याला बरंच काही शिकण्यासारखं आहे. म्हणजे जरी संगणकांसाठी संस्कृत नाही वापरली गेली तरी, बऱ्याच संगणकांचं म्हणून जे ग्रामर असतं, त्या पद्धतीची ती थोडीफार आहे. एक उदाहरण किंवा प्रयोग म्हणजे, मागे Perligata नावाचा प्रोग्रॅम काही जणांनी बनविला होता. Perl ही जी कम्प्युटर प्रोग्रॅमिंग लँग्वेज आहे तर त्यात लॅटीन वापरून तो बनविला. तसं संस्कृतचं करणं शक्य आहे, कारण संस्कृतच्या वेगवेगळ्या केसेस असतात. तुम्ही कम्प्युटर लँग्वेजमध्ये ज्या वेगवेगळ्या लेव्हल्स वापरता किंवा व्हेरिएबल्स वापरता, तर त्या जागी वेगवेगळ्या केसेस वापरून हे करता येऊ शकतं. संस्कृत भाषेच्या व्याकरणाच्या सौंदर्यासाठी, संरचनेच्या सौंदर्यासाठी ती सगळ्यांनी शिकायला पाहिजे.

मला वाटतं शालेय अभ्यासक्रमात, निव्वळ तो अभ्यासक्रम पूर्ण करणं आणि परीक्षेसाठी, मार्कांसाठी वापरून घेणं हा दृष्टिकोन बाळगल्याने कदाचित संस्कृतची गोडी निर्माण होत नसेल. पण हा तू जो दृष्टिकोन सांगितलास, त्या दृष्टीने जर संस्कृत शिकवलं तर बहुतेक लोकांपर्यंत ते

जास्त पोहोचेल किंवा लोकांना ते आवडेल, असं वाटतं का?

सहजच, नक्कीच.

आशिष, खूप वेगवेगळ्या विषयांवरती मस्त गप्पा झाल्या, खूप मजा आली. तुझ्या व्यक्तिमत्त्वाचे खूप पैलू, सर्वांनाच ऐकायला मिळाले. मनापासून धन्यवाद.

आशिष महाबळ यांच्या मूळ मुलाखतीचा ऑडिओ एपिसोड ऐकण्यासाठी खाली दिलेल्या लिंक वापरा किंवा सोबत दिलेला क्यू आर कोड स्कॅन करा.

https://tinyurl.com/vs-yt-08-ashishm

पूर्व-प्रसिद्धी : १५ एप्रिल, २०१७

प्रकाश यादगिरे

'एक गाव गणिताचा'
हा अभिनव उपक्रम राबवून,
शालेय मुलांमध्ये
गणिताची गोडी निर्माण करून
उत्कृष्ट निकाल मिळविण्यासाठी
मदत करणारे कल्पक शिक्षक

''आपला एस.एस.सी. बोर्डाचा रिझल्ट लागलेला आहे. दहावीच्या वर्गामध्ये जवळजवळ दहा विद्यार्थ्यांना गणितात ९०च्या पुढे मार्क आहेत. दोन विद्यार्थ्यांना शंभरपैकी शंभर मार्क आहेत. आपल्या शाळेमध्ये मराठी, गणित आणि इंग्रजी या तीन विषयांमध्ये जे विद्यार्थी पहिले आले आहेत, त्या सात विद्यार्थ्यांना गणितातच जास्त मार्क आहेत आणि मराठी, इंग्रजी आणि हिंदी ह्या तिन्ही विषयांमध्ये कमी मार्क आहेत. निश्चितच गणिताची प्रगती वाढलेली आहे.''

१०.

प्रकाश यादगिरे

नवनिर्मिती ही फक्त तंत्रज्ञान किंवा कॉर्पोरेट क्षेत्रातच दिसते असं नाही, हे आपल्या सगळ्यांना माहिती आहे. पण हायस्कूलमधल्या मुलांना गणित शिकवण्यातही काही कल्पकता, नवनिर्मिती आणता येते, याच्यावर कदाचित आपला पटकन विश्वास बसणार नाही. महाराष्ट्रातल्या उस्मानाबाद जिल्ह्यातल्या 'सुकटा' या अगदी छोट्याशा गावात आजघडीला हे असं घडतंय. या खेड्यातले गणिताचे शिक्षक श्रीयुत प्रकाश यादगिरे यांनी 'एक गाव गणिताचा' या नावाचा एक अगदी आगळावेगळा प्रयोग गेले काही महिने चालवला आहे. मुलांच्या मनातली गणिताची भीती नाहीशी व्हावी, ह्या कळकळीतून यादगिरे सर हा आणि इतरही काही अफलातून प्रयोग गेले काही वर्ष करत आहेत आणि तेही स्वतःच्या खिशातले पैसे खर्च करून! आपल्या स्वतःच्या परिघातच काही वेगळा विचार करत, तो प्रत्यक्षात आणण्यासाठी त्यांनी केलेले प्रयत्न, नुसते थक्क करून सोडणारेच नाहीत तर प्रेरणादायीही आहेत. त्यांच्या या आगळ्यावेगळ्या प्रयोगांविषयी यादगिरे सरांकडूनच आपण ऐकणार आहोत.

नमस्कार यादगिरे सर. 'एक गाव गणिताचा' अशा प्रकारचा एक अतिशय वेगळा उपक्रम महाराष्ट्रातल्या एका छोट्याशा खेड्यात तुम्ही यशस्वी रीतीने चालवता. ह्या उपक्रमाबद्दल तुमच्याचकडून ऐकून घ्यायला आम्हाला आवडेल. तेव्हा हा प्रकल्प काय आहे आणि त्यामध्ये काय घडतंय याची ओळख करून देता का?

'एक गाव गणिताचा' हा एक सामाजिक आणि शैक्षणिक उपक्रम आहे. त्या उपक्रमाच्या माध्यमातून पालक व समाजापर्यंत जाण्याचा तो एक प्रयत्न आहे. शाळेतच नाही, तर मुलांच्या घरापर्यंत जाऊन आपण त्यांना शिकवणे हा

त्यामागचा उद्देश आहे. उस्मानाबाद जिल्ह्यात भूम तालुका आहे. त्या तालुक्यात 'सुकटा' नावाचं आमचं गाव आहे. मी काय केलं, त्या गावामधील सर्व दर्शनी भिंतींवर, सर्वात पहिल्यांदा कच्चा, प्राथमिक रंग म्हणजे प्रायमर दिला आणि प्रायमर दिल्यानंतर, ऑईलपेंटने त्यावर गणिताची पाचवी ते दहावीच्या अभ्यासक्रमांमधली सर्व सूत्रं, संकल्पना या मोठ्या आणि ठळक, सुबक, आकर्षक अक्षरात अशा पद्धतीने लिहिल्या, की जाता-येता लोकांना म्हणा किंवा मुलांना, ती सहज दिसतील आणि ती सगळ्यांनाच सहज लक्षात राहतील. गणिताची सूत्रं आणि संकल्पना विद्यार्थ्यांना आणि पालकांना कशा समजतील, लक्षात राहतील, त्याचा विचार या उपक्रमामध्ये केलेला आहे

तुमच्या गावाबद्दल थोडी माहिती सांगा ना.

सुकटा हे साडेतीन ते चार हजार लोकवस्तीचे गाव आहे. गावातील लोकांचे शेती आणि दुग्ध-व्यवसाय असे व्यवसाय आहेत. बरेचसे लोक या ठिकाणी शेतीवरच आपला उदरनिर्वाह करतात आणि दुग्ध-व्यवसायासाठी पशुपालन हा एक जोडधंदा आहे. त्यांची परिस्थिती गरिबीमुळे अतिशय नाजूक आहे- काही लोक शिकलेले आहेत परंतु त्यांना आपल्या कामामुळे आपल्या मुलांकडे लक्ष देण्याला वेळ नाही, पण त्यांना आपला मुलगा शिकला पाहिजे असं वाटतं.

म्हणजे स्वत: हे पालक कमी शिकलेले आहेत किंवा शेतकरी आहेत, तरीही त्यांना त्यांच्या मुलांनी मात्र शिकावं, शाळेत जावं आणि मोठं व्हावं असं वाटतंय, ही फारच महत्त्वाची गोष्ट आहे आणि घरात शिक्षणाची काही पार्श्वभूमी नसतांना तर ते आणखी महत्वाचं ठरतं. तुम्ही 'एक गाव गणिताचा' या कल्पनेत सगळ्यांना सामावून घेतलंत. खूप छान कल्पना आहे. हे असं काहीतरी करावं, हे तुम्हाला का वाटलं? ह्याची सुरुवात कशी झाली? आणि तुम्ही त्यासाठी काय केलंत? लोकांचा प्रतिसाद कसा मिळाला?

सगळ्यात महत्त्वाचं म्हणजे गणित हा विषय बऱ्याच जणांच्या मनामध्ये भीती निर्माण करणारा विषय आहे. गणिताची जी भीती आहे, ती मला विद्यार्थ्यांच्या मनातून दूर करायची होती. गणित विषय विद्यार्थ्यांना मनोरंजक आणि सोपा कसा वाटेल, त्यासाठी मी बऱ्याच दिवसांपासून प्रयत्न करत होतो आणि हे सगळं करायला तिथली परिस्थिती कारणीभूत ठरली. ज्या वेळेस हा विद्यार्थी शाळेत येतो त्याचवेळी पालक शेतीसाठी त्या विद्यार्थ्याचा उपयोग करतात. त्याला शाळेमध्ये गैरहजर ठेवणं म्हणजे त्यांना काही मोठी गोष्ट वाटत

नाही. आपलं जे शेतीचं काम आहे, त्यात तो विद्यार्थी उपयोगी पडला म्हणजे त्यांना अधिक समाधान वाटतं. शाळेबद्दल आस्था आहे, सगळं आहे, परंतु नियमित शाळेत जायला पाहिजे, दररोज शाळेत जायला पाहिजे असं त्यांना कधी वाटत नाही. मग विद्यार्थी जेव्हा शाळेत येतो, त्यावेळेस त्याला कालचं काही आठवत नसतं किंवा काही येत नसतं. गणिताच्या तासाला जर असं झालं, किंवा त्यांना मी काही विचारलं तर, "शिक्षक आपल्याला रागवतील, मारतील" ह्या भीतीनं त्या दिवशीही त्यांचं काही लक्ष नसतं.

म्हणजे नेमकं काय होतं? कालचं होऊन गेलं आणि आजचं काय चाललंय, हे पण त्यांना नीट कळत नाही. गणिताच्या शिक्षकाला विद्यार्थी थोडा फार घाबरून असतो. "आपल्याला येत नाही" ही एक मूळ संकल्पना त्याच्या डोक्यात घर करून बसलेली असते. ही संकल्पना असल्यामुळे त्याच्या डोक्यामध्ये काय होतं? विद्यार्थी शाळेत गणिताच्या तासाला तणावाखाली असतो. परंतु हाच विद्यार्थी जेव्हा शाळेच्या बाहेर असतो किंवा गावात असतो, तेव्हा मी बघितलं, की विद्यार्थी तिथं आनंदानं खेळतायत, काम करतायत. विशेष सांगायचं म्हणजे त्या ठिकाणी विद्यार्थी माझ्याशी मनमोकळेपणाने बोलत होते, "काय सर, कसं काय गावात आलात तुम्ही?"

मी गावातून थोडीशी चक्कर मारली-हे पाहण्यासाठी की, विद्यार्थी काय करतायत, पालकांच्या भेटी घेतल्या, त्यावेळेस मला हे चित्र दिसलं.

मग मी म्हटलं, शाळेत मुलं व्यवस्थित बोलत नाहीत, गावात बोलतायत! त्याचं काय कारण आहे? किंवा विद्यार्थी ज्या ठिकाणी दडपणाखाली नाही, आनंदात आहे, आपण त्या ठिकाणी त्यांना शिकवू या. ही एक कल्पना माझ्या डोक्यात आली. पण शिकवायचं कसं? मी आजूबाजूला बघितलं तर मोठमोठ्या भिंती होत्या गावातल्या, दगडी भिंती होत्या. काही नवीन भिंती होत्या. मी ठरवलं की ह्या भिंतींवरच गणिताची मोठी मोठी सूत्रं लिहायची. कारण, सूत्रं ही गणिताचा कणा आहे. सूत्रं जर विद्यार्थ्याला आली तर गणित हा विषय त्यांना आपसूकच सोपा वाटेल. मी काय केलं, ऑईलपेंटने त्या गावातील जितका दर्शनी भाग आहे, चौक आहे किंवा कुंपणाची भिंत आहे, पाण्याची टाकी आहे- ज्या ठिकाणी विद्यार्थी बऱ्याच वेळेस जातात, खेळतात त्या ठिकाणी ही सूत्रं मोठ्या अक्षरांत लिहिली. आणि फक्त सूत्रंच लिहिली नाहीत, तर गणिताच्या ज्या संकल्पना आहेत, भूमितीच्या ज्या आकृत्या आहेत आणि आकृत्यांवर आधारित जी सूत्रं आहेत, तीही लिहिली. भिंतीवर लिहिल्यामुळे असं झालं की विद्यार्थ्यांना तो विषय किंवा ती गोष्ट आवडली, की सर काहीतरी काही नवीन

करतायत. ती जी नवीन गोष्ट आहे, विद्यार्थ्यांना नुसतीच आवडली नाही, तर ते येऊन सांगायला लागले, की "सर, आमच्या भिंतीवरसुद्धा सूत्रं लिहा. सूत्रं लिहिलेली आम्हाला फार आवडलं." अशा बऱ्याच विद्यार्थ्यांनी येऊन माझ्याकडे मनं मोकळी केली. विद्यार्थी थोडासा वर्गात बसायला लागला. त्याला वाटू लागलं, की सर काय शिकवणार, हे आपल्याला आता कळणार आहे. कारण भिंतींवर आपण जे बघितलंय, तेच आता आपण पुस्तकात पाहतोय.

तुमची मुलांच्या मनाला हात घालण्याची, किंवा मुलांना त्यांच्या आवडीच्या पद्धतीनं शिकवायची, किंवा त्यांना मोकळेपणानं आनंदात असताना शिकवण्याची कल्पना फारच अभिनंदनीय आहे. पण मला सांगा, तुम्ही हा प्रकल्प कधी सुरू केलात? आणि किती महिने झाले त्याला? मुलं तुम्हाला मोकळेपणाने सांगतायत की, "हे आम्हाला आवडतंय", पण त्यांच्या शाळेतल्या अभ्यासात किंवा त्यांच्या वर्गातल्या परीक्षांमध्ये तुम्हाला काही फरक झालेला दिसतोय का?

आता हे काम होऊन जवळजवळ सहा महिने होतायत आणि सहा महिन्यांच्या कालावधीत मी बघतोय, ते सर्वप्रथम सूत्रलेखनामध्ये दिसलं. मुलांमध्ये खूप मोठा उत्साह होता, की सर काहीतरी नवीन करतायत आणि मुलं येऊन सांगत होती, की ह्या भिंतीवर लिहिलेलं आमच्या पुस्तकातलं आहे किंवा "कर्ण वर्ग, बरोबर पाया वर्ग अधिक उंची वर्ग." सातवीत असणारं हे सूत्र पाचवीचे विद्यार्थी सांगत होते. "सर, हे सूत्र आमच्या घरासमोर लिहिलंय आणि आम्ही दररोज वाचलंय ते आता. दोन दिवसात पाठ झालं आमचं ते सूत्र!" म्हणजे पाचवीचा विद्यार्थी काय करत होता? सहावी-सातवीतलं सूत्र त्याला "सोपं वाटलं" म्हणून येऊन सांगत होता! त्यांच्यात गणिताविषयी आवड निर्माण होत होती. त्यांच्यामध्ये सातवी-आठवीतले विद्यार्थी नववी-दहावीची सूत्रं पाहात होते. जाता-येता त्यांना वाटत होतं, "हे सूत्र काय अवघड आहे? आपण दररोज बघत चाललोय, आपली पाठ व्हायला लागलीयत सूत्रं." विद्यार्थी इतके उत्साही होते की, त्यांना ते नवीन वाटत होतं आणि "आपल्याला हे सोपं आहे आणि सहज कळतंय" अशी एक भावना त्यांच्या मनामध्ये निर्माण होत होती. आणि सगळ्यात महत्त्वाचं म्हणजे पालकांचा प्रतिसाद! पालक तर इतके खूष होते की ते जे त्यांच्या त्यांच्या काळात शिकले होते, त्याची त्यांची जणू उजळणी होत होती. विद्यार्थ्यांचं विचाराल, तर त्यांना पुस्तक उघडायची गरज पडत नव्हती. आता सहज विद्यार्थ्याला बोलावून असं विचारू शकत होते,

की ''अरे हे सांग!'' कोणतं सूत्र कोणत्या वर्गातलं आहे, असं सांगण्याऐवजी, ह्या भिंतीवर लिहिलेला तक्ता जो आहे, त्यात जर 'सात अधिक'चं चिन्ह असेल, तर त्याचा अर्थ सात अधिक म्हणजे सातवी आणि सातवीच्या वरच्या वर्गातली सूत्रं, चार अधिक म्हणजे चौथीच्या वरच्या वर्गातली सूत्रं. त्यांना ते समजायला सोपं गेलं की हे कोणत्या वर्गासाठी आहे.

वा! मुलांचा आणि पालकांचा दोघांचाही चांगला प्रतिसाद तुम्हाला मिळाला. तुमच्या शाळेत गणित शिकवणारे तुम्ही सोडून बाकी काही शिक्षक आहेत का, की ज्यांना हा उपक्रम महत्त्वाचा वाटला किंवा ज्यांनी तुम्हाला काही मदत केली किंवा निदान तुमचं कौतुक केलं. असं काही झालं का ?

आमच्या शाळेमध्ये पाचवी ते दहावीपर्यंत वर्ग आहेत. पाचवी ते दहावी शाळेमध्ये, माझ्याकडे सातवी, आठवी, नववी, दहावी. या चार वर्गांना गणित मी शिकवतो. पाचवी आणि सहावीला गणित शिकवणारे दुसरे एक शिक्षक आहेत. त्यांना फार चांगलं वाटलं, की पाचवी-सहावीचा अभ्यासक्रमपण सर घेतायत. म्हणजे मी न सांगता माझ्या वर्गाची तयारी करून घेत आहेत, किंवा त्यांची तयारी आपसूकच व्हायला लागली आहे. गावामध्ये जिल्हा परिषदेचीही शाळा आहे पहिली ते सातवीपर्यंतची. त्या शिक्षकांनाही फार नवीन वाटलं, की आपली ही मुलं या माध्यमातून शिकायला लागली आहेत किंवा गणित विषय त्यांनापण सोपा वाटेल. असं नव्हतंच की, ह्या शाळेतल्या विद्यार्थ्यांनी बघायचं, त्या शाळेतल्यांनी बघायचं नाही. ही तर जाता-येता सगळ्यांना दिसणारी गोष्ट आहे. त्यामुळे त्यांनासुद्धा ती चांगली गोष्ट वाटली आणि त्यांनीसुद्धा कौतुक केलं, की ''सर, आम्हालासुद्धा या गोष्टीचा फायदा होणार आहे निश्चितच.''

मुलं हे शिकतायत आणि लहान वर्गातली मुलंसुद्धा पुढच्या वर्गातल्या गणिताचा अभ्यास करतायत किंवा त्यांना निदान आवड निर्माण झालीय, ते पुढचा अभ्यास करतायत. पण शेवटी हेच बघितलं जाईल की दहावीत गणितात पास होणाऱ्या मुलांची संख्या वाढली का, किंवा त्यांना मिळणाऱ्या गुणांच्या टक्केवारीत वाढ झाली का? तर त्याबद्दल तुम्ही काही माहिती जमा केली आहे का?

निश्चितच! गेल्या वर्षीच्या निकालामधलं एक उदाहरण सांगतो तुम्हाला. त्यावर्षी आमच्या शाळेमधून एक विद्यार्थिनी अशी होती, की तिच्या घरी वीज नाही आणि ती रोज शाळेत जवळजवळ चार ते पाच किलोमीटर चालत येत

होती. त्या मुलीला शंभरपैकी शंभर मार्क गणितात मिळाले आहेत. दुसरं, ह्यावर्षी निकाल लागलेला आहे आपला एस.एस.सी. बोर्डाचा की दहावीच्या वर्गामध्ये जवळजवळ दहा विद्यार्थ्यांना गणितात ९० च्या पुढे मार्क आहेत. दोन विद्यार्थ्यांना शंभरपैकी शंभर मार्क आहेत. मराठी, गणित आणि इंग्रजी या तीन विषयांमध्ये, जे विद्यार्थी पहिले आलेले आहेत ते आमच्याच शाळेचे आहेत. आमच्या शाळेमधल्या सात विद्यार्थ्यांना गणितातच जास्त मार्क आहेत आणि मराठी, इंग्रजी आणि हिंदी या तीनही विषयांमध्ये त्यापेक्षा कमी मार्क आहेत. निश्चितच गणिताची प्रगती वाढलेली आहे.

नक्कीच. आणि एवढे चांगले मार्क दहावीच्या परीक्षेतही मुलांना मिळालेत, ह्याचा अर्थ हा तुमचा उपक्रम खूपच यशस्वी झालाय, हे दिसतंच आहे. तुम्ही गावातल्या जेवढ्या जेवढ्या सगळ्या भिंती होत्या, त्या भिंतींना प्रायमर दिलात. मग त्याच्यावरती ती सूत्रं रंगवून घेतलीत. तर आता हे सर्व रंगवायचं काम, हे काही सर्वसामान्य माणसाला जाऊन रंगवता येणार नाही. त्याच्यासाठी कुणीतरी कुशल रंगारी लागणार, त्याच्यासाठी खर्च येणार. हे सगळं तुम्हाला कसं काय करता आलं? तुम्ही कसं ते निभावून नेलं? एवढ्या मोठ्या खर्चासाठी तुम्हाला कुणी मदत केली का? किती खर्च केलात तुम्ही या सगळ्यासाठी?

खरं तर ही एक अफलातून कल्पना होती. सुरुवातीला जेव्हा मी ही कल्पना गावातल्या काही लोकांना सांगितली, तर त्यांना खरं तर नीट कळलं नाही आणि आपली भिंत तर द्यायला नको, अशी लोकांची कल्पना होती. गणित भिंतीवर लिहावं लागतं आणि असं लिहून ते विद्यार्थ्यांना कळेल, ही संकल्पना काही लोकांना रुचत नव्हती. माझ्या लक्षात आलं, की गावातल्या ह्या माणसांना, आपण काय सांगतोय ते कळेना झालंय. मग मी काय केलं, तर माझे काही माजी विद्यार्थी होते. हे विद्यार्थी शाळा शिकलेले होते पण गावातच होते. त्यांचं 'शिवशाही क्रीडा मंडळ' नावाचं एक क्रीडा मंडळ आहे. त्या मुलांना मी हाताशी धरलं आणि त्यांना सांगितलं, "माझी अशी अशी कल्पना आहे आणि आपण काय करू की गावातल्या सर्व भिंतींवर गणिताची सूत्रं लिहू." मग, भीतीपोटी म्हणा, प्रेमापोटी म्हणा, ते म्हणाले, "सर, काही हरकत नाही. आम्ही तुम्हाला सर्व मदत करतो. तुम्ही फक्त कुठं काय लिहायचंय, काय नाही ते आम्हाला सांगा. मग आम्ही रंग आणतो, सगळं आणतो".

म्हणजे जो कोणी पहिल्यांदा एखादी गोष्ट करायला घेतो त्याला प्रोत्साहन

द्यावं लागतं. त्यामुळे त्या गोष्टीची सुरुवात होते. ही फार महत्त्वाची गोष्ट ह्या शिवशाही क्रीडा मंडळाच्या आमच्या मुलांनी केली. त्यांनी मला प्रोत्साहन दिलं, की "सर, तुम्ही चालू करा, आम्ही तुमच्या पाठीमागे आहोत." मला इतका मोठा आधार मिळाला, की चला आपल्या पाठीमागे गावातील काही लोक आहेत. म्हणून मी ते काम चालू केलं. पैशाच्या बाबतीत त्यांना जेव्हा मी म्हटलं, तर त्यांनी काय केलं, सगळ्यात पहिल्यांदा गावातले जे काही शिक्षणप्रेमी नागरिक आहेत त्यांना त्यांनी विचारलं, "असं असं सर करतायत, तर तुम्हाला काही मदत द्यायची आहे का?", असं करून चार-पाच हजार रुपये जमा झाले. त्यांनी पाच हजार रुपये माझ्या हातावर टेकवले. म्हणाले, "सर, हे आमच्याकडून जमा झालेले पैसे आहेत, लोकांनी दिले आहेत. तुम्ही चालू करा काम, आम्ही अजून पैसे कसे जमा होतील ते बघतो." मग मला इतका उत्साह आला की, आपले विद्यार्थी आपल्याला पैसे आणून देतायत बाकीच्या लोकांकडून. मग मी प्रायमर आणला आणि गावातल्या रंगाऱ्याला सांगितलं, की "तू प्रायमरनं रंग दे त्याला." भिंती ठरवल्या आणि प्रायमरनं त्या रंगवायला सुरुवात केली. पण मग शिवशाही क्रीडा मंडळाच्या विद्यार्थ्यांना आणखी पैसे मिळवण्यात अडचणी येऊ लागल्या. मग मी विचार केला, की आपण सुरुवात केलेली आहे, आता आपण मागे पाहायचं नाही. मग परत लागणारा रंग मी आणला आणि गावातल्या सर्व दर्शनी भिंतीवर प्रायमर दिला. ऑइलपेंट आणला. त्यानंतर बाहेरगावचे रंगारी आणून त्यांना पूर्ण गाव दाखवलं. असे ९-१० रंगारी आम्ही पाहिले. ते लोक मला स्क्वेअर-फुटावर भाव सांगायचे. स्क्वेअर-फुटावर मला ते शक्य नव्हतं, कारण एकेक भिंत जवळजवळ दहा बाय पंधराची, पंधरा बाय दहाची. अशा वीस मोठमोठ्या भिंती होत्या. स्क्वेअर-फुटाचा भाव ही फार मोठी रक्कम होती. एकामागून एक रंगारी आणत होतो गावात. लोक बघायचे, सरांनी दुसरा रंगारी आणलाय, तिसरा आणला, चौथा आणला. काही तर उघड विचारायचे, "सर, तुमचं झालं की नाही फायनल?" मला भीती वाटायला लागली, की आपण प्रायमर तर देऊन ठेवलाय. आणि आपल्याला रंगारी तर मिळेना झालाय. पण शेवटी मला एक असा रंगारी मिळाला की जो त्या तुटपुंज्या पैशात काम करायला तयार झाला. त्या रंगाऱ्याला मी काम दिलं. जवळजवळ सर्व काम करून त्याचे ८० ते ८५ हजार रुपये झाले. त्या एकूण ८५,००० पैकी पाच हजार रुपये आपल्या मुलांनी दिले. बाकी ८० हजार रुपये मात्र मी माझ्या खिशातून खर्च केलेला आहे.

हा जो सगळा उपक्रम आहे ह्या उपक्रमात आपण हे पैसे घातले, त्याचं दु:ख नाही. एकच भावना होती सुरुवातीला-विद्यार्थ्यांना गणित विषय सोपा वाटावा आणि पालकांना असं वाटावं की सरांनी विद्यार्थ्यांसाठी काही केलं आहे, सर आपल्या घरापर्यंत येऊन शिकवण्याचा प्रयत्न करतायेत, एवढीच माझी एक भावना होती त्या ठिकाणी.

आश्चर्यचकित करून टाकणारं उदाहरण आहे, की केवळ मुलांना शिकवता यावं आणि गणिताची भीती घालवावी म्हणून तुम्ही तुमच्या खिशातून ८०,००० रुपये इतकी रक्कम खर्च केलीत! एवढं कोणी करत नाही हो! पण मला असं विचारायचं होतं, की तुमच्या कुटुंबियांना काय वाटलं? कारण तुम्ही तुमचा स्वत:चा साठवलेला पैसाच वापरलेला असणार. त्यामुळे घरातल्या लोकांना याबद्दल काही आक्षेप? त्यांचा पाठिंबा कसा मिळाला तुम्हाला?

माझ्या घरामध्ये आई-वडील आहेत आणि त्यांच्याकडेच आम्ही राहतो. आई-वडील, माझी पत्नी, मुलं आहेत दोन, असं आमचं कुटुंब आहे. ह्या कुटुंबामध्ये आई-वडील सगळ्यात महत्त्वाचे, आणि त्यांना पूर्ण विश्वास होता, की आपला मुलगा चांगलं काहीतरी काम करेल. त्याहून वेगळं करणार नाही आणि आत्तापर्यंत अशी तक्रार कुणीच कधीच केलेली नाही! म्हणजे दुसरी गोष्ट पत्नीलापण माहिती होतं की आपला नवरा साधी सुपारी, बडीशेपही खात नाही आणि त्यामुळे ह्यांच्या हातून असा चुकीचा खर्च होणं शक्य नाही. त्याच्यामुळे त्यांना मी जेव्हा सांगितलं, तेव्हा पहिल्यांदा त्यांना वाटलं, "काय नेमकं करायचं आहे ह्यांना? इतका मोठा खर्च कशाला करत आहेत हे?" त्यानंतर जेव्हा प्रत्यक्ष पैसे द्यावे लागले, तेव्हा त्यांचा आधी विश्वासच बसला नाही. इतके पैसे कशामुळे गेले, इतका खर्च खरंच येतोय का, अशी चौकशी त्यांनी बऱ्याच शिक्षकांकडे केली. चहा प्यायला आमच्याकडे काही शिक्षक यायचे, त्यांच्याकडे चौकशी केली की, "सर नेमकं काय करतायत? त्यांचे इतके पैसे का चाललेत?" त्या शिक्षकांनी सांगितलं, "फार मोठं काम करतायत, शाळेमध्ये आणि गावामध्ये काम सुरू केलंय आता गणित शिकवण्याचं, विद्यार्थ्यांना शिकवायचं." तर मग घरच्यांना ही पार्श्वभूमी आवडली. पण तरी थोडं वाटलं होतं, की इतके सगळे पैसे चाललेत, सत्कारणी लागतायत की नाही? पण ज्यावेळी त्या बातम्या अनेक माध्यमांवर दिसू लागल्या, त्यावेळेस त्यांना खूप आनंद झाला. त्यांना पैसे गेल्याचं काही दु:ख झालं नाही. त्यांना

वाटलं, की खरंच यांनी काही चांगलं काम केलेलं आहे.

खरोखरच खूपच छान काम केलेलं आहे तुम्ही. आता तुमच्या पार्श्वभूमीकडे वळू या. तुम्ही या सुकटा गावात हायस्कूलमध्ये शिक्षक आहात, पण ही शिक्षकाची नोकरी सुरू करण्यापूर्वीची तुमची पार्श्वभूमी काय, ते सांगाल का? तुम्ही कुठल्या गावात राहिलात, वाढलात, काय शिकलात, कुठे शिकलात? ह्या शिक्षकाच्या नोकरीच्या शिवाय किंवा त्याच्याआधी तुम्ही दुसरीकडे कुठे काय नोकरी केलीत का?

मी भूम तालुक्यात सर्व्हिस करतोय. ही माझी कर्मभूमी आहे! परंतु उस्मानाबाद जिल्ह्यातील वाशीमध्येच आमचं घर आहे. त्या ठिकाणी माझं प्राथमिक शिक्षण झालेलं आहे.म्हणजे पहिली ते पाचवीपर्यंत मी त्या ठिकाणी शिकलो. त्यानंतर शासनाची एक योजना होती 'नवोदय विद्यालय' म्हणून, तर आपल्या देशामध्ये तेव्हा हे प्रथमच सुरू झालेलं नवोदय विद्यालय. तर त्या नवोदयच्या पहिल्या तुकडीचा मी विद्यार्थी आहे. आमच्या तुळजापूरला नवोदय आहे. तिथं त्या तुकडीमध्ये सहावीमध्ये मी प्रवेश घेतला. त्या ठिकाणी ६ वी ते १२ वी असं माझं शिक्षण झालं. त्याठिकाणी 'राष्ट्रीय एकात्मता' नावाची योजना होती. ह्या योजनेत सरकार काय करत होतं की, ह्या नवोदयमधील काही विद्यार्थी दुसऱ्या राज्यात पाठवायचे, जेणेकरून तिकडची संस्कृती, तिकडचे लोक, तिकडची भाषा, तिकडं काय नेमकं पिकतं आहे, ह्या सगळ्याचा अभ्यास हे विद्यार्थी शिकत असताना करतील. तर त्या स्कीमखाली माझी उत्तर प्रदेशमधल्या मेरठला निवड झाली आणि मेरठला मी नववी-दहावी अशी दोन वर्षे काढली. त्या ठिकाणी उत्तर प्रदेशमध्ये दोन वर्षे शिकल्यानंतर परत मी ११वी, १२ वी साठी तुळजापूरला आलो. परंतु बारावीला आमच्या विद्यार्थ्यांचा सी.बी.एस.ई. अभ्यासक्रम होता. महाराष्ट्र बोर्ड जे होतं त्यावेळेस, त्याचा अभ्यासक्रम आणि हा सी.बी.एस.ई. अभ्यासक्रम ह्यात बरीचशी तफावत होती. तिकडे इंग्लिश माध्यम होतं, आमच्या इथं ती पण तफावत होती. आम्हाला जे गुण मिळाले त्या गुणांच्या आधारे आमचा एकही विद्यार्थी मेडिकलला जाऊ शकला नाही. आमच्या तुकडीचं ते दुर्दैव होतं. मग काहीजण एम.पी.एस. सी. झाले, पण मी बारावीनंतर वाशीच्या महाविद्यालयात बी.एस्सी.ला प्रवेश घेतला. वाशीला तीन वर्षं शिकलो. त्यानंतर औरंगाबादला बाबासाहेब आंबेडकर विद्यापीठ आहे, त्या विद्यापीठामध्ये मी एम.एस्सी. केलं. १९९९ साली माझं शिक्षण संपलं. एम.एस्सी. झाल्यानंतर लगेच मला, मी सध्या शिकवतो,

त्याच माध्यमिक शाळेनं विचारणा केली. त्यावेळेस मला नोकरीचे दोन प्रस्ताव होते. एक महाविद्यालयाचा आणि दुसरा माध्यमिक शाळेचा. महाविद्यालयाचे प्राचार्य घरी भेटायला आले, आणि त्यांनी आमच्या वडिलांना सांगितलं की, ''तुम्ही तुमच्या मुलाला आमच्याकडे पाठवा. दोन-तीन वर्ष पीएच. डी. करू दे शिकवता शिकवता. तेवढी वर्षं हंगामी स्वरूपाची नोकरी करू द्या त्याला, मग मी त्याला कायम करीन''. परंतु त्यांना मी असा प्रश्न विचारला की, ''मला माध्यमिक शाळेचा प्रस्ताव आत्ताच कायम नोकरीचा आला आहे''. ते म्हणाले,''हे आव्हान घ्यायचं की नाही, ते तुम्ही ठरवायचं. म्हणजे तीन वर्षं आव्हान आहे तुम्हाला.'' खरंतर मी ते आव्हान स्वीकारायला हवं होतं, पण त्या वेळी ते न स्वीकारता मी माध्यमिक शाळेत रुजू झालो. नंतर मी पीएच. डी. केलं आणि आज मी हे सगळे प्रयत्न करतोय.

तुमची जिद्द ही खूप महत्त्वाची आहे. पीएच.डी.पर्यंतचं शिक्षण घेतलेलं आहे आणि हायस्कूलमध्ये राहून तुम्ही नवीननवीन प्रकल्प करताय! 'एक गाव गणिताचा' या प्रकल्पाशिवाय तुम्ही बाकी काही उपक्रम करता का?

त्याच्याशिवायसुद्धा बरेचसे उपक्रम शाळेमध्ये राबवतो. त्यातला सुरुवातीचा आणि महत्त्वाचा होता, 'गटाद्वारे अध्यापन'. विद्यार्थ्यांचे गट करायचे, गट केल्यानंतर गटप्रमुख तयार करायचे. हे गटप्रमुख आपल्या गटातील विद्यार्थ्यांना गणिताच्या ज्या मूलभूत क्रिया आहेत-चिन्हांकित संख्यांची बेरीज, वजाबाकी, गुणाकार, भागाकार किंवा समीकरण सोडवणं-अशा ज्या मूलभूत संकल्पना आहेत त्या समजावून देतील. आपण फक्त काय करायचं, गटप्रमुखाला सांगायचं की,''ह्या ह्या गोष्टी आहेत ह्यात. समीकरण सोडवायचंय, तर समीकरणाची इतकी उदाहरणं.'' तो गटप्रमुख काय करायचा, तर ते उदाहरण त्या गटातील पाच मुलं, दहा मुलं ह्यांना समजावून सांगायचा. त्यामुळे एकीकडे गटप्रमुखामध्ये नेतृत्व-गुण यायचा आणि दुसऱ्याला शिकवल्यानंतर ते पक्कं व्हायचं. बाकीच्या विद्यार्थ्यांनी कोणतीही शंका त्यांच्या मनात असेल तर त्याला ती बेधडक विचारायची. जी गोष्ट ती मुलं आपल्या शिक्षकांना विचारू शकत नाहीत, ती गोष्ट त्या मित्राला विचारू शकतात. मी त्या माध्यमातून गणित पक्कं करण्याचा प्रयत्न केला होता आणि हा उपक्रम अद्याप चालू आहे. त्यानंतर दहावीच्या विद्यार्थ्यांसाठी मी एक उपक्रम बऱ्याच वर्षांपासून उपक्रम राबवतोय, तो म्हणजे गणिताच्या ५० प्रश्नपत्रिका त्यांच्याकडून सोडवून घेण्याचा उपक्रम. संपूर्ण महाराष्ट्रामध्ये, मला वाटत नाही, कोणती शाळा इतकं करत असेल.

५० प्रश्नपत्रिका! ज्या वेळेस माझा अभ्यासक्रम शिकवून पूर्ण होतो, त्या वेळेस त्यांच्या ५० प्रश्नपत्रिका सोडवून पूर्ण असतात. ह्या ५० प्रश्नपत्रिका, आम्ही अभ्यासक्रम शिकवायला सुरू करायच्या अगोदर त्यांना देतो. त्याच्या प्रती काढून आणायला सांगतो. म्हणजे प्रत्येक विद्यार्थ्याकडे अभ्यासक्रम सुरू व्हायच्या अगोदरच २५ बीजगणिताच्या आणि २५ भूमितीच्या अशा ५० प्रश्नपत्रिका असतात. प्रश्नपत्रिका त्यांच्याकडे आल्यानंतर ज्यावेळी माझं एखादं प्रकरण लांबलं, तर त्यावेळी त्या २५ प्रश्नपत्रिकांमध्ये, त्या धड्यावर आलेले प्रश्न जे आहेत ते विद्यार्थी लगेच सोडवायला चालू करतात. म्हणजे आपण प्रकरण संपवल्यानंतर काय होतं? विद्यार्थ्यांना त्याचं ज्ञान मिळालेलं असतं. २-३ प्रकरणांनतर ते सोडवायचं म्हटलं, तर ते विसरायला होतं. त्यांनी लगेच सोडवलं तर त्याचा सराव जरा जास्त होतो आणि पटकन त्याठिकाणी पंचवीस-पंचवीस प्रश्नपत्रिका पूर्ण होतात. अशा प्रकारचे उपक्रम मी राबवतोय आणि ह्याचा दहावीच्या विद्यार्थ्यांना फार मोठा फायदा होतोय.

हो, कारण नवीन शिकलं काही की तत्काळ त्यांना त्याचा सराव होतो, आणि त्यामुळे त्यांचा आत्मविश्वासपण वाढत असणार.

हा आत्मविश्वास वाढतो की आपण प्रश्नपत्रिका सोडवू शकतो. त्याच्यानंतर एक तिसरा प्रयोग मी राबवलेला आहे, तो म्हणजे 'गणितीय प्रयोग'. ह्याच्यामध्ये गणितामध्ये जी प्रमेयं असतात त्या प्रमेयांचं प्रदर्शन भरवतो मी. मी काय केलंय, प्लायवूडवर त्या प्रमेयांच्या आकृत्या काढून त्याचं पक्ष, साध्य असं मोठमोठ्या प्लायवूड बोर्डवर लिहिलेलं आहे आणि बोर्ड मी विद्यार्थ्यांना वाटून देतो. म्हणजे समजा ९वीचे विद्यार्थी आहेत. त्यांना व्यवस्थित आकलन झालेली, कळलेली चार प्रमेयं, पाच प्रमेयं, जी ते दुसऱ्यांना सांगू शकतील-अशी प्रमेयं त्या विद्यार्थ्याला द्यायची आणि बाहेर बाकावर ती मांडायची. एक, दोन बाक द्यायचे विद्यार्थ्यांना. तो विद्यार्थी काय करणार? त्या प्रमेयाचं विश्लेषण करणार. बाकीच्या इयत्तेचे जे विद्यार्थी आहेत, त्यांनी फक्त जाऊन ऐकायचं, की ही नेमकी कशाची आकृती आहे, त्याचं मूळ विधान काय आहे, त्यात काय सिद्ध करायचं आहे, काय साध्य करायचं आहे. हे तो नववीचा विद्यार्थी बाकीच्या विद्यार्थ्यांना सांगतो. म्हणजे आपला काय उद्देश आहे की नववीच्या विद्यार्थ्यांची 'प्रमेय' ही संकल्पना आहे ती पक्की व्हावी. ती कधी होते? ज्यावेळेस आपण दुसऱ्यांना सांगतो, तेव्हा आपली संकल्पना पक्की होते. आणि बाकीच्या विद्यार्थ्यांना कळालं, नाही कळालं तरी काय होतं-निदान त्यांच्या कानावरून तरी तेवढं

जातं. ही अशी अशी आकृती आहे आणि दोन समांतर रेषा आहेत, त्यांना छेदणारी छेदिका आहे, कोन कोणते आहेत, ही संकल्पना त्यांच्या डोक्यात एकदा गेली की त्यांना वरच्या वर्गात गेल्यानंतर ती सोपी वाटते. म्हणजे भूमिती पक्की करण्याचा वेगळा प्रयत्न करतोय.

तुम्ही इतक्या छोट्या गावात इतके वेगवेगळे उपक्रम करता आणि हे सगळं विद्यार्थ्यांना आवड निर्माण व्हावी, आणि त्यांचा आत्मविश्वास वाढावा म्हणून करता, तर ह्या तुमच्या कामाची दखल कुणी घेतलीय का? बाकीच्या शाळांमध्ये किंवा शासनाकडून किंवा इतर कुणाकडूनही तुमच्या ह्या कामाला काही प्रोत्साहन मिळालंय का? मदत मिळालीय का?

शासनातर्फे काही प्रोत्साहन नाही. शासनाने काही विचारणाही केली नाही. कारण आमची जी शाळा आहे, ती शासकीय अनुदानित शाळा आहे. जिल्हा परिषदेची शाळा नाही. शासकीय अनुदानित शाळा असल्यामुळे त्या ठिकाणी शासन फक्त त्यांचं काम आहे, त्यांच्या योजना आहेत, तेवढ्याच राबवायला बघतं. दुसरी गोष्ट म्हणजे मदत. मदत अशी काही कोणी मला दिलेली नाही. आपण कुणाकडे गेलो नाही की, आम्हाला या गोष्टीसाठी तुम्ही मदत करा. हे जे काम आहे ते फक्त आपण विद्यार्थ्यांसाठी करतो; त्यामुळे दुसऱ्या कोणाला, पालकांनाही काही म्हणता येत नाही. बाकी शाळांनी काही ह्याच्यापासून काही घेतलं का? हा जो उपक्रम झाला 'एक गाव गणिताचा', तर पूर्ण महाराष्ट्रातून मला आता फोन येतात. नुसते अभिनंदनाचे फोन नाहीत, तर त्यामध्ये असे बरेच फोन आहेत की ''तुमचा हा उपक्रम आम्हाला इतका आवडला आहे की, आम्ही आमचा गावसुद्धा 'एक गाव गणिताचा' करणार आहोत, पण त्याबद्दल मार्गदर्शन करा तुम्ही. तुम्ही तुमच्या सगळ्या भिंतींवरची सगळी सूत्रं आम्हाला पाठवा. आमच्याकडे या आणि आमच्या गावामध्ये येऊन आम्हाला सांगा.'' असे बऱ्याच जणांचे फोन आहेत. पश्चिम महाराष्ट्रातून फोन आहेत. सोलापूर, बीड, पुणे तसंच चाळीसगाव अशा बऱ्याच गावातनं फोन येतायत. तिथले जे शिक्षक आहेत त्यांना त्यांचं गाव 'एक गाव गणिताचं' करायचंय. काही ठिकाणी तर आमदार त्या उपक्रमाला निधी देऊ इच्छितात. नुसतेच गणिताचे शिक्षक नाही, तर बाकी विषयांच्या शिक्षकांनीसुद्धा फोन केले की आम्हाला आमच्या विषयांमध्ये काही करता येईल का? तसं असेल तर तुम्ही आम्हाला सुचवा. शिक्षक बरेचजण उत्साही आहेत आणि ते गणित म्हणा किंवा बाकीचे विषय म्हणा, विद्यार्थ्यांना सोपा करण्यासाठी प्रयत्न करतायत.

आपल्या गप्पा संपवताना एक शेवटचा प्रश्न आपल्याला विचारायचाय. या तुमच्या उपक्रमाची पुढची पायरी काय आहे, तुम्ही पुढे यात काय करू इच्छिता किंवा तुमचं स्वप्न काय आहे? दोन-तीन वेगवेगळे अतिशय चांगले उपक्रम राबविल्यानंतर पुढे काय व्हावं असं तुम्हाला वाटतंय ?

सगळ्यात महत्त्वाचं म्हणजे आता हा जो आपण उपक्रम राबवला तो केव्हा यशस्वी होणार आहे? तर गावातील जे विद्यार्थी आहेत आणि जे लहान वर्गातील विद्यार्थी आहेत, त्यांच्या मनातनं सगळी गणिताची भीती नष्ट व्हायला पाहिजे. सगळ्यात महत्त्वाची माझी ही भूमिका आहे. त्याच्यासाठी मी आता असं करतोय, जे वर्ग आहेत, पाचवी ते दहावी, त्या प्रत्येक वर्गामध्ये मी सांगितलं आहे की, गावामध्ये जितकी सूत्रं लिहिली आहेत, त्यांची एक सुंदर वही तयार करायची आणि त्यावर १५ ऑगस्टच्या अगोदर आपण परीक्षा घेऊ आणि प्रत्येक वर्गातून पहिला, दुसरा, तिसरा असा क्रमांक काढू. हे जे आपण क्रमांक काढणार आहोत, ते क्रमांक आपण गावकऱ्यांच्या समक्ष काढू म्हणजे गावकऱ्यांना कळेल की गावामध्ये जी सूत्रं लिहिली आहेत, ती सूत्रं आपल्या मुलांना किती येतात आणि आपल्या मुलांनी त्याचा किती फायदा घेतलाय. ही परीक्षा प्रत्येक विद्यार्थ्याला अनिवार्य केली आहे, आपण फी घेणार नाही, काही नाही. फक्त त्यांनी त्या परीक्षेला बसलं पाहिजे. दुसरी गोष्ट म्हणजे जिल्हा परिषदेची शाळा आहे आमच्याकडे, त्या शाळेमध्येसुद्धा सांगितलं आहे की तुम्ही तुमच्या विद्यार्थ्यांची तयारी करून घ्या. जे विद्यार्थी हुशार असतील त्यांना या परीक्षेला बसवा आणि त्या त्या वर्गाला मी काय करतो ते सांगितलंय. मी स्वत: बक्षीस देतो म्हणून सांगितलंय. छोटी छोटी बक्षिसं ठेवलीत मी तिथं. पहिल्या विद्यार्थ्याला दोनशे एक रुपये, दुसऱ्याला एकशे एकावन्न रुपये आणि तिसऱ्याला एकशे एक रुपये अशी बक्षीसं ठेवली आहेत. प्रत्येक वर्गात ते बक्षीस तीन क्रमांकांना आपल्याला द्यायचं आहे.

उपक्रम समाजापर्यंत नुसता गेला असला तरी तो रुजला की नाही ते आपल्याला बघायचं आहे. दुसरी गोष्ट, 'एक गाव गणिताचा' हा जो उपक्रम आहे, त्या उपक्रमासारखे उपक्रम किंवा गणिताचे उपक्रम बाकी शाळांमध्ये व्हावेत. आमचे शिक्षकांचे व्हॉट्सॲप ग्रुप आहेत, त्यावरती मी टाकलेलं आहे, की असा उपक्रम आपला आहे. तर ह्या उपक्रमासारखा उपक्रम कोणाला करायचा असेल तर त्यांना आपण पाहिजे ती मदत करू. म्हणजे हा उपक्रम दुसऱ्या शाळेमध्ये, दुसऱ्या गावांमध्ये व्हावा, अशी एक इच्छा आहे. समजा शासन दरबारी जर त्याची दखल घेतली गेली, तर ते बाकी शाळांना किंवा

गावांमध्ये अनिवार्य होईल. स्वच्छता अभियान, पाणीपुरवठ्याचे उपक्रम आपण सामायिक राबवतो, तशा प्रकारे. भिंतीवर जी सूत्रं लिहितो, त्या सूत्रांमुळे भिंतीची स्वच्छता राखली जाते. त्या भिंतीच्या खाली कुणी घाण करत नाही. म्हणजे स्वच्छतेचं जे अभियान आहे, त्या स्वच्छतेच्या अभियानाला थोडा हातभार लागतो. आपोआपच होतं ते !

सर, तुम्ही हे अतिशय महत्त्वाचं काम करता आहात. तुम्हाला त्याबद्दल खूप शुभेच्छा!

प्रकाश यादगिरे यांच्या मूळ मुलाखतीचा ऑडिओ एपिसोड ऐकण्यासाठी खाली दिलेली लिंक वापरा किंवा सोबत दिलेला क्यू आर कोड स्कॅन करा.

https://tinyurl.com/vs-yt-35-py

पूर्व-प्रसिद्धी : ३० जून, २०१८

प्रदीप लोखंडे

भारतातल्या
४९,००० खेड्यांची माहिती असलेला डाटाबेस तयार करणारे, १९९३ पासून relationship marketing ची अभिनव कल्पना राबविणारे उद्योजक

''ग्रामीण भागातल्या माध्यमिक शाळेतल्या मुलांच्या प्रगतीसाठी आपण सर्वांनी एकत्र येऊन थोडा जोर लावला तर पाच वर्षात संपूर्ण भारत हा आपल्याला बदललेला दिसेल.''

११.

प्रदीप लोखंडे

१९९३ साली जेव्हा बहुराष्ट्रीय कंपन्या त्यांची उत्पादने खेडोपाड्यात ग्राहकांपर्यंत नेऊ पाहात होत्या, त्यावेळेला relationship marketingची अभिनव कल्पना प्रदीप लोखंडे यांनी राबवली. त्यासाठी Rural Relations (ruralrelations.com) ही कंपनी त्यांनी सुरू केली. त्यातून आज त्यांच्याकडे ४९ हजार खेड्यांची माहिती असलेला डेटाबेस तयार झाला आहे. हा डेटाबेस त्यांनी लोकार्पण केला आहे, म्हणजे हा डेटाबेस विकिपीडियाप्रमाणेच जगातील कुणालाही, एकही पैसा खर्च न करता वापरता येतो आहे. त्याशिवाय खेड्यातील माध्यमिक शाळेमधील मुलांना संगणक वापरता यावा, त्यांना वाचनाची आवड लागावी म्हणून त्यांनी कितीतरी वेगवेगळे उपक्रम अतिशय मोठ्या प्रमाणावर यशस्वी करून दाखवले आहेत. अगदी वेगळ्या प्रकारची स्वप्नं पाहून ती प्रत्यक्षातही आणणाऱ्या ह्या माणसाचे पाय मात्र जमिनीवर घट्ट रोवलेले आहेत.

Rural Relations ही व्यावसायिक संस्था नक्की काय आहे?

भारतामध्ये ६० वर्षांपूर्वीही आपण बोलत होतो की खेड्यांकडे चला आणि आजही तेच बोलतोय, पण म्हणजे नक्की काय करा हे अजून माझ्या मते आपल्याला कोणालाच नीट समजलेलं नाही. ते बहुतेक फक्त महात्मा गांधींना समजलं होतं. मला वाटतं, त्यानंतर ते फार कुणालाही समजलेलं नाहीये. तर ही संकल्पना अशी आहे, की भारतात ६ लाख ४२ हजार गावं आहेत, ६,००० तालुके आहेत आणि ६०० जिल्हे आहेत. जे काय सगळं चालू आहे, ते ६०० जिल्ह्यात चाललंय, ६,००० तालुक्यात चाललं आहे, पण संपूर्ण ६ लाख ४२ हजार गावात नाही चालू. थोडं काही सुरू असतांना दिसेल, पण फार नाही. तर जोपर्यंत आपण या ६ लाख ४२ हजार गावांना

बरोबर घेत नाही, तोपर्यंत भारत बदलला, असं म्हणता येणार नाही. म्हणून आम्ही हा एक छोटासा प्रयत्न करतोय. ह्यात संकल्पना अशी आहे, की सगळ्या गावांना जाण्याऐवजी, दोन हजारपेक्षा जास्त लोकसंख्या असणारी गावं आणि जिथे आठवडी बाजार भरतो अशा गावांवर जर लक्ष केंद्रित केलं तर आपल्यासाठी ते एक सहजी गाठता येऊ शकेल, असं उद्दिष्ट असेल. कारण ह्या ६ लाख ४२ हजार गावांपैकी फक्त चौदाच टक्के गावं अशी आहेत की ज्यांची लोकसंख्या दोन हजारपेक्षा जास्त आहे. आता ६ लाख ४२ हजारपैकी फक्त १४ टक्के धरली तर केवळ साधारण लाखभर गावं होतात, आणि ही गावं आजूबाजूच्या गावांसाठी कळीची आणि त्यांना जगाशी जोडणारी ठरतात, कारण आजूबाजूच्या गावातली मंडळी त्यांच्या गरजा भागण्यासाठी इथंच येत असतात. त्यामुळे आम्ही असं म्हणालो की जे काही तुमच्याकडे आहे- पगार, सेवा-सुविधा, परस्परसंवाद, संकल्पना-हे जर या एक लाख गावात ताकदीनं पोहोचवलं, तर ते सगळ्या सहा लाख गावात निश्चित पोचू शकतं. मग मी महाराष्ट्रातून सुरुवात केली. महाराष्ट्रात ४३ हजार गावं आहेत. ३५७ तालुके आहेत आणि ३६ जिल्हे आहेत. पुन्हा पाहा-४३ हजार हा तसा मोठा आकडा आहे. पण त्यातली बाजार भरणारी आणि दोन हजारपेक्षा जास्त लोकसंख्या असणारी ७,१०० गावं आहेत. मी त्या सर्वांची माहिती घ्यायला सुरुवात केली आणि जेव्हा हे मी १९९३ ला सुरू केलं तेव्हा १००% माझ्या हे डोक्यात होतं, की ही माहिती मिळवून आपल्याला विकता येईल का? म्हणजे पूर्ण व्यावसायिक असाच हेतू होता. बाकी काही डोक्यात नव्हतं. मग मी अगदी मूलभूत स्वरूपाची माहिती गोळा करण्याचा प्रयत्न केला. त्यात भरपूर अडचणी आल्या. पण मी ती माहिती गोळा केली आणि आज ती माहिती इतक्या मोठ्या प्रमाणावर जमा झालेली आहे की आपण आता खात्रीनं म्हणू शकतो, की ग्रामीण भारताबाबतचा सर्वात मोठा डेटाबेस असणारी आमची कंपनी आहे.

ग्रामीण भारताबाबतचा सर्वात मोठा डेटाबेस तुमच्याकडे तयार झाला, पण त्याचा तुम्ही प्रत्यक्षात उपयोग कसा करताय हे पण समजावून सांगा.

हो. पहिल्यांदा हा डेटा विकायचा जो प्रयत्न केला त्यात मी काही यशस्वी झालो नाही, कारण माझ्या डोक्यात जो आकडा होता आणि लोकांनी जे पैसे दिले ते कुठेच गणित जुळलं नाही. टाटा टी या कंपनीनं माझा डेटा सर्वप्रथम विकत घेतला त्यावेळी मला वाटलं होतं, की ५ लाख रुपये मिळतील. महाराष्ट्राचा ६ हजार ७०० गावांचा डेटा त्यावेळी माझ्याकडे होता, पण त्याचे

मला फक्त २५ हजार रुपये मिळाले. पण त्यातून माझा एक मोठा फायदा झाला. तो माझ्या आयुष्याचा टर्निंग पॉईंट होता. त्यांनी डेटा घेतल्यानंतर तीन-एक आठवड्यांनी मला फोन केला की, "अरे प्रदीप, हा फार छान डेटा आहे, पण यावर तू सुचव काही आम्हाला" आणि मी जे काय सुचवलं त्यांना, तिथून मग कधीही मागे वळून पाहिलं नाही. ते मी असं सुचवलं, की आपण या गावांमध्ये 'वेट सॅम्पलिंग' करूया. म्हणजे लोकांना बाजारामध्ये जाऊन प्रत्यक्ष चहाच पाजू, म्हणजे मग तुमचं उत्पादन तिथपर्यंत पोहोचायला मोठ्या प्रमाणावर मदत होईल. त्याला आम्ही 'वेट सॅम्पलिंग' असं नाव दिलं होतं त्या वेळेला. मला ६,७०० गावांच्या डेटासाठी २५,००० रुपये मिळाले आणि १०० गावांमध्ये वेट सॅम्पलिंगचं कॉन्ट्रॅक्ट जे झालं ते ३ लाख १७ हजार रूपयांचं झालं. त्यामुळे मग माझ्या लक्षात आलं की नुसता डेटा किंवा नुसत्या संकल्पनेपेक्षा एखादी गोष्ट प्रत्यक्ष राबवणं, करून घेणं ह्यामध्येच आपल्याला पैसे मिळू शकतात, आणि जिथे आपल्याला प्रत्यक्ष काम करायचं आहे, तिथेच थेट कृतीपण होऊ शकते. मग त्यानंतर मी पाठीमागे वळून पाहिलंच नाही.

नुसता डेटा नाहीये तर ते विशिष्ट उत्पादनपण त्या लोकांपर्यंत नेणं हे कामही तुमची संस्था करते आहे.

मुळात, आमची संस्था ही 'उत्पादन लोकांपर्यंत घेऊन जाण्याचं काम करणारी' अशीच आहे- समन्वयक, किंवा ती सुविधा पुरवणारी (facilitator). आता डेटाबेस हा फक्त आणि फक्त आमच्यासाठीच आहे, की त्या डेटाबेसवरती आम्ही त्या 'ओपीनियन लीडर'बरोबर आमचं नातं (relationship building) दृढ करत जातो, ज्याचा उपयोग या सर्वांना करून देण्यात येतो. पण केव्हा, तर जेव्हा आम्ही तिथे काम करतो, तेव्हा! याचा अर्थ मला red carpet मिळतं असं नाही, पण निश्चितच आमचं एक नातं तयार झालेलं असल्यामुळे गावाचे दरवाजे आम्हाला उघडतात, हे नक्की.

पण 'टाटा टी'सारख्या बाकी कुठल्या कंपन्यांसाठी तुम्ही हे असं prodcut facilitationचं काम करता?

मी आत्तापर्यंत मागच्या २० वर्षांमध्ये जवळजवळ ४९ ब्रॅण्डस्साठी काम केलं आहे. ग्रामीण भागामधल्या कुठल्याही मोठ्या ब्रँडचं तुम्ही नाव घ्या, त्याच्याबरोबर आपण काम केलं आहे, किंवा काम करतोय. त्यासाठी माझ्या संस्थेची तीन मूलभूत तत्त्वं आहेत:

१) ही relationship-based organisation असल्यामुळे आम्ही कोणतंही

प्रॉडक्ट विकत नाही, विकणार नाही.

२) आम्ही मद्य आणि तंबाखू-आधारित उत्पादनं नेत नाही. म्हणजे मी साधू-संत अजिबात नाही, पण मद्य आणि तंबाखू-आधारित उत्पादनं नेत नाही.

३) मी आत्तापर्यंत शासनाबरोबर काम करणं टाळलं आहे.

त्यामुळे या तीन तत्त्वांच्या आधारे आम्ही स्वत:ला 'We are facilitator and catalyst' असं म्हणवून घेतो.

'फॅसिलिटेटर' हे मला कळलं पण 'कॅटलिस्ट' कसं, ते सांगा ना?

कुठल्याही उत्पादनाबरोबर काम करताना, सेवा-सुविधेबरोबर काम करताना जर त्यात काही सामाजिक अंग किंवा विचार नसेल, तर मी काम करतच नाही. उदाहरणार्थ- मी समजा कोलगेट घेऊन जातोय तर आम्ही मौखिक सुरक्षा हा विषय शिकवणार आणि "ही माहिती, आम्ही कोलगेटच्या मदतीनं तुमच्यापर्यंत आणलेली आहे, कोलगेट घ्यायचं की नाही हा निर्णय तुमचा तुम्ही घ्या." असं सांगणार! लाईफबॉय घेऊन गेलो, स्वच्छतेची माहिती दिली. कुठल्याही उत्पादनामध्ये असा काही सामाजिक हिताचा दृष्टिकोन घेऊनच आम्ही उतरतो.

म्हणजे लोकांचं उद्‌बोधन करणं आणि त्यांना खरी, वस्तुनिष्ठ माहिती देणं आणि जर ती वस्तू किंवा सेवा ती उद्दिष्टं साध्य करू शकत असेल तर लोक ते घेतीलच, अशा विश्वासानं तुमचं हे काम चालतं.

हो, आणि काय आहे, की ह्याचं स्वरूप ठोकळेबाज कधीच नसतं. दर उत्पादनागणिक नावीन्यपूर्ण असं हे काम चालू राहतं.

ही खरोखरच इतकी एकमेव, अनोखी कल्पना आहे की लोकांना शिक्षित करता करता ते उत्पादन विकायचं. पण एक सांगा-ही मूळ कल्पना तुम्हाला कशी सुचली? कुठून तुमच्या डोक्यात हा विचार आला?

ते श्रेय मात्र 'टाटा टी'ला दिलं पाहिजे, की त्यावेळी त्यांनी मला विचारलं आणि तेव्हाच ते माझ्या लक्षात आलं. मी जरा स्पष्टपणे सांगतो काय झालं ते. सुरुवात केली तेव्हा मला फार अडचणी आल्या. १९९३ ते १९९६ ही वर्षं मला फारच वाईट गेली. पण मग १९९६ मात्र इतकं चांगलं गेलं, की एका मध्यमवर्गीय कुटुंबाला जितके पैसे मिळतात, तितके मला तेव्हा मिळाले. हे एकदा होऊन गेलं की तुमची विचार करण्याची पद्धत बदलते, असं माझं स्वत:चं मत आहे. कारण एकदा का तुम्हाला तुमची खरी गरज आणि मिळवायला लागणारे पैसे ह्यातली सीमारेषा किती धूसर आहे हे समजायला

लागलं, की अजून किती पैसे मिळवायचे, किंवा काय करायचं ते पण ठरवता येतं. योगायोग म्हणजे मी ग्रामीण भागातून आलेलो आहे, म्हणजे मला काही फार ज्ञान आहे किंवा म्हणून मी फार काही उदात्त वगैरे नव्हतो. माझा पहिला विचार हाच होता की पैसे मिळवायचे. कारण कुठल्याही गोष्टीमध्ये आर्थिक विचार नसेल तर ती गोष्ट टिकाऊ होऊ शकत नाही, असं माझं स्वत:चं मत आहे. म्हणून मग मी हे अगदी ठामपणे ठरवलं होतं की, पैसे मिळवायचे. पण जेव्हा मिळाले तेव्हा पुढचाही निर्णय घेतला. तुम्ही म्हणता त्या प्रश्नाचं उत्तर असं, की आता इथून पुढे जेवढं 'देता' येईल ते द्यायचं, पण त्यातूनही पैसे मिळवायचे.

अच्छा, तुमची खेड्यातली पार्श्वभूमी आपण थोडीशी समजावून घेऊ या. तुम्ही कुठल्या गावातून आलात, काय शिकलात, काय करायचात, ह्याच्या आधी काय करायचा प्रयत्न केलात?

हो, मी सातारा जिल्ह्यातील वाई गावाचा आहे आणि मी पदवी आणि एक पदविका हे दोन्ही बहिस्थ मार्गानं पूर्ण केलं आहे. पण माझ्याकडे एक महत्त्वाचा गुण आहे, असं मी मानतो. तो गुण म्हणजे बोलण्याची क्षमता ज्याला संवाद-कौशल्य किंवा communication skill म्हणता येईल. मला हिंदी किंवा इंग्लिश भाषा येत नव्हती, फक्त मराठी! मला 'जॉन्सन अँड जॉन्सन'मध्ये नोकरी मिळाली. परत तिथेही आयुष्याला वेगळं एक वळण लागलं. कारण तुम्ही एका मल्टिनॅशनल कंपनीत काम करता, ती एक व्यापक शाळाच असते-तुम्हाला शिकवणारी. एक वेगळा दृष्टिकोन मिळतो तुम्हाला. जबाबदारी आणि उत्तरदायित्व म्हणजे नक्की काय, हे तुम्हाला बिनचूक कळतं. १९९३ ला मी हा निर्णय घेतला की मी ग्रामीण भागात जाणार. तो का घेतला, तेही स्पष्ट सांगतो. मी ग्रामीण भागातून आलोय म्हणून नाही. मी कमी मळलेली वाट निवडली, जी आजवर फारशी कुणी चोखाळली नव्हती, फार कुणी जायला तयारही नसतं, अशी ही वाट. मळलेला रस्ता अनुसरण्यापेक्षा आपणच नवा रस्ता तयार करू या, जिथं स्पर्धा तुलनेनं कमी असेल, परिणामी त्रासही कमी व्हावा, हा त्यामागे विचार होता. माझं स्वत:चं दुसरं एक मत आहे, जे चुकीचंही असू शकतं. ते म्हणजे व्यवसायात यायचं तर तुमच्याकडे तीन गोष्टी लागतात:

१) तुमच्याकडे भरपूर पैसे हवेत, किंवा
२) तुमच्याकडे तुम्हाला मोठं करू शकेल इतकं एखादं अतिशय उत्कृष्ट शिक्षण तरी हवं, किंवा

३) कौटुंबिक पार्श्वभूमी व्यावसायिक हवी.

ह्या तिन्ही गोष्टी माझ्याकडे नव्हत्या आणि तरीसुद्धा व्यवसाय करायचा किंवा उद्योजक व्हायचं हे माझ्यासाठी तसं अवघडच होतं. पण ते जमलं. कारण मी कमी लोकांनी अनुसरलेला मार्ग निवडला. आणि जरा विनोदानं असंही म्हणता येईल, की माझा मूळ रंग काळाच असल्याने उन्हातान्हात गेलो तरी फार फरक पडणार नव्हता.

हा तुमचा प्रामाणिकपणा आणि अतिशय सुस्पष्टपणे तुम्ही ज्या गोष्टी सांगताय, ते फार मला महत्त्वाचं वाटतं. त्याच्यावरून हे दिसतं आहे, की तुम्ही अतिशय जमिनीवरती राहून काम करता आहात आणि ते फारच महत्त्वाचं आहे. आधी तुम्हाला असं वाटत होतं, की या तीनही गोष्टी व्यवसायासाठी पाहिजेत आणि तिन्ही गोष्टी नसतानाही तुम्ही यशस्वी झाला आहात. तर मग आता तुमचं मत बदललंय का? असं यश मिळण्यासाठी तुमच्याजवळ बोलण्याच्या क्षमतेबरोबरच अजून काय असायला पाहिजे?

व्यवसायात यशस्वी व्हायला आवश्यक गोष्ट म्हणजे सातत्य आणि थोडी कल्पकता. मी सगळ्या आता जगभरातल्या business school मध्ये शिकवायला जातो, तेव्हा ते मला हाच प्रश्न विचारतात. तेव्हा मी त्यांना हेच दोन शब्द सांगतो कारण जर कुठल्याही विषयात सातत्य असेल आणि थोडी कल्पकता असेल तर तुम्ही जो काही व्यवसाय करता त्यात यशस्वी व्हाल, ह्याची खात्रीच असते. माझ्या वेळची परिस्थिती आणि आताची व्यावसायिक परिस्थिती ह्यात फार मोठा फरक आहे. म्हणजे मागच्या दहा वर्षांमध्ये, जर तुमच्याकडे एक लॅपटॉप, इंटरनेट कनेक्टिव्हिटी असेल तर तुम्ही कुठे आहात, मॅनहॅटनमध्ये आहात का माझ्या छोट्याशा खेडेगावात असाल, समोरच्याला काहीच फरक पडत नाही. आता व्यवसाय हा वेगळ्याच दिशेकडे जातो आहे. म्हणजे जगात आता ज्ञान, वेग आणि कल्पकता या गोष्टींना महत्त्व आलेलं आहे आणि result-oriented झालं आहे सगळं आता.

आपण परत एकदा तुमच्या रुरल रिलेशनकडे वळू या. तुम्ही प्रत्यक्ष अंमलबजावणी, कल्पना राबवता येण्याची क्षमता हे सांगितलंत. सध्या तुमच्या कामातला एखादा रोचक प्रकल्प कोणता चालू आहे?

एक खूपच रोचक प्रकल्प सध्या चालू आहे. कुठलाही प्रकल्प करताना त्याला एक छान आगळावेगळा दृष्टिकोन आम्ही देतो. तोच आजपर्यंत आम्हाला समृद्ध करणारा ठरत आला आहे. आता आम्ही हा प्रकल्प ज्यांच्यासाठी करतोय, त्या

कंपनीचं नाव आहे Fleetguard. सगळ्या ट्रक्समध्ये, डिझेलवर चालणाऱ्या चारचाकी गाड्यांमध्ये त्यांचे फिल्टर असतात. म्हणजे त्या गाडीचं ते फुफ्फुसच म्हणा ना! तर त्यांचे चेअरमन, मॅनेजिंग डायरेक्टर आणि त्यांचे एक एक्झिबिटर ह्यांनी मला सांगितलं, "हे बघा लोखंडे, आम्हाला या मेकॅनिक लोकांसाठी काहीतरी करायचंय." मला त्यांनी पूर्ण मोकळीक दिली. मग मी भारतात वेगवेगळ्या ठिकाणी जाऊन तिथल्या मेकॅनिक लोकांशी बोलायला सुरुवात केली. काय करता येईल त्यांच्यासाठी आपल्याला? तपशील किती रोचक असू शकतात पाहा. वेगवेगळ्या ठिकाणी गेल्यानंतर लक्षात आलं, या सगळ्या मेकॅनिक्सचे दात खराब असतात, या सगळ्या मेकॅनिक्सच्या टाचा खराब असतात. या सगळ्या मेकॅनिक्सची मुलं म्हणतात, "मी कधी या व्यवसायात येणार नाही." मुलगी तर नाहीच म्हणते. बहुतांश सगळे गुटखा खातात. थोडे दारू पितात- हे सगळं चाललेलं असतं. त्यामुळे त्यांचं आरोग्य पारच ढासळलेलं असतं. सगळ्यात वाईट म्हणजे त्यांचे हात फार खराब असतात. त्यांच्या नखात पार खालपर्यंत मळ, घाण गेलेली असते आणि आपल्याकडे स्वच्छतेचं तितकं महत्त्व नसल्यामुळे जेवणाबरोबर बऱ्याच वेळा त्यांच्या पोटात तो मळ, ती घाणपण जाते. मी त्यांना विचारलं, "तुम्हाला हॅन्ड-ग्लोव्ज दिले तर चालेल का?" तर ते म्हणाले, "नाही चालणार, कारण आमचं काम असं आहे की हॅन्ड-ग्लोव्स घालून आम्हाला एकही काम करता येणार नाही." "मग तुम्हाला गम बूट दिले तर चालेल का?" तर म्हणाले. "ते काढून ठेवावे लागतील गाडीच्या खाली असताना." त्यामुळे एखाद्या व्यक्तीला तुम्हाला खरं सक्षम करायचं असेल तर त्याला काय पाहिजे, हे आपल्याला चांगल्या पद्धतीने माहिती करून घेणं फार आवश्यक असतं आणि बऱ्याच वेळेला आपण त्याच्याकडे फार वरवर पद्धतीने पाहून निर्णय घेतो. तसं न करता 'याच्यात अजून काय करता येईल?' ह्या विचारात आम्ही काही दिवस घालवले. तेव्हा आमच्या लक्षात आलं की काय करता येईल!

तर एक वेळ आम्हाला लक्षात आलं की त्यांना हे काम करताना सारखं काही ना काही लागत असतं. रक्त येत असतं. त्यांच्या हातात अन् पायात कुठेतरी काहीतरी लागत असतं. मग आम्ही असा विचार केला, की यांना धनुर्वात-प्रतिबंधक (anti-tetanus) इंजेक्शन देऊ आणि ते इतके गाजलं काही विचारू नका. आज आम्ही सात राज्यातल्या ४०,००० मेकॅनिक्स आणि त्यांच्या जवळजवळ १ लाख मदतनीस मुलांपर्यंत पोहोचलो आहोत. आता आम्हाला १,५०,००० मेकॅनिक्स आणि ६ लाख मदतनीस मुलांपर्यंत

पोहोचायचे आहे. त्या ४०,००० पैकी जवळजवळ १०,९९३ लोकांना हे इंजेक्शन दिलं. पूर्णपणे मोफत. मोठ्या बहुराष्ट्रीय कंपनीबरोबर तुम्ही काम करता तेव्हा एकदम चोख, व्यवस्थित काम असतं. त्यामुळे आवश्यक ती संपूर्ण यंत्रणा कामाला लावली होती. मग तिथले स्थानिक डॉक्टर निवडले. मग डॉक्टरला त्यांच्यापर्यंत घेऊन गेलो वगैरे वगैरे. असे फार रोचक, आनंददायी, लोकांच्या मदतीचं आणि त्यांना उपयोगी पडणारं काम आम्ही करतो. त्यामुळे आम्हाला आनंद वाटतो आणि पैसेही मिळतात.

आणि तिथे त्या लोकांबरोबर तुमचा जिव्हाळ्याचा बंध तयार झाला. त्यामुळे त्यांना वाटायला लागलं की तुम्ही जे सांगताय ते योग्य आहे किंवा तुम्ही आणताय ते प्रॉडक्ट चांगलं असेल. अरे वा!

हो. आधी तुमच्या कस्टमरबरोबर असं नातं तयार करणं आणि मगच त्यातून प्रॉडक्ट विकता येईल का हे बघणं, ही अतिशय अभिनव कल्पना आहे. तोच माझा दृष्टिकोन आहे. त्याला आधीच ग्राहक म्हणून गृहीत धरण्याऐवजी, मी सर्वप्रथम त्याच्याबरोबर माझा स्नेहबंध तयार होऊ शकतो का, हा प्रयत्न करतोय. इतकंच नाही, तर मी सगळ्या कंपन्यांना हे सांगायचा प्रयत्न करतोय, की तुमच्या ग्राहकापर्यंत पोहोचण्याचा हा सर्वात उत्तम मार्ग आहे.

मगाशी तुमच्या बोलण्यात आलं की, तुम्ही वेगवेगळ्या बिझनेस स्कूल्समध्ये जाऊन शिकवता. तर आत्तापर्यंत जगातल्या कुठल्या कुठल्या बिझनेस स्कूल्समध्ये जाऊन तुम्ही या तुमच्या अनुभवाची शिदोरी वाटली आहे?

अमेरिकेतल्या ओहायो युनिव्हर्सिटीमध्ये स्काईपवरुन मी दरवर्षी बोलतो. सिंगापूर युनिव्हर्सिटीमध्ये बोलतो. हे परदेशातलं सांगतोय तुम्हाला आणि भारतातली तर सर्वच महत्त्वाची बी स्कूल्स- आय. आय. एम. ए., सिम्बायोसिस, एस्. पी. जैन, नरसी मोनजी, सेंट झेवियर-जवळजवळ सगळीच. मी तिथे जातो, याचा अर्थ मी नित्यस्वरूपी शिकवायला जातो असं नाही, मी गेस्ट लेक्चर घेतो. मी पूर्वी शिकवत होतो पण आता मला ते बत्तीस तास देणं परवडत नाही. कारण मला बरेच उपक्रम करायचे असतात. त्यामुळे आता मी सगळीकडे गेस्ट लेक्चर घेतो दरवर्षी आणि भारतातल्या मेजर प्लॅटफॉर्म्सवरती आता बोलायला मिळतं. सात-आठ वर्षे झाली. म्हणजे 'रूरल' शब्द भारतात आला तर नम्रतेनं मी सांगतो, की कुठं तरी माझं नाव येईल.

तुम्हाला हे सर्व करताना खूप अडचणी आल्या. या अडचणींमधून तुम्ही शिकत जाता, यात काही वादच नाही. तुम्ही म्हणालात की मला खूप शिकायला मिळतं. पण अशा एखाद-दोन गोष्टी ऐकायला आवडतील, की एखादं खरोखरच इतकं मोठं आव्हान होतं, की आपण पुढे जायचं का नाही असा कदाचित तुमच्या मनात विचार आला असेल आणि तरीही तुम्ही ते आव्हान स्वीकारून, त्याच्यावर मात करून पुढे गेलात असे काही सांगू शकाल का?

खरंतर मला रडगाणं गायला अजिबात आवडत नाही, कारण मी स्वत:ला dangerously optimistic मानतो. तरीसुद्धा तुम्ही विचारलं, म्हणून एक उदाहरण वानगीदाखल देतो. जेव्हा मी ही सगळी सुरुवात केली तेव्हा मी पोस्टकार्ड हे माझं साधन म्हणून वापरलं. आज भारतामध्ये "पोस्टकार्ड मॅन ऑफ इंडिया" हे बिरूद मला लागलं आहे, कारण भारतात सर्वात जास्त पोस्टकार्ड आलेला माणूस मी आहे. मला माझ्या ऑफिसमध्ये सात लाख पोस्टकार्ड आलेली आहेत आत्तापर्यंत.

मी ना क्रिकेटर आहे, ना पॉलिटिशियन आहे, ना मी बॉलीवूड स्टार आहे. मी एक साधा, तुम्हाला म्हटलं तसा बुटका, त्वचेचा पोत गडद असलेला माणूस असूनसुद्धा हे होतंय, याचा अर्थ यात कुठेतरी तथ्य आहे. मी जेव्हा सुरुवात केली होती, तेव्हा पोस्टकार्ड हेच साधन मी वापरलं होतं, कारण माझ्याकडे पैसे नव्हते, पण करायची जिद्द होती थोडीशी. तिथे मी जरा कल्पकता वापरली. पोस्टकार्डद्वारे गावाची माहिती मिळवताना पोस्टकार्डची किंमत १५ पैसे होती फक्त. मी माझ्या बायकोला आणि वडिलांना सांगितलं, की आपल्याला हातानं पोस्टकार्ड लिहायची आहेत. आणि मग मी एका गावामध्ये तीन लोकांना पोस्टकार्ड पाठवली. कारण महाराष्ट्रामध्ये त्यावेळी मुख्य तीन लोक गाव-गाडा चालवायचे. शाळेचे मुख्याध्यापक, सरपंच आणि पोस्टमास्तर. या तिघांना एक जोडपत्र पाठवलं म्हणजे, त्यांनी पाच नवे पैसे खर्च करायचे नाहीत. आणि त्या पहिल्या पत्रात असं लिहिलं की, तुमच्या गावात बाजार कधी भरतो हे सोबतच्या या पत्रावर कळवा. अशी हस्तलिखित २०,००० पत्रं पाठवली. ती लिहिण्यासाठी तीन महिने लागले होते. सहा हजार सातशे गावं, गुणिले तीन अशी २०,०००. त्या २०,००० पत्रांपैकी फक्त १८ पत्रांना उत्तरं आली आणि त्यातही अठराच्या अठरा उत्तरं नव्हतीच. तू कोण, तू कशाला विचारतो आहेस, अशीच उत्तरं होती. तुम्ही त्या वेळच्या माझ्या मन:स्थितीची कल्पना करा. माझ्या पत्नीनं आणि वडिलांनी ती सगळी

पत्रं लिहिली होती. काय वाटलं असेल आम्हा सर्वांना? अशी ती गडबड होऊन गेली आणि मग परत मी त्यांना सांगितलं की, "परत पत्र लिहा". दुसऱ्या पत्रात लिहिलं,"तुमच्या गावचा सरपंच कोण आहे? सोबतच्या पत्रावर कळवा." परत २०,००० पत्रं! परत तीन महिने! ४८ उत्तरं फक्त! फक्त ४८!! काही पत्रांमध्ये असं लिहिलं होतं, "स्वतःला राज्यपाल समजतोस का?" काय काय वाटेल ते होतं! परंतु अपेक्षित उत्तरं नाही आली! आता पाहा, ह्या गोष्टीवर एक संपूर्ण कुटुंब सहा महिने घालवून काम करतं आहे आणि अपेक्षित परिणाम शून्य आहे. मनाची काय अवस्था झाली असेल! परत असं असतं ना... मला- म्हणजे प्रदीप लोखंडेला, आपण काय करतो आहोत, हे निदान निश्चित माहिती आहे. त्याचं ध्येय माहिती आहे. पण भोगतं कोण? तर त्याचे कुटुंबीय! ते तुमच्याबरोबर असतात, पण काही वेळा त्यांना माहिती नसतं की तुमचं ध्येय काय आहे, हा माणूस का करतोय हे सगळं?

आता त्यावेळी मीपण थोडा एक मिनिटाभरासाठी हादरलो. म्हणालो, "हे एकूण काही जुळणार नाही, असं वाटतंय मला." पण तेवढ्यात दिवाळी आली. माझ्या आयुष्याची दिशा बदलणारी ती एक वेळ म्हणता येईल. हे माझ्या डोक्यात कसं आलं, माहिती नाही. पण करणाऱ्याला सुचतं असं म्हणतात त्यातला प्रकार! आम्ही ठरवलं, यावेळी आपण अजिबात जोडपत्र पाठवायचं नाही. पण कुटुंबाला परत विनंती केली की, तुम्हाला परत २०,००० पत्रं लिहावी लागतील. आणि त्या पत्रात एवढंच लिहिलं, "आपणास, आपल्या घरातील व गावातील सर्वांना दिवाळीच्या हार्दिक शुभेच्छा!" काही माहिती पाठवू नका! आणि यांच्याकडे आहेच की जोडपत्र. मागल्या वेळची तशीच होती ना.. त्या माझ्या संवादाला ८८० जणांनी उत्तर लिहून पाठवलं, "तुम्हाला पण दिवाळीच्या हार्दिक शुभेच्छा".

आणि मग तिथून नंतर फारसं मागे वळून पाहिलं नाही. पुन्हा एका नव्या वळणावर आलं होतं आयुष्य! आणि मग मला कळलं, की relationship building झालं की आपोआप सगळं छान होतं. त्यानंतर मागे वळून पाहायची गरज पडत नाही. आज आपल्या ऑफिसमध्ये एकूण ४९ हजार गावांची माहिती आहे. आणि ही ४९,००० गावं, ३,२०,००० गावांना सेवा-सुविधा पुरवतात.

आपण यातला तांत्रिक मुद्दा बघू या. तुम्ही एवढ्या मोठ्या डेटाबद्दल बोलत आहात आणि डेटाबेस असा आपण शब्द वापरला. हे करताना

तंत्रज्ञानाची कितपत मदत तुम्हाला झाली? आणि कोण हाताळतं ते सगळं तुमच्याकडे?

तंत्रज्ञान म्हणजे आता बघा, मागच्या तीन-चार वर्षांपासून आम्ही त्याचं डिजिटायझेशन करायला सुरुवात केली आणि गंमत म्हणजे तो डेटाबेस मी आत्तापर्यंत फक्त एक्सेल शीटमध्ये ठेवला होता. पण मागच्या दीड वर्षांपूर्वी मी एक निर्णय घेतला की, हा जो डेटा आहे, हा मी विकणार नाही.

आता बरेच लोक यायला लागले. माझ्या मुली मोठ्या झाल्या. त्यांनी माझ्याबरोबर काम सुरू केलं. मग कोणी येऊन म्हणायला लागले, की तुम्हाला पाच कोटी देतो, दहा कोटी देतो, डेटा द्या आम्हाला. एक-दोन वेळा मुली मला म्हणाल्या, "अरे वा, पप्पा घेऊन टाक! तू एवढे आयुष्यभर कष्ट केले, आता मजा कर." म्हटलं, "असं बघा, प्रश्न असा आहे की मी काम नाही केलं तर मला गंज लागेल कारण माझं आडनाव लोखंडे आहे. त्यामुळे काम मला करावंच लागणार आहे." तर आम्ही मग निर्णय असा घेतला, की हा डेटा आपण जगाला अर्पण करून टाकायचा. हा निर्णय मी दीड वर्षांपूर्वी घेतला.

मी परत परत म्हणतोय की 'मला काय करायचं आणि काय नाही', यातली जी धूसर रेषा असते, ती आयुष्यात फार छान कळली. मी १९९६ ते २००० पर्यंत एकच काम केलं, त्यानंतर मी कमीत कमी काम करतोय. मी ४०% आता स्वत:चा व्यवसाय करतो, ४०% सामाजिक काम करतो आणि २०% अध्यापन करतो. हे मी मागची सोळा वर्षं करतोय. मग हा मोठा डेटा आम्ही विकिपीडियाप्रमाणे जगाला सादर केला. मला आत्ता डोक्यात फक्त एकच व्यक्ती आहे, ती म्हणजे गावकरी. कॉर्पोरेटला त्याचा कसा उपयोग होईल, इंटलेक्चुअल लोकांना त्याचा कसा उपयोग होईल, राजकारणाला त्याचा कसा उपयोग होईल, ह्यात मला काडीचाही रस नाही. माझ्या डोक्यात फक्त इतकाच विचार असतो की गावकऱ्याला त्याचा कसा उपयोग होईल? असं डोक्यात ठेवून आम्ही ते मांडण्याचा प्रयत्न करतोय. कारण हे दोन विलग बिंदू जर एकमेकांशी जोडले गेले, तर बदल घडवून आणायला सोपं जाईल. हा मुद्दा मी खरं तर शेवटी बोलणार होतो. आपल्याला भारत बदलायचा असेल तर दोनच गोष्टी करता येणार आहेत. एक म्हणजे तंत्रज्ञानाची मदत आणि दुसरी म्हणजे त्याचा वेग. चित्र तेव्हा बदलणार आहे. जो माझ्याकडे डेटा होता तो आणि आता जगातल्या एखाद्या व्यक्तीनं डोळे बंद केले आणि आपल्या गावाविषयी विचार केला तर त्यांना माहिती असेल ती, अशी सगळी माहिती त्यात असावी, असा प्रयत्न करून तो फॉर्म बनवलेला आहे आणि त्या फॉर्ममध्ये ११५

फील्डस् दिली आहेत. म्हणजे मराठीमध्ये गावाची पूर्णपणे कुंडली.

आमच्या टीमने हे आव्हान स्वीकारलं, की २०१९ पर्यंत पहिली जी ८५,००० गावं आहेत ती, आणि पुढे ज्या ६,००,००० गावांना ती सेवा-सुविधा पुरवतात ती, त्या सगळ्या गावांची काही ना काही माहिती आपण त्याच्यावर टाकायची आणि गावकऱ्यांच्या मदतीने त्यात सातत्यपूर्ण, जसे घडत जातील तसे (real-time) बदल करत राहता येतंय का, ते बघायचं. त्याचा उपयोग असा आहे-तो ओपन सोर्स केलेला आहे, त्यामुळे तो वापरून ज्याला जे करायचं, त्याला ते करू द्यायचं. त्याच्या पाठीमागे आम्ही जाणार नाही. कुठलीच गोष्ट अनिवार्य ठेवलेली नाही, कारण ज्या दिवशी ही दोन जगं एकमेकांशी जोडली जातील, त्यानंतर तीन ते पाच वर्षात हा ग्रामीण भाग उत्कृष्ट पद्धतीने बदललेला असेल, असा त्याच्यामागचा विचार आहे.

हे अत्यंत प्रशंसनीय आहे. इतकं तुम्ही निर्माण केलंय, इतका मोठा ॲसेट तुमच्या हातात आहे आणि तुम्ही तो लोकार्पण करण्याचा विचार करताय !

विचार नाही-प्रत्यक्ष केलाही! मला बऱ्याच जणांनी येऊन सांगितलं, "यात कुठेतरी काहीतरी ठेव. थोडे तरी पैसे घे. म्हातारपणी लागतील." म्हटलं, "I want to die with my shoes on!" तसं रडगाणं गात जगायचं नाही आयुष्यात मला!

तुमच्या आताच्या बोलण्यातला एक धागा मला पकडून बोलायचं होतं. तुम्ही म्हणालात, की तुम्ही ४० टक्के काम सामाजिक उद्दिष्ट असलेलं करता, त्याच्याबद्दल आपण थोडं बोलूया. म्हणजे नक्की काय स्वरूप आहे त्याचं? कशानं तुम्हाला आनंद वाटतो? आणि त्या सर्व सामाजिकतेतून आत्तापर्यंत काय साधलं गेलं?

अगदी उत्तम प्रश्न आहे! कारण हा माझ्या अगदी जिव्हाळ्याचा विषय आहे. २००१ मध्ये मला माझे असे हवे तेवढे पैसे मिळाले. म्हणजे काय? तर आपल्या भारतामध्ये माहितीये ना तुम्हाला? आम नागरिक, एक मध्यमवर्गी माणूस, सर्वसामान्य नागरिक किंवा मध्यमवर्गीय माणसाला एक छान घर, एक गाडी मिळाली आणि एकदा परदेशात जाऊन आला की तो स्वत:ला कृतार्थ समजतो. आणि जर आई-वडील असतील आणि एक मुलगा झाला तर अजून जास्त कृतार्थ! हे सगळं जे ठरीव, ठाशीव आहे ते सगळं मला २००१मध्ये मिळालं. आणि माझ्या कुटुंबीयांचे कौतुक म्हणजे त्यांना मी टेबलावर बसून

सांगितलं की, "नीट लक्षात घ्या, इथून पुढं असं असं होईल !"

माझ्या मुलीला मी विचारलं की "बाई, तुझं वय किती?"

ती म्हणाली, "माझं वय २१!"

" देश किती बघितलेस?"

"२३"

"मग अजून तुला काय पाहिजे आयुष्यात?"

"काही नाही."

मग २००१ला पहिली अभिनव कल्पना प्रत्यक्षात आणली. माझ्या मते गेम चेंजर कन्सेप्ट आहे. त्या योजनेला नाव दिलं "नॉन-रेसिडेंट व्हिलेजर" (NRV) मोहीम. तुम्ही त्याला NRI म्हणता, मी म्हणतो NRV... अनिवासी गाववासी! कारण तुम्ही NRVपण आहात! तुमचं इथे भारतात, किंवा वडिलांकडून कुठेतरी एक मूळ आहे भारतामध्ये आणि "Do something for the village and India" अशी कल्पना आहे. मराठीमध्ये त्याला आम्ही म्हणतो- अनिवासी गाववासी चळवळ. त्यावेळी जगात सर्व क्षेत्रात, माणसाच्या रोजच्या आयुष्यात संगणकानं प्रवेश केलेला होता. मी म्हटलं, आमच्या गावकऱ्याला संगणक नाही दिला तर कसं चालेल? आणि मग ह्या उपक्रमाबरोबर ॲक्शन प्लॅन हा दिला की "तुम्ही तुमचा जुना संगणक फेकून देण्याऐवजी आमच्याकडे द्या, जो आम्ही आमच्या अशा शाळेत लावू, जिथं दोनशे विद्यार्थी आहेत आणि कमीत कमी एक शिक्षक आहे जो संगणक शिकवू शकेल!" कारण त्यांना संगणक हा १०० मार्कांचा पेपर आहे आणि हा विषय ते फळ्यावर शिकवतात! माझ्या तालुक्यात मांढरदेव म्हणून एक गाव आहे. तिथे दरवर्षी जत्रा भरते आणि एक-दीड कोटी रुपयांची बकरी कापतात. रक्ताचे पाट वाहतात, पण तिथं पाहिलं की गावांमध्ये संगणक नाही आणि प्यायला नीट पाणी नाही! मी पहिल्यांदा संगणक तर दिलेच दिले पण हे बघितलं की माध्यमं ह्यात काय भूमिका बजावू शकतील? आणि मग पूर्ण जगाला आवाहन केलं. आता मी थेट २००९ सालात येतो. एक २००१ ते २००९ ह्या कालावधीत माझ्यासारख्या एका छोट्या सामाजिक उद्योजकाच्या माध्यमातून २०,००० शाळांमध्ये २८,००० जुने संगणक लागले.

क्या बात है !

हे गुगलवर तुम्हाला सगळं पाहता येईल. बीजिंग टाइम्समध्ये लिहिलेलं आहे. तोक्यो टाइम्समध्ये लिहिलेलं आहे. जगातल्या सगळ्या चॅनेल्स आणि

मोठ्या, राष्ट्रीय वृत्तपत्रांनीही दिलेलं आहे. खूप यशस्वी झाली ही मोहीम! पण माझ्या मते माझ्या दृष्टीनं खरं यश वेगळंच होतं. ते म्हणजे त्यातल्या ६० ते ७० शाळांनी नवीन संगणक विकत घेतला, कारण आम्ही दिला होता फक्त अनुभवायला, खेळायला! मला त्यांच्यातून काही संगणक अभियंता बनवायचे नव्हते आणि मुलांना सांगितलं होतं, "हा तुमच्यासाठी दिलेला आहे. बंद पडला, खराब झाला, तर फेकून द्या! कोणी तुम्हाला विचारायला येणार नाही. काळजी करू नका." आणि जेव्हा त्या संगणकाला या मुलांनी हात लावला, तेव्हा त्याचं महत्त्व त्यांच्या लक्षात आलं. मग त्यांनी पाच-पाच, दहा-दहा रुपये गोळा करून, आमदारांच्या मागे जाऊन, कोण्या उद्योगपतीच्या मागे लागून संगणक मिळवले. आता तर भारतामध्ये जवळपास सर्व शाळांमध्ये संगणक पोहोचलेला आहे. त्यामुळे माझं असं मत आहे, की ग्रामीण भागाला जर बदलायचं असेल तर तुम्ही तिथल्या माध्यमिक शाळेतल्या मुलांच्या मानसिकतेत फरक करणं गरजेचं आहे, कारण तोच उद्याचा भारत आहे. त्यांचं वय ११ ते १६ आहे. त्याची ग्रहणशक्ती, आकलनशक्ती चांगली असते, त्यांना शिकायचं आहे. त्यांचे कुटुंबीय त्यांना प्रोत्साहन देत आहेत, आणि ते बेस्ट माऊथ-टू-माऊथ पब्लिशर आहेत. जगातली कुठलीही व्यक्ती घ्या, त्या वयामध्ये जे तुमच्यामध्ये बिंबलं जात असतं, ते तुम्ही आयुष्यभर उराशी बाळगता. मग वाचनाची आवड असेल, एखादं वाद्य वाजवायची आवड असेल, क्रीडाक्षेत्राची आवड असेल, निसर्गाची आवड असेल, एखाद्या कौशल्याची आवड असेल. पण बरेच वेळा आपण याकडे लक्ष देत नाही. अभ्यास, अभ्यास, अभ्यासच करत राहतो फक्त! हा त्याच्यापेक्षा मोठा अभ्यास आहे, हे बऱ्याच वेळेला लक्षात येत नाही. माझ्या डोक्यात हेच आहे की हा तरुण शहरातला असू देत की गावातला, त्याच्या मानसिकतेत आपण फरक घडवून आणू या. कारण एखाद्या तरुणाला बदलणं फार अवघड आहे कारण त्यानं त्याच्या आयुष्यातले निर्णय आता घेतलेले आहेत.

तुमच्या भावना खूप महत्त्वाच्या आहेत की, त्याला योग्य वेळेला शिकवायला पाहिजे.

हे महत्त्वाचं काम करावं लागणार आहे आपल्याला! तिथं तुम्ही त्याला सक्षम करा त्या वेळेत!. आता तो मातीचा गोळा आहे. त्यामुळे तुमच्या साच्यामध्ये त्याला टाकता येतं. त्याच्यानंतर एकदा त्याचे निर्णय होऊन बसले की मग अवघड जातं. त्याचे बहुतांश निर्णय होऊन गेलेले असतात तेव्हापर्यंत.

म्हणून जे काही सगळे उपक्रम करतोय ते माध्यमिक विद्यार्थ्यांसाठी. आणि मी तरुणांसाठी काही करतो, त्यात मी दोनच वाक्यं बोलतो. एकतर त्याच्या हाताला काम द्या किंवा त्याच्या हातात पैसे द्या! बघा, तुम्हाला काय करायचं ते! कारण बाकी कुठली भाषा त्यांना कळणार नाही, असं मला वाटतं. चूक-बरोबर मला माहिती नाही पण माझ्या मते बरोबर आहे. आणि ह्याला पूरक असा दुसरा उपक्रम आम्ही करतो. सांगू मी आपल्याला?

हो. अगदी नक्की !

या उपक्रमाला मी नाव दिलं आहे 'व्हिलेज डेव्हलपर'! ग्रामीण तरुणाईला ग्रामीण भागातच काम! मी स्वत:ला कथा सांगणारा-स्टोरी टेलर, आणि त्याद्वारे परिणाम घडवून आणणारा समजतो. मी त्यांना सांगतो, इथं गावातच तुम्हाला मिळालेले पंधरा हजार रुपये, हे शहरात राहून पन्नास हजार रुपये मिळवल्यासारखेच आहेत. आणि शहरात पन्नास हजार मिळवलेस ना, तरी तिथं तू कधीच आयुष्यभर घर घेऊ शकणार नाहीस. तू कायम भिकारी राहणार. त्यामुळे तू तुझा निर्णय घे. तुला इथल्या इथं काम करायचंय? मी मिळवून देण्याचा प्रयत्न करतो. पुन्हा तेच-दोन भिन्न बिंदू जोडणं.. कॉर्पोरेटला तिथपर्यंत जायचंय आणि त्याला कॉर्पोरेटपर्यंत जायचंय. ना तो कॉर्पोरेटपर्यंत येऊ शकतो; ना कॉर्पोरेट त्याच्यापर्यंत जाऊ शकतो. आम्ही या दोन बिंदूंना जोडणारा पूल आहोत. आम्ही आत्तापर्यंत ६,७००पेक्षा जास्त तरुणांना मोठ्या मोठ्या कंपन्यांबरोबर काम करायला दिलं आणि त्यांना उद्योजक करण्याचा प्रयत्न केला.

हे कशा प्रकारचं काम आहे ? त्याचं काही उदाहरण सांगता येईल का?

हो. हो. 'एल अँड टी' ही कंपनी आमची क्लायंट आहे. आम्ही प्रत्यक्ष विकत नाही, हे तुम्हाला सांगितलंच आहे... मग एल अँड टी आम्हाला सांगतं, "आमचं जे उत्पादन आहे- स्विच - त्याच्याविषयीची माहिती तुम्ही गावातल्या शेतकऱ्यांना द्या. त्यांना सांगा, की कसा त्याचा सुरक्षेसाठी उपयोग होऊ शकतो." मग गावातला एक मुलगा डेमो करून त्या शेतकऱ्याला तिकडे दाखवतो. निर्णय त्यांनी घ्यायचा, की ते विकत घ्यायचं का नाही. माझ्याकडे हिंदुस्तान पेट्रोलियम येतं आणि ते सांगतात की, "आमची माहिती द्या, की सिलेंडर वापरायचा कसा!" म्हणजे आपल्या भारतातल्या शंभरपैकी शंभर

जणांना अजून माहिती नाही की, प्रत्येक सिलेंडरवर इन्शुरन्स काढलेला असतो आणि जर का उद्या त्या सिलेंडरचा स्फोट झाला तर ते सगळे पैसे - त्यात दीड लाख रुपये आले - मिळतात. आजही आपल्या भारतामध्ये सिलेंडर संपत आला की आडवा करून ठेवतात. का, तर अजून थोडे दिवस चालतो म्हणून! आणि बऱ्याच वेळेला त्यामुळे ॲक्सिडेंट होतात. म्हणून मग आम्ही गावोगावी जाऊन ही माहिती देतो. अशा प्रकारची कामं असतात. ही सगळी गावातल्या तरुणाला दिली जातात, पण त्यातला महत्त्वाचा भाग काय असतो, की त्याला आमच्या संस्थेचं प्रशिक्षण मिळालेलं असतं. आमच्या कंपनीची कॅप तो डोक्यावर घालत असतो. मग त्याला एक आत्मविश्वास येतो. असा हा उपक्रम राबवला जातो.

२०१० मध्ये, मला जो उपक्रम आयुष्यभर चालवायचाय तो मी सुरू केला. त्याला मी नाव दिलंय 'ज्ञान-की' वाचनालय. त्याची दोनच उद्दिष्टे आहेत: थोडीशी वाचनाची आवड निर्माण व्हावी, आणि जो कोणी वाचतो त्याच्या मानसिकतेत फरक पडावा. मग मी महाराष्ट्रभर फिरून समजून घेतलं की मुलांना काय वाचायला आवडेल? अजूनही साने गुरुजी, 'शेवग्याच्या शेंगा' हे आहेच. शिवाय, या सगळ्या मुलांनी छान छान सांगितलं. कोणी सांगितलं, "मला सापांवर वाचायचं", कोणी "किल्ल्यांवर वाचायचं" कोणी आणि काही ... मग आम्ही पुस्तकांचा एक संच तयार केला.

मी विचार केला की प्रदीप लोखंडेला हे लोक पैसे किती देतील? तर पाच हजार रुपये देतील. फार काही प्रश्न विचारणार नाहीत. मग त्या अनुषंगाने उलट आकडेमोड करून करून एक आम्ही १९२ पुस्तकांचा संच तयार केला. त्यामध्ये 'अग्निपंख' आहे, त्यात 'बटाट्याची चाळ' आहे, त्यात सुधा मूर्ती आहेत, त्यात सुनीता विल्यम्स आहे, त्यात 'नापास मुलांची गोष्ट' आहे, त्यात 'बोक्या सातबंडे' आहे. माझ्या मुलीला जी पुस्तकं मिळतील, तीच त्या गावी त्या मुलीला तिकडे गावात मिळावीत, हा माझा विचार. म्हणजे विद्यार्थ्यांच्या डोक्यात येणाऱ्या प्रत्येक विषयाचं एकतरी प्राथमिक पुस्तक त्यात असेल, असा आम्ही प्रयत्न केलाय. नाट्य, संगीत, आपत्कालीन व्यवस्थापन, शारीरिक संबंध, किल्ले, साप... तुम्ही विषय सांगा, त्या विषयावरचं निदान एक प्राथमिक पुस्तक त्यात असेल, हे नक्की.

बरेच विषय आलेत की या संचामधल्या पुस्तकांमध्ये!

सगळे! कुठलेही! अगदी 'वेळेचं व्यवस्थापन'सुद्धा. अर्थात जे पूर्वीचे विषय

होते त्यांना मी अगदी टाळलं किंवा गाळलं नाही. असा तो संच तयार केला. त्याचं कारण असं: मी कोणत्याही दिवशी जाऊन माझ्या मुलीला 'अग्निपंख' (डॉ. अब्दुल कलाम यांचं आत्मचरित्र) विकत आणीन, पण माझा जो शेतकरी बांधव आहे, माझ्यापेक्षा पाचपट जास्त पैसा मिळवत असेल, पण तो आपल्या मुलीला कधी 'अग्निपंख' विकत आणणार नाही कारण त्याची ती मानसिकता नाही. त्याला त्याचं काही महत्त्व वाटणार नाही. पण जर त्या वयात त्या मुलीला 'अग्निपंख', 'बटाट्याची चाळ' किंवा सुनीता विल्यम्स वाचायला मिळालं नाही तर तिला आयुष्यभर मिळणार नाही हे वाचायला. म्हणून हा प्रयत्न की ही वाचनालयं फक्त माध्यमिक शाळेत उघडली जातात. या सगळ्या वाचनालयांच्या देणगीदार महिला आहेत. या सगळ्या वाचनालयांच्या प्रमुखही गावातील मुली, विद्यार्थिनी आहेत, आणि आतापर्यंत १४८० दिवसांमध्ये ३७३० शाळांमध्ये वाचनालयं उघडली आहेत.

फारच चांगली आणि अभिमान वाटावी अशी कामगिरी आहे तुमची!

हो. आम्ही १० लाख विद्यार्थ्यांपर्यंत पोचलेलो आहोत. त्याची खरी यशोगाथा म्हणजे त्यातील १ लाख ७५ हजार विद्यार्थ्यांनी पुस्तके वाचल्याचे अभिप्राय आम्हाला पाठवले आहेत.

म्हणजे नुसते तुम्ही पोहोचलेले नाही आहात, तर तुमच्यापर्यंत त्याची पावती आलेली आहे!

हो, आणि हे मी इतकं पारदर्शी केलेलं आहे, की त्यामुळे मी दर दिवशी तीन छोट्या शाळांमध्ये वाचनालय उघडतो. प्रत्येक बिनसुट्टीच्या, कामाच्या दिवशी आम्ही तीन शाळांमध्ये वाचनालय उघडतोय. हे आता मला ३० वर न्यायचं आहे. असा माझा प्रयत्न चालू आहे. बघू काय करायचं ते! जर तुम्हाला प्रादेशिक भाषा जिवंत ठेवायच्या असतील तर हे सर्वोत्तम साधनांपैकी एक आहे. म्हणजे मी ज्या वेळेला आता तेलंगणात हे सुरू करणार आहे तेव्हा मी तेलंगणातले 'पु. ल. देशपांडे' शोधणार आहे तिथे आणि ते पुस्तक मी त्या मुलांच्या हाती देणार. मी राजस्थानमध्ये करणार तेव्हा तिथं राणा प्रताप त्यांच्या हाती देणार आणि हे सगळे विषयपण देणार. असं मला हे सगळ्या भारतभर करायचं आहे. मी उद्दिष्ट घेऊन चाललो आहे ९४,००० वाचनालयांचं! हे फारच जास्त आहे, हे मला माहिती आहे, पण प्रयत्न करणार आणि होईल-मला अपेक्षा आहे.

हे सगळं इतकं वेगळं आहे की मला खूप खूप बरं वाटतंय की आपली ओळख झाली, त्यातून आपण 'विश्वसंवाद'च्या माध्यमातून हा संवाद साधू शकलो आणि जगभरातल्या श्रोत्यांपर्यंत तुमचं हे सगळं अतिशय मोलाचं काम आपण पोहोचवू शकणार आहोत. ही मुलाखत संपवताना मला एक-दोनच प्रश्न विचारायचे आहेत, की तुम्ही आता तुमच्या मनातले पुढचे काही प्रकल्प सांगितलेत. ते पुढची बरीच वर्षे चालू असणार आहेत. त्यामुळे पुढच्या पाच वर्षात दहा वर्षात, पंचवीस वर्षात हे सगळं कुठे जाईल, ते या सर्व महत्त्वाकांक्षी उपक्रमांमुळे ठरेल, ते तुमची पुढची वाट ठरवतील, यात काही वादच नाही. भारताबाहेर जो राहणारा माणूस असेल, त्याला तुमच्या या कामाबद्दल महत्त्व वाटतंय, आकर्षण वाटतंय, मदत करण्याची इच्छा आहे, त्यांनी ती मदत करण्यासाठी काय करावं, ते आपण आवर्जून बोलू या. तुमच्याशी कसा संपर्क साधता येईल ते सांगा.

निश्चित. एक तर त्यांनी पहिलं हे पाहावं की, ही सगळी वाचनालयं उघडली आहेत त्या सर्व ३७३० वाचनालयांची शाळा कुठली आहे, त्यांना किती पुस्तकं दिली आहेत, त्याचा पूर्ण पत्ता, त्यांच्या देणगीदारांचा पत्ता, नवीन पुस्तकं किती दिली आहेत, हे सगळं आपल्या साइटवरती आहे. दुसरं Village Wiky (ruralrelations.com/villagewiky) नावाचा ग्रामीण भागाचा जो ज्ञानकोश आपण करतो आहोत तोही आपण पाहावा. त्यात आत्तापर्यंत आम्ही काही ना काही उपयुक्त माहिती, जवळजवळ चाळीस हजारांपेक्षा जास्त गावांची टाकलेली आहे. ती खरंतर ८५,००० गावांची करायची आहे. मी हे अत्यंत नम्रतेने सांगतो आहे, की मला नेहमी वाटतं, की लोकांनी जोडलं जावं ते आंतरिक हृदयापासून- नुसतं डोक्यातून नको! कारण आपल्याला हा जो बदल घडवायचा आहे त्यात निव्वळ देवघेव हे स्वरूप अध्याहृत नाही. देवघेवही महत्त्वाची असते, मी तशा व्यवहारांना कमी लेखत नाही पण ते जर हातात हात घेऊन केलं- ज्याला आपण इंग्रजीत hand-holding म्हणतो, तसं केलं तर भारत बदलायला फारच सोपं जाईल. कारण आता त्यांना real-time माहिती मिळते. म्हणून पुढे चार ते पाच वर्ष आपली जबाबदारी बनलेली आहे की निदान मूलभूत ज्ञान त्या विद्यार्थ्याला मिळावं, यासाठी काही करायल हवं. मी सर्वांना आवाहन करीन, की आमच्या किंवा अन्य उपक्रमांनाही- जे उपक्रम वेगवेगळे, लाखो अनाम, अप्रसिद्ध वीर भारतात रोज चालवतात-त्या सर्वांना मदत करावी. जिथं करता येईल तिथं! पण ग्रामीण भागातल्या माध्यमिक

शाळेतल्या मुलांच्या प्रगतीसाठी आपण सर्वांनी एकत्र येऊन थोडा जोर लावला तर पाच वर्षात संपूर्ण भारत हा आपल्याला बदललेला दिसेल.

प्रदीपजी, तुमच्या पुढच्या सगळ्या प्रकल्पांना, उपक्रमांना मनापासून शुभेच्छा.

प्रदीप लोखंडे यांच्याशी संपर्क साधण्यासाठी :
website: www.ruralrelations.com
e mail : rural@ruralrelations.com
Phone : + 91-98230-14150

प्रदीप लोखंडे यांच्या मूळ मुलाखतीचा ऑडिओ एपिसोड ऐकण्यासाठी खाली दिलेली लिंक वापरा किंवा सोबत दिलेला क्यू आर कोड स्कॅन करा.

https://tinyurl.com/vs-yt-21-pl

पूर्व-प्रसिद्धी : १ नोव्हेंबर, २०१७

अतुल वैद्य

हिंदी सिने-संगीताच्या कराओकेचे
आद्य निर्माते आणि इप्रसारण
इंटरनेट रेडिओचे संस्थापक, संचालक

''बऱ्याच लोकांचा असा समज आहे, की ओरिजिनल गाणं घ्यायचं आणि त्याच्यामधून आवाज काढून टाकायचा की झाला कराओके ट्रॅक. तसं फसवणारी काही सॉफ्टवेअर्ससुद्धा बाजारात आहेत, पण खरं म्हणजे तसं होत नाही कारण त्याच्यामध्ये ओरिजिनल आवाज राहतोच आणि तो काढताना त्याच्याबरोबर बऱ्याच वाद्यांचे आवाजही बिघडतात. त्याच्यामुळे ते शक्य नाही. हे म्हणजे श्रीखंड तयार केल्यानंतर त्याच्यातलं केशर वेगळं करून दे, असं सांगण्यासारखं आहे.''

१२.

अतुल वैद्य

अतुल वैद्य ह्यांनी २००६ साली 'इप्रसारण इंटरनेट रेडिओ' या अभिनव प्रयोगाची मुहूर्तमेढ रोवली. वेबसाईटवरून कधीही ऐकता येतील असे दर्जेदार मराठी आणि हिंदी कार्यक्रम इप्रसारणवरून सादर व्हायला लागले. जगभरातल्या मराठी आणि हिंदी प्रेमींसाठी ही जणू मेजवानीच होती. आज १६० हून अधिक देशातले काही दशलक्षांहूनही अधिक श्रोते हा रेडिओ ऐकतात. अतुल वैद्य हे इप्रसारणच्या चार संस्थापकांपैकी एक.

गेली कितीतरी वर्षे आपण एकमेकांना ओळखतो आहोत. माझा हा 'विश्वसंवाद'चा प्रकल्प चालू होतांनाही तू पहिल्यापासूनच त्यात सहभागी होतास आणि तुझा त्याला पूर्ण पाठिंबा मिळाला. तुझाच इंटरव्ह्यू आज इप्रसारणची ओळख करून घेण्यासाठी इप्रसारणच्या अकराव्या वाढदिवसाच्या निमित्ताने आपण इथे 'विश्वसंवाद'वर करतोय, ही मोठी आनंदाची गोष्ट आहे. आपल्या गप्पांना आपण इप्रसारणपासूनच सुरुवात करू या..

तुम्ही २००६ साली १ मे या दिवशी 'इप्रसारण इंटरनेट रेडिओ' हा त्यावेळचा अगदी वेगळा प्रयोग चालू केलात आणि गेल्या ११ वर्षात त्यात वेगवेगळे बदल करत राहिलेले आहात. इप्रसारणची सुरुवात कशी झाली आणि तिथपासून आजपर्यंतचा तुमचा प्रवास कसा झाला?

झालं असं की, लहानपणापासून मला, आपला स्वत:चा रेडिओ असावा, अशी एक इच्छा होती आणि ती इच्छा का होती? १९६०च्या आसपासची गोष्ट असेल. आम्ही त्यावेळेला भारतात हैद्राबादमध्ये सिताफलमंडी नावाच्या एका गावात राहायचो. त्या पूर्ण गावात फक्त आमच्याकडेच रेडिओ होता.

त्यावेळी बुधवारी रेडिओ सिलोनवरनं 'बिनाका गीतमाला' नावाचा, अमीन सयानींचा कार्यक्रम प्रसारित व्हायचा आणि तो ऐकायला गावातले लोक आमच्याकडे यायचे. त्याच्यामुळे मला भयंकर कौतुक होतं, की एखाद्या माणसाला ऐकायला किंवा काही चांगली गाणी ऐकायला लोक एकत्र जमतात. तेव्हा आपल्यालाही असं काहीतरी करता यायला पाहिजे की ज्याद्वारे मी लोकांपर्यंत सहज पोहोचू शकेन. अर्थात लहानपणी हे काही शक्य नसतं आणि भारतात तर मोठेपणीही ते शक्य नव्हतं. कारण त्यावेळी भारतामध्ये खासगी मालकीच्या रेडिओ प्रसारणाला परवानगीच नव्हती. फक्त 'आकाशवाणी' हे सरकारी केंद्र होतं. काही दिवसांनी मी नोकरीसाठी अमेरिकेला गेलो आणि तिथे मला महाराष्ट्र मंडळामध्ये मिलिंद गोखले नावाचा माझा मित्र भेटला. त्याच्याशी बोलता बोलता मी त्याला म्हटलं की, ''माझी अशी एक इच्छा आणि कल्पना आहे, की आपला स्वतःचा रेडिओ असावा'', आणि नेमका मिलिंद म्हणाला, ''मलाही हे बरेच दिवस डोक्यात आहे, की आपण असं काहीतरी स्वतःचं करावं. पण काय करायचं ते सुचत नव्हतं आणि तू म्हणतोयस तर आपण दोघंजण मिळून हे सुरू करू या.'' म्हटलं, ''ठीक आहे. आज संध्याकाळी तू माझ्या घरी ये. आपण या विषयावर सविस्तर बोलू.'' तो आला. त्याच्याबरोबर त्याची बायको, मधुरा गोखले आली. मी, मधुरा गोखले, विद्या, मिलिंद आम्ही असे चौघं या विषयावर बोलायला बसलो. तेव्हा मिलिंद म्हणाला, की ''रेडिओ स्टेशन चालू करणं हे फार मोठं, म्हणजे खर्चाचं काम आहे. त्याच्यापेक्षा आपण इंटरनेटवरून रेडिओ चालू करू या का?'' मला पटलं. कोणत्याही मार्गानं लोकांपर्यंत पोहोचणं, हाच मुख्य मुद्दा होता. मग मी त्याला हे विचारलं की इंटरनेटद्वारा पोहोचता येतं, ते नक्की कसं? कारण तेव्हा मुळात मला इंटरनेटबद्दल एवढी माहिती नव्हती. मिलिंद हा स्वतः सॉफ्टवेअरमधलाच आहे. त्याच्यामुळे तो म्हणाला, ''ती बाजू मी सांभाळू शकतो. आपल्याला स्वतःचा एक सर्व्हर घ्यायला लागेल आणि त्याच्यावरून आपल्याला कार्यक्रमांचं प्रसारण करता येईल.'' बाकी रेकॉर्डिंग वगैरेचा मला आधीपासून अनुभव असल्यामुळे मी म्हटलं, ''ती कामं मी करू शकतो.'' सुदैवाची बाब म्हणजे विद्या आणि मधुरा या दोघींनी आधी नाटकात कामं केलेली आहेत. त्यांनी गाण्यांचे कार्यक्रम वगैरे केलेले असल्यामुळे त्या म्हणाल्या की, ''आम्ही कार्यक्रम तयार करू.'' म्हटलं, चांगलं झालं, टीम जमली चौघांची. मधुरा म्हणाली, की ''मी असा कार्यक्रम करीन जो निवडक कवी, गायक किंवा लेखक किंवा संगीताचे प्रकार, सणवार अशा विषयांना वाहिलेला असेल. त्याला आपण 'स्वरसंध्या' नाव देऊ

या.'' विद्यानं सुचवलं, की आकाशवाणीवरचा सगळ्यात लोकप्रिय कार्यक्रम म्हणजे 'आपली आवड', तसा कार्यक्रम मी करीन. मी विद्याला म्हटलं, ''पण आत्ता सुरुवातीला आपल्याकडे कोणाचीच फर्माईश आलेली नाही.'' तर विद्या म्हणाली, ''तोपर्यंत आपण आपलीच आवड लावू या.'' म्हणजे दोन कार्यक्रम तर आमचे ठरले. मिलिंद मला म्हणाला की, ''माझ्या ओळखीचे डेट्रॉईटचे सुभाष केळकर म्हणून आहेत. ते गेली तीस-पस्तीस वर्षं डेट्रॉईटमध्ये रेडिओवर कार्यक्रम करतात. मी त्यांना विचारतो, की तुम्ही आमच्यासाठी कार्यक्रम कराल का?'' तेही तत्काळ तयार झाले. ते म्हणाले, ''मी हिंदीतून कार्यक्रम करतो, आणि तुमच्यासाठी हिंदीतून 'गीतांजली' नावाचा कार्यक्रम करीन. त्याच्यामध्ये काहीतरी विषय घेऊन केलेला कार्यक्रम असेल.'' हे फारच चांगलं झालं. म्हणजे मराठीत 'स्वरसंध्या' आणि हिंदीमध्ये 'गीतांजली'. मिलिंद म्हणाला, ''आपण १ मे म्हणजे महाराष्ट्र दिनाच्या दिवशी मराठी रेडिओ सुरू करू या.'' कॅलेंडर पाहिलं तर महाराष्ट्र दिन फक्त तीन दिवसांवर होता. म्हटलं, ''आता हे तीन दिवसात कसं जमायचं?'' पण मिलिंद आणि सगळेच म्हणाले, ''नाही! आपण काही करून करूच'' तेवढ्यात माझा आनंद घाणेकर म्हणून मित्र आहे तो आला. त्यालाही सगळी कल्पना दिली. मग विचार सुरू झाला तो नावाचा. रेडिओला नाव काय द्यायचं? पहिल्यांदा काही वेळ आकाशवाणीसदृश काहीतरी वेगवेगळी नावं आम्ही सुचवत होतो. पण बरेच वेळा असं वाटलं की ह्या प्रकारची नावं बऱ्याचदा कुणीकुणी वापरलेली आहेत. आनंद घाणेकर म्हणाला, ''तुम्ही हा रेडिओ इंटरनेटवरनं चालू करताय, तर इंटरनेटचा 'इ' घ्या आणि प्रसारण म्हणून 'इप्रसारण' असं रेडिओचं नाव द्या!'' ते आम्हाला एकदम आवडलं. मग त्यावर आणखी फार विचार करत बसलो नाही. 'इप्रसारण इंटरनेट रेडिओ' नाव ठेवू, असं ठरलं. मग सर्वप्रथम आम्ही 'इप्रसारण' या नावाची साईट मिळते आहे का ते पाहिलं. असं नको व्हायला की रेडिओचं नाव इप्रसारण आणि साईटवरती काहीतरी भलतंच म्हणून! पण आमच्या नशिबाने ते नाव, डोमेन मिळालं- eprasaran.com. त्याशिवाय आम्ही eprasaraninternetradio.com, आणि त्याचबरोबर .net, .tv अशी सगळी domain names रजिस्टर्ड करून ठेवली, की नंतर कोणी हे घेऊ नये. आता तीन दिवसात रेडिओ सुरू करायचा. दुसऱ्या दिवशी सकाळी माझ्या डोक्यात असं आलं की, आपण रेडिओ सुरू करतोय आणि त्याला स्वागत-धून, म्हणजे signature tuneच नाही. म्हणजे जशी आकाशवाणी किंवा दूरदर्शन चालू होताना सुरुवातीला एक धून वाजते, तशी आपली काहीतरी एक धून असली

पाहिजे. आता काय करायचं-ह्याच विचारात सकाळी ऑफिसमध्ये नऊ वाजता गेलो. माझे एक मित्र आहेत विश्वास गोडबोले म्हणून. तर त्यांना अशी संगीत द्यायची आवड आहे. ते त्यात खूप मनापासून रमतात. मी विश्वासला फोन केला. म्हटलं, "विश्वास, असा असा इंटरनेट रेडिओ चालू करतोय आणि मला त्याची स्वागत-धून लागणार आहे. तर तू करशील का?" तो अगदी लगेच तयार झाला. म्हणला, "हो, नक्की करतो. पण कधीपर्यंत पाहिजे?" म्हटलं, तीन दिवसात पाहिजे. १ मेला रेडिओ चालू करायचाय. तर तो म्हणाला, "ठीक आहे, मी करतो." दुपारी ३ वाजता मला त्याचा फोन आला की, "अतुल, स्वागत-धून तयार आहे. मी तुला ती इमेलवरती पाठवतो." तर त्यांनं पाठवली, मी ऐकली, मला आवडली. मग मी म्हटलं, "ठीक आहे बरं झालं! संध्याकाळी घरी येतो तुझ्या. मग आता रेकॉर्ड कधी करायची?" तो म्हणाला, "आजच रेकॉर्ड करू या. माझ्या काही ओळखीचे गायक आहेत इथे बे एरियामध्ये म्हणजे अभिजीत जेरे, योगिता भातखंडे, अभय मन्नूर, सुपर्णा डांगी, असे चार-पाच. ते नाही म्हणणार नाहीत. मी त्यांना आजच्या आज बोलवतो. आज संध्याकाळी सहा वाजता माझ्या घरी या. माझ्या छोट्या स्टुडिओत आपण तुमची ही स्वागत-धून रेकॉर्ड करू." संध्याकाळी मी ऑफिसमधून घरी गेलो आणि विद्याला म्हटलं, "विद्या, आपल्याला आता विश्वासकडे जायचंय. त्याच्याकडे आपली स्वागत-धून अंतिमत: तयार होणार आहे." विश्वासनं पाठवलेली धून मी तिला ऐकवली. तिलाही ती खूप आवडली. पण ती म्हणाली, "अतुल, आपला रेडिओ मराठी आहे आणि स्वागत-धून मात्र हिंदीत! असं कसं चालेल?" कारण विश्वासनं स्वागत-धून हिंदीत करून पाठवली होती. एकदा विचार केला, तीन दिवसांनी रेडिओ चालू होतोय, आत्ता निदान आपण ती स्वागत-धून रेकॉर्ड करू आणि हिंदीनं चालू करू. रेडिओ असू दे मराठी. पण विद्याला काही ते पटलं नाही. पण इलाजच नव्हता. मग ती म्हणाली, "चल निघू या आपण!". मग तिनं ती स्वागत-धून ४-५ वेळा ऐकली आणि तिच्या चालीत, वृत्तात बरोबर बसेल, असं मराठी गीत लिहिलं. हे तिनं आमच्याकडून विश्वासकडे जाईपर्यंत ३५ मिनिटात लिहून काढलं. ते विश्वासलापण आवडलं. आणि त्या दिवशी संध्याकाळी आमच्या इप्रसारणची स्वागत-धून रेकॉर्ड झाली. मराठी आणि हिंदी दोन्ही भाषांमधली.

"झनक झनक झन झंकारित हा।
अखिल जगती भुलवी अहाहा।
रसिक मनांच्या तारा।

गीत कहाण्या हितगुजे ही,
सांगे अभिनव धारा ।
इप्रसारण इंटरनेट रेडिओ, इप्रसारण इंटरनेट रेडिओ।''

आणि अशा रीतीने मग १ मेला आमचा कार्यक्रम सुरू झाला. त्यावेळी आम्ही रेडिओप्रमाणेच दुपारी १२, संध्याकाळी ५ आणि रात्री ८ असे तीन वेळा आमचे कार्यक्रम प्रसारित करायचो. असे एक-एक तासाचे ३ कार्यक्रम आणि मग ते आठवडाभर चालवत राहायचे असं आम्ही चालू केलं. आम्ही असं ठरवलं, की १५ एक दिवस आपण चालवूया. काही तांत्रिक किंवा इतर अडचणी येतात का, ते बघूया.

पण सुदैवाने त्या पंधरा दिवसात काहीच अडचणी आल्या नाहीत, आणि ज्या मित्रांना कळवलं होतं, की आम्ही असा रेडिओ चालू करतो आहोत-मला वाटतं तूही त्यातला एक होतास, त्या सगळ्या मित्रांचे प्रतिसाद मात्र खूपच सकारात्मक आले. सगळेच म्हणाले, चांगलं चाललंय, हे तुम्ही चालू ठेवा. तर असा आमचा रेडिओ चालू झाला. हळूहळू लोकांना कळत कळत वीसाचे शंभर, शंभराचे दोनशे, दोनशेचे एक हजार, दहा हजार असे श्रोते वाढत गेले... आणि गेल्या अकरा वर्षांमध्ये ही संख्या काही दशलक्ष इतकी पोहोचली आहे. जवळजवळ १६० देशांमध्ये आता आमचा रेडिओ ऐकला जातो. आता १६० देशांमध्ये जेव्हा जेव्हा रेडिओ ऐकला जाऊ लागला त्यावेळेला एक प्रश्न असा उद्भवला, की लोक म्हणाले, ''तुम्ही एका विशिष्ट वेळीच प्रसारण करता. ते आम्हाला नेमकं त्यावेळीच ऐकता येईलच असं नाही.'' तर आता काय करायचं? तर याच्यावर आम्ही बरेच दिवस विचार केला. शेवटी मिलिंद असं म्हणाला की, ''आपण काही विशिष्ट वेळीच कार्यक्रम चालवतो, त्याऐवजी आपण ते श्रोत्यांच्या 'मागणी बरहुकूम' अशी सुविधा असलेलं ठेवू या, म्हणजे ते २४ तास उपलब्ध असतील. तुम्हाला ऐकायचे असतील तेव्हा ऐका.'' मग आमचं प्रसारण ह्या पद्धतीनं सुरू झालं. हळूहळू लोकांना ते कळायला लागलं. तेवढ्यात काय झालं, की 'दैनिक लोकसत्ता'मध्ये लिहिणारे कोणीतरी आमच्याकडे आले होते आणि त्यावेळेला नेमकं आमचं प्रसारण चालू होतं. त्यावेळेला त्याच्यावरती 'इंद्रायणी काठी देवाची आळंदी' हे गाणं लागलं होतं. तर त्यांना फारच आवडलं आमचं रेडिओकेंद्र... आणि ते म्हणाले, ''मी तुमच्या रेडिओबद्दल 'लोकसत्ता'मध्ये काहीतरी लिहितो.'' त्यांनी दोन आठवड्यांनी 'लोकसत्ता'मध्ये लिहिलं. त्या लेखाचं शीर्षकच त्यांनी खूप अर्थवाही ठेवलं. त्यामुळे आम्हाला खूप चांगली प्रसिद्धी मिळाली. ते शीर्षक होतं, 'सिलिकॉन

व्हॅलीत देवाची आळंदी'. बऱ्याच लोकांनी तो लेख वाचला असावा आणि त्यामुळे इप्रसारण लोकांना बऱ्यापैकी माहिती झालं आणि त्याच्यानंतर श्रोते खरोखर अमर्याद वाढत गेले.

हा सगळा प्रवास तू इतका छान उलगडून सांगितलास. मला यातले बरेचसे टप्पे माहिती आहेत. पण मला खात्री आहे की तो काही इतका सहज पार पडला नसणार, पडद्यामागे अनेक आव्हानं आली असणार. ती कशी पेललीत?

नवीन कार्यक्रम काय काय वाढवायचे, हे एक आव्हान होतं. नुसते गाण्यांचे दोन-तीन कार्यक्रम करून काही चालणार नाही, म्हणून आम्ही नवीन काही कार्यक्रमही सुरू केले. त्याच्यात हिंदीमध्ये 'गीतांजली' हा कार्यक्रम होताच, पण त्यानंतर 'भूले बिसरे गीत', 'गोल्डन ग्रेटस्' असे वेगवेगळे कार्यक्रम सादर केले. गप्पागोष्टींचा कार्यक्रम, मुलाखती, संवाद असे काही कार्यक्रम; त्याच्यातल्या काही मुलाखती तू घेतलेल्या आहेस. दुसरं आव्हान म्हणजे कार्यक्रम वाढल्यानंतर ते करायला तेवढा वेळ मिळणं. कारण मी, विद्या आणि मिलिंद, मधुरा-आम्ही चौघेही नोकऱ्या करणारे किंवा व्यवसाय करणारे असे असल्यामुळे तो व्यवसाय सांभाळून नंतर कार्यक्रम करायचे. तुला माहितीच आहे, की एखाद्या तासाचा कार्यक्रम जरी करायचा म्हटलं तरी त्याच्यामागे जवळजवळ ५ ते ६ तासांची मेहनत असते. तर तो वेळ काढणं जरा कठीण होतं. पण एकदा इच्छा असली की माणूस ते करतोच. जसा जसा रेडिओ मोठा होत गेला तसं तसं लोकही आमच्याकडे यायला लागले. म्हणायला लागले, की आम्ही तुम्हाला मदत करू, आम्ही हा कार्यक्रम करू. मग आम्ही लोकांना सांगितलं, "हे बघा, हे काही व्यावसायिक केंद्र नाही. त्याच्यामुळे आम्ही काही देतही नाही आणि घेतही नाही. तशी तुमची तयारी असेल तर करा." खरंच, बऱ्याच लोकांनी आम्हाला त्याच्यात मदत केली आणि त्याच्यामुळे कार्यक्रम करायला आम्हाला आणखीन लोक मिळाले. दुसरा प्रश्न असा आला, जसे आपले श्रोते वाढत गेले, तशी internet bandwidth कमी पडायला लागली. कारण ज्याच्यावर आम्ही रेडिओ चालू केला तो आमचा सर्व्हर मिलिंदच्या घरात होता. Internet bandwidth कमी पडायला लागल्यामुळे रेडिओ ऐकताना मध्ये मध्ये अडकायला लागलं, कारण buffering व्हायला लागलं. मग शेवटी आम्ही 'याहू'वरती भाड्यानं सर्व्हर घेतला आणि तिथून रेडिओ चालू केला. नंतर तेही कमी पडायला लागलं. शेवटी आम्ही आमचा सर्व्हर क्लाऊडवर

हलवला आणि आता इप्रसारण तिथून प्रक्षेपित केला जातो. आणखी एक आव्हान आम्हाला होतं, ते म्हणजे आता "आपण हे करतोच आहोत, पण समजा आपण बाहेरगावी गेलो किंवा आपण कधी सुट्टी घेऊन भारतात गेलो, तर त्यावेळी प्रक्षेपणाचं काय करायचं?" मिलिंदनं यावरही उपाय काढला. तो म्हणजे आम्ही सर्व्हरवर कार्यक्रम अपलोड करून ठेवतो आणि त्यांच्यावर विशिष्ट तारखेचा एक प्रकारचा शिक्का मारून ठेवतो. त्या तारखेला ते सर्व कार्यक्रम बरोबर त्या त्या वेळी प्रसारित होऊ लागतात. हे सॉफ्टवेअर स्वत: मिलिंदनं लिहिलंय. त्याच्यामुळे आम्हाला सॉफ्टवेअर लिहून घ्यायचा असाही काही वेगळा खर्च आला नाही. ते सॉफ्टवेअर आजपर्यंत एकदाही त्रास न देता व्यवस्थित चालतंय. दुसरे फार मोठे असे काही प्रश्न किंवा अडचणी आल्या नाहीत. कार्यक्रम करायला वेगवेगळे विषय शोधणं, हा म्हटलं तर निरंतर जाणवत राहू शकणारा प्रश्न. हा रेडिओ सुरू करून जवळजवळ ११ वर्षे झाली. म्हणजे प्रत्येक आठवड्याला एक कार्यक्रम प्रत्येक विषयावर, म्हणजे तब्बल पाचशे बहात्तर कार्यक्रम! वेगवेगळ्या विषयावर कार्यक्रम करत राहणं जरा आव्हानात्मक आहे खरं, पण अजूनपर्यंत तरी आम्ही ते पेललंय.

तुमचा हा 'इप्रसारण इंटरनेट रेडिओ' इतक्या ज्या १६० देशांमध्ये काही दशलक्ष लोकांपर्यंत पोचतो आहे आणि जगभरात त्याची लोकप्रियता वाढलेली आहे. पण त्याचा एक व्यावसायिक भाग नक्कीच सांभाळावा लागत असणार. अशा प्रकारचे कार्यक्रम किंवा अशा प्रकारचे प्रकल्प हे सहसा जाहिराती किंवा प्रायोजक मिळवून केले जातात. तुमच्या वेबसाईटवर मात्र त्यामानानं फारच कमी जाहिराती किंवा प्रायोजित कार्यक्रम असतात. तर हा निर्णय तुम्ही ठरवून घेतलेला आहे का, की आपल्याला प्रायोजक अथवा जाहिराती नको आहेत? हे सगळं असल्याशिवाय हा इतका मोठा प्रकल्प तुम्ही कसा काय चालवू शकता?

आम्ही जेव्हा सुरुवात केली तेव्हा आम्हाला असं वाटलं होतं, की आपण जाहिराती वगैरे घेऊन त्याच्यातून रेडिओचा खर्च भागवू. पण प्रत्यक्षात ते आम्हाला जमलं नाही कारण आम्ही आमचे व्यवसाय सांभाळून हे रेडिओचं काम करायचो आणि जाहिराती किंवा प्रायोजकत्व वगैरे मिळवणं, यासाठी एक वेगळी टीमच लागते आणि ती आमच्याकडे अजिबात नव्हती. आम्ही तीही निर्माण करण्याचा प्रयत्न केला, पण आलेले लोक अवाढव्य पगार आणि इतर मागण्या करायला लागले. त्यामुळे आम्ही शेवटी ठरवलं, की नाहीतरी

आम्हाला खर्च फार होत नाही. मिलिंदनं आणि मी आम्ही ठरवलं की हा खर्च आपण वाटून घेऊ. आपण आपल्या खर्चानंच हा रेडिओ चालवू. तसं खरंच भागतं आहे. मुख्य म्हणजे आमच्या रेडिओवर कार्यक्रम करणारे आमच्याकडून काही पैसे घेत नाहीत- म्हणजे आम्ही देतच नाही. त्याच्यामुळे तो खर्च नाही. जो काही खर्च आहे तो data storageचा आहे. दुसरा एकमेव खर्च म्हणजे आमचा वेळ. तो तर आम्हाला द्यायचाच आहे, आमची हौस आहे ती, त्या हौसेपोटी चाललेलं आहे. मूलतः म्हणून आम्ही सध्यातरी जाहिरातींच्या मागे लागत नाही. कुणी आलंच आणि म्हणालं, आम्हाला करायचीय, तर आम्ही करतो, पण जाहिराती शोधायला जात नाही.

या सगळ्या प्रवासात गेली ११ वर्ष तुम्ही लोकांपर्यंत पोहोचता आहात. वेगवेगळ्या देशांमध्ये तुम्ही जाता आहात. या सगळ्यात काही असे अगदी आठवणीत राहिलेले प्रसंग घडले असतीलच. त्यातले काही प्रसंग तू सांगू शकशील का?

हो, हो नक्कीच सांगू शकेन. गप्पागोष्टींचा जो कार्यक्रम सुरू केला त्यामुळे आम्ही भारतातल्या बऱ्याच मोठ्या कलाकारांना भेटू शकलो आणि त्यांच्या मुलाखती आमच्या रेडिओवर झाल्या. विक्रम गोखले, जब्बार पटेल, मोहन आगाशे, अनिल अवचट, शिरीष कणेकर, श्रीधर फडके, सुमित्रा भावे, सुनील सुकथनकर, दिलीप प्रभावळकर ही काही मोठी नावं. त्या निमित्ताने या लोकांशी पण प्रत्यक्ष, थेट भेट झाली. गमतीची गोष्ट म्हणजे की आत्तापर्यंत जवळ-जवळ तीन ते साडेतीन हजाराच्यावर मुलाखती घेतलेल्या सुधीर गाडगीळांची मुलाखतही आम्ही घेतली होती. आणखीन २-३ गोष्टी म्हणजे, आम्ही एक हिंदुस्तानी शास्त्रीय संगीताचा कार्यक्रम सुरू केला. तेंव्हा असं वाटलं की अभिजात भारतीय संगीताचा कार्यक्रम असल्यामुळे तो भारतीय लोकांच्यापेक्षा जरा अमेरिकेतील लोकांनाही ऐकायला मिळावा. त्यांना कळावं काय चाललंय, ह्यासाठी आम्ही तो कार्यक्रम इंग्लिशमध्ये सुरू केला. आता इंग्लिशमध्ये सुरू केल्यानंतर मी काय किंवा आम्ही चौघं काय, आपल्या इथली माणसं म्हटली की आपला उच्चारांचा प्रॉब्लेम असतो, जो अमेरिकन्सना बऱ्याच वेळेला समजत नाही, म्हणून असं ठरलं की ज्यांच्या बोलण्यात अमेरिकी लहेजा, ठसका, अमेरिकन ॲक्सेंट असेल अशा कुणाला तरी आपण ह्या कार्यक्रमाचं निवेदन करायला सांगू. पण कोण? माझा मुलगा अनुरोध अमेरिकेतच वाढलाय, शिकलाय. त्याचा लहेजा बऱ्यापैकी अमेरिकन आहे. तर तो म्हणाला, "मी

करतो हे निवेदन..'' पण मग ते करताना त्याला एक प्रश्न असा होता, की विशेषत: मराठी शब्द, भारतीय नावं ह्यांचे उच्चारही नीट, म्हणजे भारतीयच असले पाहिजेत. म्हणजे रामचं 'रामा' होता कामा नये, असं त्याचं मत होतं. ते नीट येण्यासाठी जो काही सराव करायचा, त्यावेळी खूप मजा यायची. एखादं वाक्य असं की, 'संगीत विशारद ग्वाल्हेर घराणा फ्रॉम अखिल भारतीय गांधर्व महाविद्यालय' असे शब्द आले, की त्याची पंचाईत व्हायची. कारण त्याला ते नीटच उच्चारायचे असायचे आणि त्यासाठी तो जे काही वेगवेगळे उच्चार करून दाखवायचा, ते ऐकून आम्हाला खूप मजा यायची. आणखीन दुसरं म्हणजे हिंदी कार्यक्रम सुरू करताना काय झालं की माझे दोन मित्र म्हणाले की, आम्ही 'आपकी पसंद' कार्यक्रम करतो. मी म्हटलो, ''उत्तम! माझं तेवढं काम कमी होईल.'' दोघेही म्हणाले की ''आम्ही घरी रेकॉर्ड करून तुला प्रोग्राम पाठवू आणि तू नुसते अपलोड कर.'' तर एकाने पहिल्यांदा जो कार्यक्रम करून पाठवला त्याचं सर्व निवेदन इंग्रजीत केलं होतं. मी म्हटलं, ''अरे बाबा, असं इंग्लिशमध्ये चालणार नाही, हिंदी कार्यक्रम आहे.'' तो म्हणतो, ''मला हिंदी नीट बोलता येत नाही.'' म्हटलं, ''मग तू ये आमच्याकडे. काय चुका होतील त्या आपण दुरूस्त करू.'' एक दिवस त्याचं निवेदन रेकॉर्ड करण्यात आमचे जवळजवळ साडेपाच-सहा तास गेले. शेवटी जाताना तो म्हणाला, ''अंग्रेज चले गये, मुझे छोड गये!''

आठवणीतल्या आणखी काही गोष्टी म्हणजे एकदा मी माझ्या ऑफिसच्या कामासाठी दुबईला गेलो होतो. आणि एअरपोर्टवरून मी हॉटेलची जी फेरी सर्व्हिस असते त्याच्यात बसलो. शटल सर्व्हिस, त्याच्यामध्ये बसलो आणि बाजूला एक माणूस बसला होता. तो भारतातून आलेला होता. नेमका तो शटलमध्ये माझ्या बाजूला येऊन बसला आणि त्याने बायकोला फोन केला की,''मी दुबईला पोहोचलोय आणि मी आता हॉटेलवर चाललोय.'' तर बाजूला बसलेला माणूस मराठी आहे, असं म्हटल्यावर काही आपण बोलावं म्हणून मी त्याला म्हटलं, ''तुम्ही मुंबईहून आलात का?'' तर तो म्हणाला, ''हो.'' मग त्यानं नाव विचारलं तर मी सांगितलं, माझं नाव ''अतुल वैद्य''. तर म्हणाला, ''तुमचं नाव कुठेतरी ऐकलंय.'' मी म्हणालो, ''कदाचित तुम्ही रेडिओवर ऐकलं असेल.'' तर म्हणाला, ''हं बरोबर! इप्रसारणवर तुमचं नाव मी ऐकलंय.''

तो म्हणाला, ''एक मिनिट थांबा.'' त्याने परत बायकोला घरी फोन केला. म्हणाला, ''तुला माहिती आहे माझ्या बाजूला कोण बसलंय? ते इप्रसारणचे अतुल वैद्य बसलेत''. अशा काही गंमती-जमती.

इप्रसारणनं खरोखरच तुम्हाला एक सुप्रतिष्ठित ओळख दिलीय खरी. इतक्या वेगवेगळ्या ठिकाणी आणि लोकांना तुम्ही माहिती झालेले आहात. तुमचे नियमित कार्यक्रम तर चालू आहेतच. पण मला अगदी चांगलं आठवतंय की इप्रसारणनं काही अतिशय आगळेवेगळे उपक्रम हातात घेतले. संगीताच्या ऑनलाईन स्पर्धा किंवा एकांकिकांच्या स्पर्धा किंवा तुम्ही काही वेळेला स्थानिकरीत्या बे एरियात होणाऱ्या क्रिकेटच्या सामन्यांचं धावतं वर्णन प्रक्षेपित केलं आहे. ते सगळं तुम्ही इप्रसारणच्याच बॅनरखाली केलंत. तो 'इप्रसारण दूरचित्रवाणी' होता काही दिवस चालू. त्याबद्दल थोडसं सांगाल?

हं. मूळ इप्रसारण चालू केलं, त्याच्यानंतर बऱ्याच वर्षांनी असं वाटलं होतं की आपण 'इप्रसारण दूरचित्रवाणी'सुद्धा सुरू करूया. पण ते तेवढं सोपं नाही. तरीसुद्धा आम्ही ठरवलं, की काही कार्यक्रम आपण करायचे. त्यातला एक म्हणजे 'स्वरांगण' नावाचा कार्यक्रम. आम्ही तो दोन भागात केला. भारतात जो 'सारेगम' हा कार्यक्रम आहे, त्या पद्धतीचा कार्यक्रम. पण त्यासाठी सगळ्या अमेरिकेतून स्पर्धक घ्यायचे. एक लक्षात आलं, की प्रत्येकाला काही बे एरियामध्ये म्हणजे सॅन फ्रान्सिस्कोला येऊन, राहून, गाण्यात भाग घेणं शक्य होणार नाही. आम्ही इलेक्ट्रॉनिक मिडियाचा फायदा घ्यायचा ठरवला. आम्ही सर्व स्पर्धकांना सांगितलं की तुम्ही ग्रीन स्क्रीन विकत घ्या. ग्रीन स्क्रीन म्हणजे हिरव्या रंगाचा पडदा असतो. आता बऱ्याच जणांना हे ग्रीन स्क्रीन शूटिंग माहितीच आहे. ग्रीन स्क्रीनसमोर शूटिंग करायचं, मग त्या ग्रीन स्क्रीनच्या जागी आपण तयार केलेला एखादा सेट टाकायचा. अर्थात ग्राफिक. ग्रीन स्क्रीन म्हणजे काही फार महागाची गोष्ट अशी नाही. 'हिरव्या रंगाचे कपडे न घालता त्यासमोर उभं राहून तुम्ही तुमचं गाणं रेकॉर्ड करून आम्हाला पाठवायचं' असं प्रत्येक स्पर्धकाला सांगितलं. त्यांची गाणी आली, की ती गाणी आम्ही परीक्षकांना पाठवायचो. लॉस एंजेलिस, वॉशिंग्टन अशा वेगवेगळ्या ठिकाणचे परीक्षक होते, तर त्यांनाही आम्ही सांगितलं की, "तुम्ही गाणी ऐका. त्याच्यावरचे अभिप्राय ग्रीन स्क्रीनसमोर बसून रेकॉर्ड करा आणि आम्हाला पाठवा. तुम्हाला जे काही गुण द्यायचे असतील ते द्या." आणि ह्या कार्यक्रमाचं निवेदन मधुराने केलं. तिलाही सांगितलं "तुला जे काय बोलायचंय ते तू ग्रीन स्क्रीनसमोर करून तुझा व्हिडीओ माझ्याकडे पाठव."

'स्वरांगण'च्या एका सेटचं आम्ही ग्राफिक तयार केलं होतं. हे सगळे व्हिडीओ आले की ते मी संपादित करून ग्रीन स्क्रीनऐवजी त्या सेटच्या

पार्श्वभूमीवर ते टाकायचो. लोकांना, आम्ही हे ग्रीन स्क्रीन वापरून केलं हे लक्षातच आलं नाही. लोकांना वाटायचं, हे सगळे एका जागीच आहेत, ह्याचाच अर्थ ते व्यवस्थित झालं. त्याची पहिल्या वेळेची अंतिम फेरी मात्र आम्ही बे एरियात, मंचावर प्रत्यक्ष स्वरूपात घेतली. स्वरांगणच्या दुसऱ्या वेळेची अंतिम फेरी शिकागोला बृहन महाराष्ट्र मंडळाच्या B.M.M. Convention मध्ये झाली. त्याच्यानंतर आम्ही केलं म्हणजे 'नाट्यदर्पण'. हे पण असंच केलं, म्हणजे प्रत्येक ठिकाणच्या लोकांना आम्ही सांगितलं, "तुम्ही तुमच्या एकांकिका रेकॉर्ड करून आम्हाला पाठवायच्या." त्या पाहून परीक्षकांनी त्याच्यावर गुण दिले आणि मग त्याप्रमाणे विजेती ठरलेली एकांकिका आम्ही निवडली. एकूण जवळजवळ ३५ एकांकिका आल्या होत्या आमच्याकडे.

आणि मग क्रिकेट. क्रिकेटचं आम्ही दृकश्राव्य चित्रीकरण सुरू केलं. कशाचं? तर सगळ्या अमेरिकेतल्या शाळांची क्रिकेटची स्पर्धा होते. त्यात प्रत्येक राज्यातून त्या त्या राज्याचा संघ निवडला जातो, आणि त्या अशा प्रत्येक राज्यातल्या संघांच्या सामन्यांची अंतिम फेरी कॅलिफोर्नियामध्ये होते. ह्या अंतिम फेरीचे चित्रीकरण आणि प्रत्यक्ष प्रसारण आम्ही चार कॅमेरे लावून व्यवस्थित म्हणजे ओबी व्हॅनसारखी व्हॅन लावून, इप्रसारणवरून वेबद्वारा करायचो. त्याच्यामुळे समजा आता एखाद्या खेळाडूची म्हणजे शिकागोची टीम आहे, तर त्याच्या घरच्यांना किंवा त्यांच्या मित्रांना, शाळेतल्या लोकांना ती मॅच इंटरनेटद्वारे लाईव्ह बघता यायची. आम्ही जवळजवळ ३-४ वर्षे केला तो उद्योग.

अच्छा, पण मग ४ वर्षांनंतर काय कारणांमुळे ते थांबलं?

आमची तयारी होतीच, पण ४ वर्षांनंतर त्या क्रिकेट असोसिएशनकडचे पैसे संपले त्यामुळे त्यांना तो आर्थिक भार घेता आला नाही. तरी शेवटचं वर्ष तर आम्ही त्यांना खूपच स्वस्तात करून दिलं. पण दरवर्षी ते आम्हाला जमणार नव्हतं.

अतुल, ही इप्रसारणाची सगळी गोष्ट आणि त्यातले खूपसे महत्त्वाचे भाग बोललेलो आहोत. मला आता आपला विषय थोड्या वेगळ्या मुद्याकडे न्यायचा आहे. गेली २० वर्षे मी तुला जवळून ओळखतोय त्यामुळेच 'इप्रसारण इंटरनेट रेडिओ'सारख्याच तू केलेल्या दुसऱ्या एका अतिशय महत्त्वाच्या कामाशी माझी ओळख झाली. ते आहे हिंदी किंवा मराठी गाण्यांच्या कराओके ट्रॅक्सच्या निर्मितीचं काम. हिंदी आणि मराठी

गाण्यांचे कराओके ट्रॅक्स आता सरसकट सगळीकडे उपलब्ध आहेत. 'मेरा गाना'सारख्या वेबसाईटस्‌वरनं सगळ्यांना ते ट्रॅक्स विकत घेता येतात, ऐकता येतात, वाजवता येतात आणि त्याच्यावरती गाणी म्हणता येतात. पण हे जरी आज खूप लोकप्रिय, लोकमान्य झालं असलं तरी पहिल्यांदा हिंदी गाण्यांचा कराओके ट्रॅक करण्याचा मान तुझ्याकडे जातो. हे फार कमी लोकांना माहिती आहे. हे इतकं महत्त्वाचं काम करूनसुद्धा तू त्याबाबतच्या कोणत्याही प्रसिद्धीपासून खूप बाजूला राहिला आहेस. त्याचं कधी कधी मला वाईट वाटतं, म्हणून मला मुद्दाम ते लोकांपुढे आणायचं आहे, की हिंदी गाण्यांचे कराओके ट्रॅक तू पहिल्यांदा बाजारात आणलेस. ते केव्हा झालं? आणि त्याची सुरुवात कुठे झाली?

मी १७ वर्ष हाँगकाँगमध्ये आणि १७ वर्ष अमेरिकेत मध्ये राहिलेलो आहे. त्यावेळेला हाँगकाँगमध्ये Esquire Video International या कंपनीतर्फे भारतात सगळ्यात पहिल्यांदा हिंदी फिल्मस्‌च्या कॅसेट म्हणजे V.H.S. कॅसेटस्‌ यायच्या. त्या कंपनीमध्ये मी कामाला होतो. मी त्यांच्या हाँगकाँग ऑफिसमध्ये होतो. त्यावेळी, म्हणजे मला वाटतं ९१-९२ ची गोष्ट असेल, की त्यावेळी बाजारामध्ये नुकतेच जापनीज आणि कोरियन कराओकेचे ट्रॅक्स आले होते आणि खूप लोकप्रिय होते. त्यावेळी जापनीज आणि कोरियन कराओकेची अशी पार्लर्स हाँगकाँगमध्ये होती. ही १९९२ची गोष्ट. तेव्हा त्या लोकांचं कराओके त्यांच्या भाषेमध्ये आणि इंग्लिश भाषेमध्ये काही गाणी ह्यांच्यापुरतं उपलब्ध होतं. त्यावेळी माझा तिथल्या कंपनीतला जो साहेब होता त्याचा मुलगा, जन्मापासून हाँगकाँगवासी असल्याने तो अशा कराओकेच्या क्लब्समध्ये वगैरे जायचा. एस्क्वायरकडे त्यावेळेला जवळजवळ हजारावर हिंदी फिल्मस्‌चे कॉपीराइटस्‌ होते. तर तो म्हणाला, "तुमच्याकडे एवढ्या फिल्मसचे कॉपीराइटस्‌ आहेत तर तुम्ही त्याचा कराओकेसाठी वापर का नाही करत?" ही त्याच्या मुलाची आयडिया. माझा बॉस पक्का व्यावसायिक होता. त्याच्या डोक्यात आलं, आपल्याकडे एवढे राईटस्‌ आहेत तर त्याच्यातनं आणखीन काही पैसे मिळाले तर उत्तमच. म्हणून तो माझ्याकडे आला आणि मला म्हणाला, "हे असं असं करायचं आहे." मला माहिती होतं की कोरियन कराओके म्हणजे काय, की ट्रॅकवरती लोकं गाणं म्हणतात. ट्रॅक ओरिजनल गाण्यासारखा असतो. त्यानं विचारलं "आपल्याला असं काहीतरी सुरू करता येईल का?" म्हटलं, "प्रश्न मुळात ट्रॅक्सचा आहे. ट्रॅक्स कुठनं मिळवणार?" तर तो म्हणाला "आपण असं करू, आपण भारतात हे ट्रॅक्स करून मिळतात का हे बघू या." पण

भारतातून वेळेवर काही करून घेणं आणि हाँगकाँगच्या व्यावसायिकतेशी त्याची सांगड घालणं दुरापास्त होतं. पण तो माझ्या मागेच लागला. मी म्हणालो, "ठीक आहे असं करू या, तू मला मिडीचा, उत्तम प्रतीचा एक की-बोर्ड (electronic synthesizer) घेऊन दे आणि मी ट्रॅक्स करता येतात का, ते बघतो. प्रयत्न तर करू." आणि काय, त्याने लगेच मला Yamaha PSR-6400 हा त्या वेळचा सर्वात अद्ययावत की-बोर्ड जो होता, तो घेऊन दिला. बरं, मी काही गाणं शिकलेलो नाही पण हौस आहे. ऐकलेली आहेत गाणी. म्हणजे लहानपणापासून गाणी ऐकून ऐकून ती डोक्यामध्ये आहेत. भरीला आवड आहे गाण्याची. तसा थोडा मला की-बोर्ड हळूहळू वाजवता येतो. म्हणजे अगदी कसलेलं, गाण्याबरोबर वाजवावं असं काही नव्हतं. पण म्हटलं, "आपण प्रयत्न करू या."

मग मी सुरुवात केली. तर सुरुवात केल्यानंतर असं जाणवलं की सर्वप्रथम गाणी संपूर्ण ऐकायला लागतात आणि त्याच्यात काय काय वाजवलंय तेवढी सगळी वाद्यं आपल्याला वाजवायला आली पाहिजेत आणि नंतर त्यांचं मिक्सिंग करायचं. तर मी सुरू केलं. मला त्याच्यात खूपच रस वाटू लागला आणि ते जमायलापण लागलं. तर त्यावेळेला मला एक गाणं करायला जवळजवळ आठवडा, १० दिवस वगैरे लागायचे. पण साहेब म्हणाला, "करते रहो। देखते हैं, क्या होता है।" आणि आमची, एस्क्वायरची हिंदी कराओकेची पहिली, म्हणजे हिंदी कराओकेची संपूर्ण जगात पहिली लेझर डिस्क १९९२च्या अखेरीस एस्क्वायरने बाजारात उतरवली. त्याच्यातली सगळी, एकूण एक ४० गाणी मी वाजवलेली होती. दोन लेझर डिस्क रिलीज झाल्या. त्या दोन्ही देव आनंदच्या गाण्यांच्या होत्या, कारण त्यावेळी आमच्याकडे देव आनंदचे बरेच पिक्चर्स होते. मग त्याचीच गाणी आम्ही करायला घेतली आणि हिंदी कराओके असा तिकडून सुरू झालेला आहे.

क्या बात है! क्या बात है!

म्हणजे जवळजवळ ५ ते ६ वर्षांनी नंतर जेव्हा भारतात ते प्रचलित आणि लोकप्रिय व्हायला लागलं तेव्हा आणखीन बाहेरचे दुसरे कराओके ट्रॅक्स यायला लागले. पण तोपर्यंत एस्क्वायरने जवळजवळ तीनशे ते साडेतीनशे गाण्यांचे ट्रॅक्स केले होते आणि सगळे मी वाजवलेले आहेत. शिकत शिकत तयार केले आहेत. आता जवळजवळ साडेचारशेच्यावरती हिंदी आणि शंभरच्यावरती मराठी ट्रॅक्स मी आजपर्यंत केलेले आहेत.

तर ही सुरुवात एकूण अशी झाली. पण एखादं गाणं घेतलं की त्या गाण्याचा फायनल कराओके ट्रॅक करण्याची काय प्रक्रिया आहे? काय पायऱ्यांनी ते करतात? हे जर स्पष्ट करून सांगितलं, तर लोकांना त्यातल्या गुंतागुंतीचा अंदाज येईल. मी अनेक वेळेला स्वतः तुझ्याबरोबर बसून, तू गाण्यांचे ट्रॅक्स कसे करतोस हे बघितलेलं आहे. मी दरवेळेला थक्क झालेलो आहे की हे कसं काय जमतं तुला करायला! पण सगळ्या लोकांना कळावं म्हणून त्याचे विविध टप्पे आणि प्रक्रिया थोडक्यात समजावून सांगशील का?

हो, सांगतो ना. त्याच्यात अगदी गोपनीय असं काहीच नाही. मुळात बऱ्याच लोकांचा असा समज आहे की ओरिजिनल गाणं घ्यायचं आणि त्याच्यामधनं आवाज काढून टाकायचा की झाला कराओके ट्रॅक. बाजारात तसं फसवणारी काही सॉफ्टवेअर्ससुद्धा उपलब्ध आहेत, पण खरं म्हणजे तसं होत नाही. कारण त्याच्यामध्ये मूळचा आवाज राहतोच. तो काढताना त्याच्याबरोबर बऱ्याच वाद्यांचे आवाजही बिघडतात. त्याच्यामुळे ते शक्य नाही. हे म्हणजे श्रीखंड तयार केल्यानंतर त्याच्यातून केशर वेगळं करून दे, असं सांगण्यासारखं आहे.

त्याची प्रक्रिया अशी आहे की पहिल्यांदा तर तो ट्रॅक बऱ्याच वेळेला संपूर्ण ऐकायला लागतो. ते मूळ गाणं, त्याच्यामध्ये किती वाद्यं वाजवली आहेत आणि कुठे कुठे वाजवलीयेत हे सगळं आधी बघून घ्यायला लागतं. ते गाणं कमीत कमी ५-१० वेळा ऐकून, इथे हे वाद्य वाजवलंय, इथे हे वाजवलंय, इथे असा ठेका आहे, इथे काय प्रकाराने त्यांनी वाद्यं वाजवली आहेत, हे सगळं आधी शोधून काढावं लागतं. हे शोधून काढायला कठीण आहे कारण एरवी सहसा आपण जेव्हा गाणं ऐकतो तेव्हा गायकाकडे आपलं अधिक लक्ष असतं. पण ट्रॅक करताना आपल्याला गायकाला ऐकायचंच नसतं मुळी, जे सर्वात अवघड आहे! कारण गायकांचा आवाजही गाण्यामध्ये सगळ्यात मोठा असतो. तर त्याचा आवाज वगळून बाकीचा जो ट्रॅक आहे, तो ऐकून त्याच्यात कुठली कुठली वाद्यं वाजवली आहेत ते बघायचं.

म्हणजे, हे कानाला नवीन प्रकारचं प्रशिक्षण देणंच आलं.

हो ना! त्यातलाच प्रकार. मुख्य म्हणजे काहीतरी मागे बारीक वाजत असतं त्याच्याकडे आपलं लक्षपण जात नाही. म्हणजे एक उदाहरण देतो. आपण एखाद्या ऑर्केस्ट्राच्या कार्यक्रमाला गेलो, तर आपल्याला असं वाटतं की, "हा गायक असा का गातोय, असं का वाटतंय हे गाणं काहीतरी मोकळं मोकळं?"

तर त्याचं कारण हे आहे की मूळ ध्वनिमुद्रण करताना मागे वाजवलेलं सगळं ऑर्केस्ट्रामध्ये वाजवतच नाहीत. त्याच्यामुळे आपल्याला तसं वाटतं. तो बिचारा गायक जीव तोडून गात असतो, पण आपल्याला ते गाणं पटत नाही. असं बरेच वेळेला होतं. त्याचं कारण हे आहे की सगळं काही वाजवलं जात नाही. उदाहरणार्थ, जर तू एखादं गाणं घेतलंस तर त्या गाण्यामध्ये एक मुख्य संगीत असतं. म्हणजे कडव्याच्या मध्ये, गाण्याच्या सुरुवातीला; पण गायक जेव्हा गात असतो ना, तेव्हा त्याच्या मागे काहीतरी दुसरंच वाजत असतं. त्याला सेकंड लीड म्हणतात. ती गाण्याची ट्यून नसते वाजत, ते काहीतरी भलतंच वाजतं. म्हणजे त्याला counter-melody असंही म्हणतात; म्हणजे जी मुख्य सुरावट अथवा मेलडी चालली आहे, त्याऐवजी काहीतरी दुसरंच वाजवायचं. जर गाणं ऐकताना लक्षपूर्वक ऐकलं तर गायकाच्या मागे काहीतरी दुसरंच वाजत असतं आणि ते फार अवघड आहे वाजवायला. कारण त्याचा गाण्याच्या चालीशी थेट काहीच संबंध नसतो. बरं, ट्रॅक करतांना अजून एक प्रश्न असतो, तो म्हणजे तालवाद्यं आणि भारतीय वाद्यांचा की-बोर्ड मिळवणे, हा. सतार आहे किंवा संतूर आहे, भारतीय बासरी आहे, असे आता बरेच की-बोर्ड मिळतात. पण पूर्वी मिळत नसत आणि जे मिळायचे, त्यांच्यामध्ये आवाज तसा हुबेहूब येत नसे. याच्यावर काहीतरी उपाय केला पाहिजे, म्हणून मी त्याचा अभ्यास केला. ही वाद्यं नक्की कशी वाजतात? थोडं शोधल्यावर, वाचल्यानंतर असं लक्षात आलं, की आपले जसे अक्षरांचे टंक म्हणजे फॉण्टस् असतात ना तसे वाद्याच्या आवाजाचेही टंक (फॉण्टस्) असतात. म्हटलं, या फॉण्टस्ची आपल्याला जरूर आहे. म्हणजे तबला वाजवायचा असेल, तर मी तबलेवाल्याला बोलवून घेऊन ते करू शकलो असतो. पण आम्हाला हे करायचं होतं हाँगकाँगमध्ये. आपल्याला काहीतरी इलेक्ट्रॉनिकली करता आलं तर बरं होईल. पाश्चात्य वाद्यांचे की-बोर्ड उपलब्ध होते-पण तबल्याचा नव्हता. मग मी म्हटलं, "आपण तबल्याचा sound font तयार करायचा." त्यासाठी व्हिएना म्हणून सॉफ्टवेअर होतं. म्हणजे प्रत्यक्ष, दस्तुरखुद्द तबलेवाल्याला बोलवायचं. त्याला सांगायचं की ता, तीन, तिरकीट असे जे वेगवेगळे तबल्याचे बोल आहेत ते मला वाजवून दे. ते रेकॉर्ड करायचे म्हणजे त्याच्या वेव्ह फाईल्स बनवायच्या आणि मग त्याचा साऊंड फॉण्ट तयार करून तो मिडीवर मॅप करायचा. आता मिडीवर की-बोर्डच्या ज्या कीज् असतात ना, त्याच्यावरती मॅप करण्याची सुविधा असते. तो मॅप केला, की समजा एका कीवरती 'ता', एकावरती 'ती' केला, एकावर 'तिरकीट', अशा वेगवेगळ्या कीज्वर मॅप केले, की जी जी 'की' मी वाजवीन

तो तो तबल्याचा बोल वाजतो. तसे बोल तयार करून मग ते वाजवायचे. मग मी, एक तबला वाजवणारा मित्र होता, त्याला बोलवलं, आणि त्याला म्हटलं मला तू हे बोल तयार करून दे. त्यानं मला तसे बोल दिले रेकार्ड करून. मी त्याचे साऊंड फॉण्टस् बनवले.

आणि मग हे सगळ्या प्रकारचे साऊंड फॉण्टस् भारतीय वाद्यांकरता तयार करून घेतले का?

हो. नशिबानं असं झालं, की मी बऱ्याच मैफिलींचं प्रत्यक्ष ध्वनिमुद्रणाचं काम करायचो. मग आता सतारीचा एखादा कार्यक्रम असेल, त्याचा जो सतारीचा ट्रॅक आहे, तो बरेच वेळेला सोलो वाजवतात. म्हणजे त्याच्यावर दुसरं काही वाजत नसतं-नुसती सतार. तर सतारीचे बोल मॅप करायचे. त्याचा साऊंड फॉण्ट करून मग सतार हे एक वाद्य तयार केलं. मग पेटी, हार्मोनियम केलं, मग संतूर केलं. अशी वेगवेगळी भारतीय वाद्यं. भारतीय पद्धतींनी वाजणारी. एक आणखी चांगली गोष्ट झाली म्हणजे, मूळ वाद्याच्या आवाजाचेच फॉण्ट बनवल्यामुळे त्यांची गुणवत्ता मूळ वाद्यासारखी झाली आणि त्याच्यामुळे ट्रॅक खूप छान व्हायला लागले. ही सर्व प्रक्रिया जवळजवळ ८-१० महिने चालली होती. अशा रीतीने ते ट्रॅक्स तयार झाले. आता गाण्याचे ट्रॅक करताना, म्हणजे जसं सुरुवातीला मी म्हटलं, की कुठली कुठली वाद्यं वाजवली आहेत, हे बघून घ्यायला लागतं. तेवढे ट्रॅक्स सॉफ्टवेअरमध्ये तयार करायचे. म्हणजे समजा १० वाद्यं आहेत तर १० वेगवेगळे ट्रॅक्स आणि प्रत्येक ट्रॅकवरती ते ते वाद्य, त्या त्या जागी, जिथं जिथं गाण्यात वाजलं तिथं तिथं वाजवायचं. मग नंतर हे सगळे ट्रॅक्स मिक्स करून प्रत्यक्ष अंतिम ट्रॅक तयार करायचा. मग त्याची लेव्हल, त्याचा पिच कंट्रोल, त्यांचा व्हॉल्युम हे सगळं इलेक्ट्रॉनिकली, आता सॉफ्टवेअरनंच करायचं आणि ट्रॅक तयार करायचा. तू पाहिलंच आहेस ते करताना! सगळ्यात अवघड प्रकार होता, तो म्हणजे तबला किंवा मृदुंग किंवा ढोलकी ही वाद्य वाजवणं. कारण त्यांचं वाजवण्याचं एक वेगळं 'वजन' असतं प्रत्येक बोल काढताना. असं नाही, की दरवेळी 'ता' आहे तो 'ता' च! ते वजन तसं प्रत्येकाचं वेगळं. ते शेवटी मिक्सिंगमध्ये करायला लागतं बसून. तर ट्रॅक करताना सगळ्यात जास्त वेळ ताल करण्यात जातो, आणि असं करून शेवटी ट्रॅक्स तयार केलेले आहेत. 'ओ सजना बरखा बहार आयी' या गाण्याचा ट्रॅक मी केला होता, त्याच्यामध्ये सतार वाजलेली आहे आणि ती सतार की-बोर्डवर वाजलेली आहे. त्या गाण्यातला तबला की-बोर्डवर वाजलेला आहे. सगळं

एकूण एक की-बोर्डवर या साऊंड फॉण्टस्च्या मदतीनं वाजवलेलं आहे. दुसरं म्हणजे ढोलकी! हा प्रकारपण वाजवायला तसा खूप अवघड आहे, पण आता मला माझ्या साऊंड फॉण्टच्या मदतीनं मिडी की-बोर्डवर ढोलकीपण वाजवता येते.

(वाचकांसाठी खास टीप: या मुलाखतीच्या मूळ ऑडिओ रेकॉर्डिंगमध्ये इथं उल्लेख केलेले ट्रॅक्स ऐकता येतात. मुलाखतीच्या शेवटी दिलेले क्यू आर कोड स्कॅन करून ही मुलाखत जरूर ऐका.)

वा! हे तर फारच अप्रतिम. ही ढोलकी प्रत्यक्ष न वाजवता ती कुठल्यातरी इलेक्ट्रॉनिक सिंथेसायझरवरती वाजवली आहे, याच्यावर विश्वास बसणंही कठीण आहे. अतुल, खरोखरच या अतिशय जगावेगळ्या कलेबद्दल तुझं अभिनंदन करावं तेवढं थोडंच आहे. मला पुढचा प्रश्न असा विचारायचाय की आता इतके जवळजवळ चारशे, साडेचारशे गाण्यांचे ट्रॅक्स तू तयार केले आहेत. तर त्यातले जे ट्रॅक्स करणं आव्हानात्मक, अवघड होतं, अशा एखाद्या ट्रॅकबद्दल तू सांगू शकशील का? आणि तो का अवघड होता असं पण समजून घ्यायला मला आवडेल.

काही संगीतकार असे अवघड आहेत. म्हणजे चांगले संगीतकार! ते जेव्हा काही वाजवतात तेव्हा ते वाजवणं सोपं नसतं. उदाहरण द्यायचं झालं तर मराठीतले आपले हृदयनाथ मंगेशकर आहेत, हिंदीत आर. डी. बर्मन, ए. आर. रेहमान आणि आता अजय-अतुल. ह्यांची गाणी ऐकलीत, तर त्याच्यामध्ये इतकं काही वाजवलेलं असतं की तेवढं सगळं वाजवायचं हे फार अवघड जातं. हृदयनाथ मंगेशकरांच्या रचनांमध्ये, मी मगाशी म्हणत होतो ती सेकंड मेलडी खूपच वेगळी आणि आपल्याला विचारही करता येणार नाही, अशी असते. त्यांचं 'असा बेभान हा वारा' हे गाणं तू ऐकलंच असशील नक्की. त्याच्यात तू लक्ष देऊन, गाण्याच्या जोडीनं मागं काय चाललंय, हे ऐकलं आहेस का? ते खूपच अवघड आहे! ए.आर. रेहमान तर बरंच काही काही वाजवतो, पण तो सगळं इलेक्ट्रॉनिकली करतो. त्याच्यामुळे त्याचं गाणं वाजवायला थोडं सोपं जातं, कारण इलेक्ट्रॉनिक्स की-बोर्डवर ते सापडतं. अजय-अतुल तुला माहितीच आहेत. आता मध्यंतरी त्यांचा जो सर्वात अलिकडचा चित्रपट आला, त्याच्यात तर त्यांनी अमेरिकेतला ऑर्केस्ट्रा वापरून संगीत केलं. तर अशी गाणी जर काही आली तर ती वाजवायला खूप जिकिरीची असतात, कारण त्यात बरंच काही वाजवलंय. म्हणजे जवळजवळ १०० लोकांनी गोष्टी

वाजवलेल्या आहेत. काय काय वाजवणार ना आपण त्यातलं? पण ते जर नाही वाजवलं तर ट्रॅक चांगला नाही होत.

अतुल, मला असं आठवतंय की हे जे ट्रॅक्स तू तयार केलेस, ते ट्रॅक्स वेगवेगळ्या लोकांना सीडीवर किंवा त्यांच्या कम्प्युटरवर कॉपी करून दिलेत. पण काही वर्षांपूर्वी तुम्ही काही मित्रमंडळींनी हे ट्रॅक्स वापरून एक मोबाइल फोनवरचं अॅपसुद्धा तयार केलेलं होतं. त्याच्याबद्दल काय बोलता येईल आपल्याला?

मी आणि माझा एक विवेक दातार म्हणून मित्र आहे आणि दुसरा आनंद म्हणून. आम्ही तिघांनी मिळून आयफोनसाठी एक अॅप तयार केलं होतं- Wow Singers या नावाचं. लोकांना आयफोनवरनं ट्रॅक ऐकून त्याच्यावर गाणी म्हणण्याचा सराव करता येईल, असं. दुर्दैवाने असं झालं की आयफोन हा फक्त भारताबाहेर लोकप्रिय आहे. भारतामध्ये आयफोन इतका लोकप्रिय नाही. त्याच्यामुळे भारतातल्या लोकांना त्या अॅपचा काही उपयोगच झाला नाही आणि अमेरिकेत बऱ्याच लोकांनी आमचं ते अॅप घेतलं होतं. पण ते अॅप तिथेच थांबलं, कारण आयफोनवाल्यांनी ऑपरेटिंग सिस्टिम अपग्रेड केली की अॅपमध्येपण दरवेळेला अपग्रेड करायला लागायचं. तर हा थोडासा व्याप झाल्यामुळे ते शेवटी आम्ही ते अॅप बंद केलं. नंतर आता Youtubeवर आमचा Wow Singers नावाचा एक चॅनेल आहे (www.youtube.com/c/wowsingers) तो आम्ही लोकांना नि:शुल्क ठेवलाय आणि तिथे आतापर्यंत २०० हून जास्त गाण्यांचे ट्रॅक्स आम्ही अपलोड केले आहेत. आणखीपण हळूहळू करतोय आणि ते लोकांना नि:शुल्क असल्यामुळे ते अॅपपेक्षा जास्त लोकप्रिय होतंय.

अतुल, 'इप्रसारण इंटरनेट रेडिओ'चा आणि कराओके ट्रॅक्सच्या निर्मितीचा सगळा प्रवास उलगडून दाखवल्याबद्दल अतिशय मनापासून धन्यवाद.

अतुल वैद्य यांच्या मूळ मुलाखतीचे दोन ऑडिओ एपिसोडस ऐकण्यासाठी खाली दिलेल्या लिंक्स वापरा किंवा सोबत दिलेले क्यू आर कोड स्कॅन करा.

भाग १ :

https://tinyurl.com/vs-yt-10-av1

भाग १ : पूर्व-प्रसिद्धी : १५ मे, २०१७

भाग २ :

https://tinyurl.com/vs-yt-11-av2

भाग २ : पूर्व-प्रसिद्धी : २६ मे, २०१७

दिनेश वैद्य

प्राचीन हस्तलिखितं आणि पोथ्यांचं डिजिटायझेशन करण्याचं काम करणारे आणि याज्ञिकी या विषयातले तज्ज्ञ

शेकडो वर्षांपूर्वी लिहिली गेलेली हस्तलिखितं आणि पोथ्या आधुनिक तंत्रज्ञानाचा वापर करून डिजिटाईज करण्याचं मोठं काम नाशिक इथं राहणारे दिनेश वैद्य गेल्या २० वर्षांपासून करतायत. आजवर त्यांनी डिजिटाईज केलेल्या पानांची संख्या आता जवळजवळ १० लाखांच्या आसपास पोहोचली आहे. लिम्का बुक ऑफ वर्ल्ड रेकॉर्डस्‌नं तर या त्यांच्या कामाची दखल घेतली आहेच, पण गेली जवळजवळ १० वर्ष दिनेश वैद्य हा स्वतःचाच विक्रमही मोडत आलेले आहेत.

१३.

दिनेश वैद्य

नमस्कार! 'विश्वसंवाद'मध्ये येऊन आमच्याशी गप्पा मारण्याची तयारी दाखवलीत त्याबद्दल तुमचे मनापासून आभार.

आपल्याकडच्या जुन्या पोथ्या किंवा वर्षानुवर्ष परंपरागत लिहून ठेवलेल्या हस्तलिखितांचं डिजिटायझेशन करण्याचं काम तुम्ही गेली वीस वर्ष, म्हणजे १९९७ पासून करता आहात. आणि आजपर्यंत जवळजवळ दहा लाखाच्या घरात तुम्ही अशी कागदपत्रं डिजिटाईज केली आहेत. त्याबद्दल सुरुवातीचा प्रश्न हाच, की या सगळ्याची सुरुवात कुठून झाली?

मॅन्युस्क्रिप्टस्चं डिजिटायझेशन करतोय म्हटल्यानंतर एक वेगळी ओळखही निर्माण होते. पण याची सुरुवात कशी झाली, ह्याचं उत्तर म्हणजे मी स्वत: याज्ञिकी करतो. म्हणजे थोडक्यात, पौरोहित्य किंवा पूजन करण्याची कामं. ह्यासाठी काही वेगवेगळ्या स्वरुपाची हस्तलिखितं, वेगळ्या स्वरुपाचे विधी हे शिकण्याकरता पाहिजे असत. पण त्यावेळेला, म्हणजे १९९७ साली म्हणू या किंवा १९९८ साली म्हणू या, हे काही फार सहजी उपलब्ध नव्हतं. सुरुवातीपासून छापील पुस्तकांच्या माध्यमातून शिकणं हे सुरू होतं. पण जर काही विशेष पाहायचं असेल, काही विशेष विधी शिकायचे असतील, त्यावेळी मात्र काही हस्तलिखितांची जोड घ्यावी लागायची. ती हस्तलिखितं मात्र ज्या लोकांकडून मिळत असत, त्यांच्याकडून ती अगदीच अर्ध्या तासाकरता किंवा "आता इथंच बसून लिहून घे" अशा स्वरुपाच्या पूर्व-अटींवर मिळत असत. त्यावेळेला एक लक्षात येत गेलं, की आपल्याला शिकायचं तर खूप आहे, डेटा मात्र खूप कमी आहे, आणि तो ज्यांच्याकडून मिळतोय ते लोक थोडेसे 'रथ अंगुळभर वरून चाललेला' असे आहेत. मग आपल्याला कसं काय

करता येईल, असा विचार सुरू झाला. त्यानंतर काही छोट्या छोट्या पोथ्या, ज्या हस्तलिखितात आहेत किंवा मुद्रित स्वरूपात अत्यंत कमी आहेत, आणि एखाद्याच व्यक्तीकडे आहेत- त्या पोथ्या आणून, सुरुवातीला लिहून आणि नंतर स्कॅनरच्या सहाय्याने डिजिटायझेशनची सुरुवात ही साधारणत: १९९७च्या मार्चपासून झाली.

याज्ञिकी हा विषय नक्की काय आहे? त्यात काय शिकता तुम्ही? किंवा त्याचा रोजच्या कामात कसा उपयोग होतो तुम्हाला? तुम्ही तुमचा व्यवसाय म्हणून जेव्हा याज्ञिकी करता तेव्हा त्याचे काय नियम पळावे लागतात?

आपल्याकडे पूर्वापार पद्धतीनं अनेक विधी हे सांगितलेले आहेत. जसं आपण विवाह प्रयोग म्हणतो, मौंजीबंधन आहे किंवा वास्तुशांती विधी आहेत. काही वेगवेगळ्या शांती आहेत, म्हणजे जन्मनक्षत्र शांती वगैरे. तर हे विधी तर आपले लोक नेहमीच, नैमित्तिक पद्धतीने करतात. पण याच्याहीपेक्षा वेगळं, की हे संपूर्ण जनमानसाला अत्यंत उपयुक्त होईल अशा स्वरूपाचे काही विधी हे ह्या वेगवेगळ्या श्रोतकर्मात, स्मार्तकर्माच्या माध्यमातून दिलेले आहेत. हे आपल्या संपूर्ण जीवनाला कुठेतरी उपकारक व्हावं, आणि जीवन सुकर व्हावं ह्याकरता वेगवेगळ्या देवतांची उपासना आणि त्या माध्यमातून त्यांच्यासाठीचे हवनीय प्रयोग, हा असा हा याज्ञिकीचा एक वेगळा विभाग आहे, आणि हा शिकत शिकतच पुढे वाढवता येणं शक्य आहे. जुन्या काळामध्ये हा खूपच मोठ्या प्रमाणावर होता, पण मधल्या काळामध्ये त्याकडे दुर्लक्ष झाल्यानंतर त्याची जी उपयुक्तता होती ती आज थोड्याफार प्रमाणामध्ये आपण विसरलो आहोत. तेच आपण परत उद्धृत करण्याच्या तयारीत लागलेलो आहोत.

म्हणजे आपल्याकडे परंपरागत या ज्ञानशाखेचं शिक्षण लोक घेत होते, पण त्याच्याकडे दुर्लक्ष झालं. मग तुम्ही त्याच्याकडे कसे वळलात? हे शिकावं असं तुम्हाला का वाटलं ?

माझं मुळात शिक्षण खूप वेगळं आहे. पण इकडं यायचं म्हटल्यानंतर फारच वेगळ्या विषयांमधून इकडं आलो. अॅकॅडमिक शिक्षण बी.कॉम. आहे, एम.पी.एम. केलंय, त्यानंतर सी.एस. आहे, सी.ए. इंटर झालंय. त्यानंतर एम. सी.एस्.सारखे कम्प्युटरचे कोर्सेस करून एक सिस्टीम इंजिनिअर म्हणून काम करत होतो. पण त्याच काळामध्यें, त्याच्या आधीच्या काळापासून याज्ञिकीचं शिक्षण सुरू होतं. कारण घरात हा विषय आहेच. आम्ही आमच्याकडच्या जुन्या वंशावळी, नोंदी काढून पाहिल्या. त्यानुसार साधारणत: १८ पिढ्यांपर्यंत

याज्ञिकीचा व्यवसाय आमच्याकडे चालू असल्याचं समजलं. त्यानुसार ओघानंच असं म्हणता येईल, की हे आमच्या जनुकांमध्येच आहे, रक्तातच आहे. ते माझ्याहीकडे आलं आणि जसा जसा ह्या विषयाचा अभ्यास करत गेलो, तसे तसे फार विशेष असे गुरु लाभले. त्यामुळे मला ह्या विषयाची जास्त गोडी लागली आणि त्यातलं मुख्य गमक उमजलं. मग ओढा जास्त निर्माण झाला.

अरे वा! हे अतिशय वेगळ्या प्रकारचं काम तुम्ही करताय. याज्ञिकीचा व्यवसाय करणारं आणि त्याबद्दल इतकं शास्त्रशुद्ध पद्धतीनं शिक्षण घेतलेलं आजवर मला तरी कुणीच माहिती नव्हतं. आपण पुन्हा डिजिटायझेशनकडे वळू या. मग याज्ञिकी शिकताना हव्या असणाऱ्या पोथ्या मिळवण्यासाठी म्हणून तुम्हाला डिजिटायझेशन करायला लागलं. ह्या पोथ्या तुम्ही जेव्हा मिळवायचा प्रयत्न करत होतात, त्या पोथ्यांचे मूळ स्रोत कुठे होते? म्हणजे तुम्ही नाशिकमध्ये आहात, पण नाशिकमधूनच तुम्हाला या सगळ्या पोथ्या मिळायच्या का? की बाकी कुठे किंवा किंवा भारतभरात फिरायला लागत होतं त्याच्यासाठी?

सुरुवातीचं काम झालं, तेव्हा तर फक्त नाशिक हाच स्रोत होता, पण जसं जसं त्यात काम करत गेलो तशा तशा अनेक गोष्टी उलगडत गेल्या. आधीपर्यंत असं वाटत होतं की फक्त काही संस्थांमध्ये किंवा काही वाचनालयांमध्येच ह्या हस्तलिखित पोथ्या असतील. पण तोपर्यंत ह्या विषयाचा माझा अभ्यासही थोडा मर्यादित होता. जसा जसा अभ्यास वाढत गेला तसं तसं लक्षात येत गेलं की नाशिकमध्ये जुनं नाशिक हा भाग आहे, पंचवटी हा भाग आहे. तर ह्या भागामध्ये काही जुनी याज्ञिक, वैदिक आणि संस्कृत व्याकरणाशी संबंधित खूप विद्वत्तापूर्ण, मोठी घराणी आहेत. ह्या लोकांकडे प्रत्येकाच्या घरामध्ये कमीत कमी हजार हजार पोथ्या आहेत. काही काही घरांमध्ये तर अक्षरश: तीन हजार, चार हजार पोथ्या आहेत. त्यामुळे नंतर नंतर, जसा एखादा खजिना सापडावा तशा तशा पद्धतीने ह्या गोष्टी होत गेल्या. मात्र त्याच्यामध्ये थोड्याशा काही गोष्टी जरा अडचणीच्या होत्या. हे लोक जरा ताठर, कर्मठ होते, पण त्यांच्याकडे ह्या पोथ्या काही हजार वर्षांपासून जपलेल्या आहेत. त्यांनी त्या सांभाळलेल्या आहेत. अजूनपर्यंत बऱ्याच प्रमाणात खराब होऊ दिलेल्या नाहीत. अशा वेळी मग त्यांच्याकडून त्या काढून आणायच्या म्हटल्यानंतर फार समजावून सांगून, फार मेहनतीनं, हळूहळू त्यांच्या कलानं जात किंवा समजून घेत असं हळूहळू ते काम करत गेलो.

खरंय. त्यासाठी तुम्हाला फारच चिकाटी आणि सातत्य लागलं असणार. अगदी पहिल्या काळात जेव्हा तुम्ही हे डिजिटायझेशन करत होतात, तेव्हा तुम्ही कोणती उपकरणं-कॅमेरे, स्कॅनर्स-वापरत होतात? कारण १९९७ साली म्हणजे संगणकावर आधारित उपकरणंही तशी कमी प्रमाणात उपलब्ध होती. तेव्हा तुम्ही काय वापरत होतात ?

अगदी सुरुवातीच्या काळामध्ये फ्लॅटबेड स्कॅनर्स यायचे. ते वापरुन डिजिटायझेशनला सुरुवात झाली. पण त्याच्यावरती काम करणं, ही खूप वेळखाऊ प्रक्रिया होती. एकतर कलर स्कॅन आणि ब्लॅक अँड व्हाईट स्कॅन ह्या दोन पद्धतीने काम करायला लागायचं. एक प्रतिमा स्कॅन करत असेपर्यंत साधारणत: सात मिनिटाचा काळ लागायचा. मग नंतर हळूहळू मग पुढे प्रक्रिया विकसित होत गेली. मग युमॅक्सचे स्कॅनर्स आले. मग काही हॅन्डहेल्ड स्कॅनर्स आले. मग ड्रम स्कॅनर्स आले. पण जसं जसं तंत्रज्ञान प्रगत होत जातं, तसतशा त्यातल्या उणिवा सामोऱ्या येऊ लागतात. फ्लॅटबेड स्कॅनर्सद्वारा पोथ्यांचं डिजिटायझेशन करताना खूपच अडचणी यायच्या. कारण पोथ्यांची पानं मुळात जीर्ण-कारण हस्तलिखितं म्हटली, की कमीतकमी हजार वर्ष जुनी. साधारणत: हजार ते बाराशे वर्षातल्या मॅन्युस्क्रिप्टस् आहेत.

काही हस्तलिखितं मात्र अगदी सोळाव्या, सतराव्या शतकात, अगदी अठराव्या शतकापर्यंत लिहिलेली आहेत. पण ह्यांचा एक मोठा प्रश्न म्हणजे ही सर्व पानं सुटी, एक एक करून लिहिलेली आणि पाठपोट असतात. ह्या पानांमध्ये काही वेळेला थोड्या फार प्रमाणामध्ये कीड लागलेली किंवा वाळवी लागलेली असते. त्यामुळे पानांची अवस्था अशी, की दोन बाजूंनी धरून जर पान उचललं तर त्याचे दोन भाग आपल्या हातात धरलेले राहतात, पण बाकी पान मात्र खाली पडतं, इतकं जीर्ण असतं. त्यामुळे ती पानं त्या फ्लॅटबेड स्कॅनरवर उलटी टाकायची आणि स्कॅन करायचं, हे एक अत्यंत जिकिरीचं काम व्हायचं. कारण त्याच्यामध्ये पानं फार खराब व्हायची. मग हळूहळू मग ह्याच्यातनं पुढे जात गेलो. मग ड्रम स्कॅनर्स आले. तर ड्रम स्कॅनर्स वापरून काम करताना तर फारच अवस्था वाईट झाली. पहिल्यांदा स्कॅनिंग करण्याकरता म्हणून पानं आतमध्ये सोडली की ती पानं धड बाहेर येतील का, याची शंका असायची आणि तसं झालंदेखील. काही वेळेला ती हस्तलिखितांची पानं ही त्यामध्ये अक्षरश: चुरा होऊन गेली. मग त्यानंतर टेक्नॉलॉजी चांगली, हायस्पीड असूनसुद्धा ती बाजूला ठेवावी लागली.

या डिजिटल स्कॅनिंगच्या उपक्रमामुळे स्कॅनरचं तंत्रज्ञान कसं बदलत गेलं, आणि त्याचे भले-बुरे परिणाम काय आहेत ह्याचा तुमचा एक समांतर अभ्यासच झाला म्हणा की!

खूप समजलं. नंतर नंतर मात्र खूप छान प्रगती, ह्या संबंधित तंत्रज्ञानात होत गेली. स्कॅनर्ससुद्धा चांगले चांगले मिळायला लागले, पण एक लक्षात येत गेलं की सर्वच स्कॅनर्स हे आजकालच्या कागदांकरता आहेत किंवा आजकालच्या पुस्तकांसाठी आहेत. ज्या पद्धतीची हस्तलिखितं मी हाताळतो, त्याकरता कुठलाही स्कॅनर उपलब्ध नाही. म्हणजे, आहे त्या स्वरूपात वापरण्याजोगा असा कुठलाच नाही. मग हळूहळू त्यात सुधारणा होत गेली. मग स्कॅनर्सचे ड्रम वापरत गेलो. आणखी काही काही वेगवेगळे प्रकार वापरत वापरत त्यात खूप काही प्रयत्न केले. पण नंतर लक्षात येत गेलं, की आपल्याला फ्लॅटबेड स्कॅनरसारखा प्रकार चालणारच नाहीये. मग त्यावरती संपूर्ण फुली मारली आणि मग नंतर ओव्हरहेड स्कॅनर्सच्या दृष्टिकोनातून प्रयत्न करायला लागलो. पण साधारण २००३-२००४ च्या दरम्यान किंवा अगदी २००७ पर्यंतदेखील ओव्हरहेड स्कॅनर्सच उपलब्धच नव्हते. त्यानंतर मग लाईन कॅमेऱ्याच्या धर्तीवरील काही चायनीज स्कॅनर्स यायला लागली. पण तेदेखील तितके सहज उपलब्ध नव्हतेच आणि ते फार उपयुक्तही नाहीत, हे नंतर लक्षात येत गेलं. त्या दरम्यान डिजिटल कॅमेरे यायला लागले. त्यावेळेला ते जेमतेम २ मेगापिक्सेल, ४ मेगापिक्सेल, ५ मेगापिक्सेल असे येत होते. तर त्याच्या आधारे खूप काही उद्योग करण्याचा प्रयत्न केला. कॅमेऱ्याच्या तत्त्वावर आपण प्रतिमा घेऊ शकू, पण ती प्रतिमा फिसकटायला लागली किंवा तिच्यामध्ये बिंदूंची घनता म्हणजे रिझोल्यूशन स्कॅन केल्यासारखी मिळत नव्हती. मला प्रोग्रॅमिंग येत असल्यामुळे, कॅमेऱ्यामध्ये असलेल्या इलेक्ट्रॉनिक्स चिपमधला (CMOS) प्रोग्रॅम बदलून, नको असलेली इमेज डेप्थ घालवण्याचा प्रयत्न केला. लेन्सेसमध्ये अल्टरेशन्स केली. पण हळूहळू कॅमेऱ्यामध्ये, त्याच्या मेकॅनिक्समध्ये काम करणारे खूप चांगले लोक संपर्कात येत गेले, भेटत गेले. अर्थात एकदा काम करायचं म्हटल्यावर तसे ते जोडले जाणारच होते. नंतर कॅमेऱ्यामध्ये बदल करून, नंतर लाईन कॅमेरा आणि कॅमेरा या दोन्हीच्या माध्यमातून, चांगलं सॉफ्टवेअर तयार करून आता हायस्पीड स्कॅनिंगवरती काम करणं खूप छान शक्य झालंय. आधी जी प्रतिमा सात मिनिटाला फक्त एक, या वेगानं स्कॅन होत होती, त्याचा वेग आणि गुणवत्ता वाढून ती आता २ सेकंदाला १ प्रतिमा, ती ही ३६००

डीपीआयवरती स्कॅन होते. १८०० पानं एका तासाला!

क्या बात है! हे फारच अद्भुत आहे सगळं. यातल्या ज्या ज्या काही तंत्रज्ञानांचा किंवा उपकरणांचा तुम्ही उल्लेख केलात ती सगळी नक्की काय आहेत? उदाहरणार्थ ओव्हरहेड स्कॅनर्स म्हणजे काय? किंवा तुम्ही लाईन कॅमेरा असा जो शब्द वापरलात, तो लाईन कॅमेरा काय असतो? थोडसं त्याबद्दल सांगितलंत तर ...

लाईन कॅमेरा आपल्याकडे सर्वाधिक वापरतात तो औद्योगिक क्षेत्रात. म्हणजे जेव्हा अतिजलद वेगाने पॅकिंगची कामं चालतात, त्यावेळेला प्रॉडक्शन लाईनवरती हा एक वेगळ्या स्वरूपाचा कॅमेरा असतो. साधारणत: ३० फूटापासून तर अगदी १ इंचापर्यंत एवढ्या पल्ल्यामधल्या प्रतिमा तो कैद करू शकतो आणि तेही खूप जलद वेगाने- एका सेकंदाला साधारणत: तो २० प्रतिमा घेऊ शकतो, असा तो लाईन कॅमेरा. एवढ्या जलद वेगानं काम करत असतानाही त्या कॅमेऱ्याची किंवा त्या लेन्सची अचूकता एवढी चांगली असते की तो एका सेकंदाला साधारणत: १२०० डीपीआयची, अत्यंत उत्तम दर्जाची प्रतिमा तो पकडू शकतो. खरंतर, उत्पादन करतांना त्या लाईनमध्ये एखादं उत्पादन खराब निघालं, तर ते लगेच त्या लाईनमधून बाजूला करता यायला हवं, ह्याकरता हा कॅमेरा मूलत: वापरला जातो, पण मी त्याचा उपयोग वेगळ्या पद्धतीने इकडे केला. ओव्हरहेड स्कॅनर म्हणजे जसं पुस्तक वाचायला घेतल्यावर आपण जर डेस्कवर ठेवलं तर आपण कसं वरतून वाचू, म्हणजे आपले डोळे त्या पुस्तकाच्या वरच्या बाजूला असतात, म्हणजे ८० किंवा ९० अंशाच्या कोनामध्ये आपण ते पुस्तक वाचायला घेतो, अशा पद्धतीनेच कॅमेऱ्याचा स्कॅनर किंवा कॅमेऱ्याचा स्टॅन्ड हे त्या पोथीच्या वरच्या बाजूला येईल असे बनवले. ह्या डिझाईनसाठी, आणि ह्या एकूण प्रक्रियेवरच आता पेटंटच्या दृष्टीने आवश्यक त्या औपचारिक कागदपत्रांची तयारी सुरू आहे. त्यात नक्की कल्पकता, नाविन्याचा शोध काय आहे ते नोंदवणं चालू आहे.

अरे वा! म्हणजे ज्या विषयासाठी तुम्ही ते करायला लागलात, त्या विषयावर काम करताना, याज्ञिकीसारख्या विषयाचं शिक्षण घेत असताना तुम्ही संबंधित तंत्रज्ञानाच्या अगदी अद्ययावत अशा मुक्कामावर पोहोचला आहात. तेही त्या विषयातील पेटंट मिळवण्यापर्यंत! ही कधीही न ऐकलेली गोष्ट आहे. आपण हे बोलतोय, हा खूपच मोठा योगायोगाचा आणि आनंदाचा भाग आहे. हे सगळं काम तुम्ही साधारणपणे १९९७ पासून

सुरू केलंत आणि मग पुढे ह्या कामाची व्याप्ती इतकी वाढत गेली की लिम्का बुक ऑफ वर्ल्ड रेकॉर्डस्‌नं तुमच्या कामाची दखल घेतली. तेव्हापासूनच तुमची ही विक्रम-निर्मिती अखंड चालू आहे. त्याबद्दल थोडं सांगा, की त्याची सुरुवात कशी झाली, आणि मग ते आता कुठपर्यंत पोचलं आहे?

साधारणतः २००९ सालापासून लिम्काचे म्हणजे कोकाकोला प्रॉडक्टस् इंडिया लिमिटेडचे एक अधिकारी इथे नाशिकमध्ये आले होते. ते नेमके एका कार्यक्रमाकरता म्हणून गोदावरीच्या किनाऱ्यावर म्हणजे रामकुंडावर आले. कार्यक्रम झाला, त्यावेळेला तिथल्याच एका जुन्या-जाणत्या व्यक्तीनं माझ्याबद्दलची माहिती त्यांना दिली. त्यांना माहिती दिल्यानंतर त्यांनी सहज भेट होईल का, म्हणून विचारलं. मी जवळच पंचवटीच्या आसपास कपालेश्वर मंदिर आहे तिथंच होतो. त्यांनी मला बोलावून विचारलं. मी सगळी माहिती दिली. तोपर्यंत साधारणतः ह्या जवळपास १० वर्षांमध्ये १ लाख ६० हजार पानं डिजिटाईझ झालेली होती. हे सगळे तपशील ऐकून ते म्हणाले, "एक व्यक्तिगत विक्रम म्हणून तुम्ही याची नोंद का ठेवत नाही?" त्यांच्या म्हणण्यानुसार, "डिजिटायजेशन केलं आहे, हे ठीकच. पण एक व्यक्तिगत विक्रम म्हणून तुम्ही हे लिम्का बुक ऑफ वर्ड रेकॉर्डस्‌मध्ये द्या." हे त्यांनी मला सांगितलं. ते करण्याची नक्की प्रक्रिया काय आहे, ती समजावून सांगितली. त्या प्रक्रियेनुसार काम केल्यानंतर मला २००९ मध्ये पहिलं लिम्काचं रेकॉर्ड मिळालं आणि त्यानंतर सलग १० वर्ष मीच माझं रेकॉर्ड मोडतोय. मीच माझं रेकॉर्ड update करत चाललोय. अशा पद्धतीने काम चालू आहे. साधारणतः ९ लाख ४५ हजार पानं ह्यांचं रेकॉर्ड मी आत्तापर्यंत केलं आहे.

तुमच्या कामाचा आवाका आश्चर्यचकित करून टाकणारा आहे आणि स्वतःचाच विक्रम स्वतःच दरवर्षी मोडत राहणं हाच मुळात एक विक्रम असेल. आणि तेही १० वर्ष, अखंड, सलग!

हे विक्रम केल्यानं मला काही फार मिळणार होतं, अशातला भाग नाही. पण तसे विक्रम होण्याच्या ज्या बातम्या वृत्तपत्रात आल्या, दूरदर्शनवर त्याची बातमी आली, कुण्या मासिकात त्याविषयी छापून आलं, ह्याचा एक फायदा असा झाला की ते कळल्यामुळे ज्यांच्याकडे पोथ्या आहेत, त्या लोकांचा माझ्याबाबत दृष्टिकोन एकदम सकारात्मक झाला. ते लोक मला पोथ्या द्यायला लागले. हा माझा सगळ्यात मोठा फायदा.

आपण ह्या सगळ्या एवढ्या अत्युच्च तंत्रज्ञानाबाबत बोलतो आहोत. आता एवढी सगळी, जवळ जवळ १० लाखाच्या जवळपास डॉक्युमेंट्स तुम्ही स्कॅन केलीत. इतक्या हाय रिझोल्युशनला ती केली असल्यामुळे त्या प्रत्येक प्रतिमेसाठी लागणारी साठवणीची जागा प्रचंड असणार. ह्या सगळ्याचं व्यवस्थापनही तितकंच महत्त्वाचं-त्यांची साठवण, त्यांची आपत्कालीन प्रत (बॅकअप), कधी ती पूर्ण पुन्हा लागली तर ती परत मिळवता येणं-रिट्रीव्ह करता येणं. हा माहितीचा एक अवाढव्य साठा (डेटाबेस) तुमच्याकडे तयार झालाय, त्याचं सगळं व्यवस्थापन तुम्ही कोणत्या तंत्रज्ञानाने करता? त्याशिवाय हे निभणं अशक्यच आहे.

सुरुवातीच्या काळामध्ये मात्र आपल्या डेस्कटॉपच्या हार्डडिस्कवरच हा डेटा पहिल्यांदा साठवला जायचा. तसं म्हटलं तर ही साठवण खूप मोठ्या प्रमाणात करावी लागेल अशी परिस्थिती २००९ पासूनच निर्माण झाली. २००९-१० पासून तेव्हा एकूण स्कॅन केलेल्या प्रतिमांचा डेटा साधारणत: दीड लाख पानांच्या वर गेला. त्याच काळाच्या आसपास आपल्याकडे वेगवेगळ्या डिव्हीडीज् होत्या. हार्डडिस्क्स् त्यावेळेपर्यंत येत होत्या, पण हार्डडिस्कवर ह्या प्रतिमा साठवून ठेवायच्या हा एक थोडा धोकादायक प्रकार वाटायचा. हार्डडिस्क जर खराब झाली तर करायचं काय? एवढा डेटा पुन्हा कसा काय मिळवायचा? मग त्यावेळेपासून तो डेटा रॉ फॉरमॅटमध्ये म्हणजे जी एक इमेज घेतली गेली आहे, ती इमेज तशीच्या तशी सेव्ह करणं, हे सुरू केलं. मग त्याच्यावरती प्रोसेस करायला लागलो. तोपर्यंत मग जेपीजी हा जो इमेज फॉरमॅट आहे, त्या जेपीजीमध्ये साधारणत: ४ लेअर्स आहेत: लेअर १, लेअर २, लेअर ३ आणि लेअर ४. मग त्या त्या पद्धतीमध्ये तो डेटा प्रोसेस करून मग क्रॉपिंग करून, त्यानंतर इमेजमध्ये बऱ्याच प्रमाणात प्रोसेसिंग करून, तो डेटा सेव्ह करण्याच्या दृष्टीने तयारी सुरू झाली. तर त्यानंतर २ टीबी (terabyte) क्षमतेच्या external harddisks यायला लागल्या. मग हा डेटा डिव्हीडीवरती आणि त्याचबरोबर हार्डडिस्कवर स्टोअर व्हायला लागला. आणि नंतर नंतर मात्र लक्षात यायला लागलं, की हे आता अवघड व्हायला लागलंय, कारण जर कुठेही काही अडचण आली, डेटामधली एक जरी लिंक गेली, तरी ती पोथी आपल्याला पूर्ण वाचता येणार नाही किंवा समजणार नाहीये. मग त्याकरता म्हणून IBM च्या server च्या माध्यमातून अभ्यास सुरू झाला. तो अभ्यास करत करत मग सर्व्हरवरती डेटा घेत मग हे डेटा मॅनेजमेंटचं काम सुरू झालं. डेटा मॅनेजमेंटमध्ये खूप लोकांनी मला खूप छान मदत केली.

म्हणजे computer field मध्ये चांगल्या पदावर काम करणाऱ्या लोकांनी पण अगदी स्वयंस्फूर्तीनं मदत केली. तुम्ही हे करा, मग तुम्ही ह्या पद्धतीनं करा. मग डेटाबेस असा तयार करा, मग इमेज डेटाबेस कसा तयार करायचा वगैरे गोष्टी त्यातनं खूप छान जोडल्या जायला लागल्या. आज खूप छान वाटतं, की साधारण एवढा मोठा डेटा असूनसुद्धा हा डेटा आज खूप चांगल्या पद्धतीने जपला जातोय. हा डेटा कुठेही एक्स्टर्नल सर्व्हर्सवरती टाकणं ही जोखमीची गोष्ट आहे. कारण याच्यामध्ये संशोधनाला वाव खूप आहे. आपल्याकडची ही सगळी अमूल्य बौद्धिक संपदा आहे, ती आपण कुठेतरी वेबवरती टाकणं, ही देशाशीच प्रतारणा आहे. या देशात जे काही ज्ञान आहे ते बाहेरच्यांना अशा पद्धतीने देणं हे योग्य नाही. म्हणून मग तो डेटा आजपर्यंत तरी खूप चांगल्या पद्धतीनं जपलाय, पण संशोधक, पीएच. डी. करणारे किंवा बाकी विद्यार्थी लोक आहेत, यांना मात्र हा खजिना खुला आहे. ते माझ्याकडे घरी येऊन हा डेटा कुठल्याही वेळेला, कुठलीही पीडीएफ फाईल पाहू शकतात, इतकं संपूर्ण स्वातंत्र्य त्यांना दिलं आहे.

वा, हे तुमचं काम म्हणजे open source concept च आहे. मी जे काही काम करीन जे जगाला उपयोगी पडावं अशा पद्धतीने त्याच्यावर कुठलाही पद्धतीचा स्वामित्व हक्क न सांगता तुम्ही ते जगाला उपलब्ध करून देताय, ही अभिनंदन करण्याजोगी गोष्ट आहे. तुम्ही आत्ता जे सगळं तंत्रज्ञानाबाबत सांगितलंत ते ऐकताना माझ्या मनात साहजिकच असा प्रश्न आला की हे प्रचंड खर्चिक काम आहे. इतकं अद्ययावत तंत्रज्ञान आणि ते सतत अद्ययावत ठेवणं, ह्यासाठी निधी कुठून उभा करता तुम्ही?

बाह्य अर्थपुरवठा कुणाहीकडून घेत नाही, कारण एकदा ते घेतलं, की त्या उपकाराच्या ऋणाखाली तुम्ही राहता. अनावश्यक उत्तरदायित्व येतं. हे ज्ञानाचं क्षेत्र आहे. व्यापारी दृष्टिकोन इथं काहीच कामाचा नाही आणि हे काम असं आहे, की कोणी नोकरीला लावून, कुणाकडनं तरी काहीतरी घेऊन हे काम होणारं नाहीये. मगाशी आपण जसं बोललो हा डेटासोर्स जो आहे हा मला नाशिकमध्ये जसा मिळतो, तसा जिथे जिथे याज्ञिकीकरता मी संपूर्ण भारतभर फिरत असतो तिथे तिथेही मला त्या त्या प्रकारच्या पोथ्या मिळत जातात. काय होतं कुणास ठाऊक, पण मला कळतं की इथं पोथ्या आहेत किंवा कदाचित कोणीतरी, त्या गावातले सांगणारे तरी मला मिळून जातात, की ह्या ह्या गावामध्ये किंवा ह्या ह्या ठिकाणी किंवा ह्या घरामध्ये पोथ्या आहेत.

मग तिथे जाऊन त्यावेळेला त्या ताब्यात घेणं, हे काम असतं. त्यामुळे मग बाह्य अर्थपुरवठ्याचा विचार, किंवा कुणी काही देईल का, कुणाकडनं काहीतरी मिळेल का, असे विचार करून ते काम होत नाही. पहिल्यापासून याज्ञिकी चांगली असल्यामुळे आणि खूप मोठ्या प्रमाणावरती कामं असल्यामुळे त्यातूनच ह्या खर्चाचा मेळ घातला जातो. काम जवळपास चांगल्या पद्धतीने चालू आहे. त्यामुळे असं वाटतं, की कोणाकडून काही घ्यायला नको आणि कुणाला त्याकरता म्हणून त्रास द्यायला नको.

अर्थात माझ्या क्षमतेच्या बाहेर गोष्टी गेल्या तर आजही भरपूर लोक तसेही तयार आहेत. जे म्हणतायत, की आम्ही तुम्हाला काही देऊ शकतो, तुम्हाला लागेल तेव्हा सांगा. पण मीच आत्तापर्यंत ह्या उपक्रमाला व्यावसायिक स्वरूप येऊ नये, म्हणून ते टाळलं आहे. लोक द्यायला उत्सुक आहेत खूप, पण त्याच्यापेक्षा मोठी गोष्ट म्हणजे ह्या सगळ्या मोठ्या लोकांचे ह्या कामासाठी खूप आशीर्वाद माझ्या पाठीशी आहेत. त्याचा मला खूप आनंद वाटतो.

तुम्ही ही सगळी माहिती सविस्तरपणे सांगितलीत, त्याबद्दल आभार. यापुढेही तुम्हाला असेच विक्रम करण्याची संधी मिळत राहो, अशा शुभेच्छा!

दिनेश वैद्य यांच्या मूळ मुलाखतीचा ऑडिओ एपिसोड ऐकण्यासाठी खाली दिलेली लिंक वापरा किंवा सोबत दिलेला क्यू आर कोड स्कॅन करा.

https://tinyurl.com/vs-yt-29-dv

पूर्व-प्रसिद्धी : १५ फेब्रुवारी, २०१८

'विश्वसंवाद'वर प्रसिद्ध झालेल्या सर्व मुलाखतींची यादी

एपिसोड क्रमांक	पाहुण्यांचे नाव	संक्षिप्त परिचय
१,२	विजय पाडळकर	ज्येष्ठ मराठी लेखक विजय पाडळकर.
३	अनिमा पाटील-साबळे	अंतराळात झेप घेण्याचं स्वप्न मनाशी बाळगत त्यासाठी आवश्यक ते प्रशिक्षण घेतलेल्या astronaut-aspirant scientist अनिमा पाटील-साबळे.
४	चंदा आठले	दर वर्षी आनंदवनात जाऊन रुग्णसेवा करणाऱ्या चंदा आठले.
५, ६	जयवंत उत्पात	'जयसॉनिक' हा भारतीय तालवाद्यांचा पहिला electronic synthesizer निर्माण करणारे सॉफ्टवेअर उद्योजक जयवंत उत्पात.
७	कला	सॅन फ्रान्सिस्को बे एरिया इथली 'कलेमधून कलेसाठी कलारत' असणारी संस्था: California Arts Association.
८	आशिष महाबळ	अंतराळ-संशोधनातल्या उल्लेखनीय कामगिरीसाठी ज्यांचं नाव एका लघुग्रहाला दिलं गेलंय ते खगोल-शास्त्रज्ञ, विज्ञानकथा लेखक, डेटा सायन्सचे प्राध्यापक, नाणीशास्त्रापासून संस्कृतपर्यंत विविध विषयांमध्ये रस असणारे तज्ज्ञ आशिष महाबळ.
९	दीपक करंजीकर	बहुआयामी व्यक्तिमत्त्व असणारे दीपक करंजीकर.

एपिसोड क्रमांक	पाहुण्यांचे नाव	संक्षिप्त परिचय
१०,११	अतुल वैद्य	हिंदी सिने-संगीताच्या कराओकेचे आद्य निर्माते आणि 'इप्रसारण इंटरनेट रेडिओ'चे संस्थापक, संचालक अतुल वैद्य.
१२	एरिक फेरिए	मराठी नारदीय कीर्तन-परंपरेचा गाढा अभ्यास असणारे, मराठी भाषेवर प्रभुत्व मिळविलेले एक फ्रेंच-मराठी अभ्यासक एरिक फेरिए.
१३,१४	स्वाती राजे	'भाषा फाऊंडेशन'च्या संस्थापिका, लेखिका स्वाती राजे.
१५,१६	सुनील खांडबहाले	Online multilingual dictionary चे निर्माते, उद्योजक आणि MIT Sloan Fellow सुनील खांडबहाले.
१७, १८	यशोदा वाकणकर	'संवेदना फाऊंडेशन' ही Epilepsy Support आणि Self-Help Group चालवणारी संस्था सुरू करणाऱ्या आणि चालविणाऱ्या संस्थापिका यशोदा वाकणकर.
१९	शिरीष फडतरे आणि मेधा ताडपत्रीकर	कचऱ्यातल्या प्लॅस्टिकपासून इंधन निर्माण करण्याचं तंत्रज्ञान निर्माण करणारे उद्योजक शिरीष फडतरे आणि मेधा ताडपत्रीकर.
२०	कुमार अभिरूप	शालेय वयातच WordPress या तंत्रज्ञानात प्राविण्य मिळविणारा कुमार अभिरूप.
२१	प्रदीप लोखंडे	भारतातल्या ४९,००० खेड्यांची माहिती असलेला डाटाबेस तयार करणारे, १९९३ पासून relationship marketingची अभिनव कल्पना राबविणारे उद्योजक प्रदीप लोखंडे.

एपिसोड क्रमांक	पाहुण्यांचे नाव	संक्षिप्त परिचय
२२	आशय जावडेकर	अमेरिकेतला मराठी चित्रपट निर्माता-दिग्दर्शक आशय जावडेकर.
२३, २४	सायली राजाध्यक्ष	मराठीतल्या लोकप्रिय blogger सायली राजाध्यक्ष.
२५	मनीषा खळदकर, अभिषेक बाविस्कर	'स्वयम' या student satelite प्रकल्पाच्या मार्गदर्शिका मनीषा खळदकर आणि त्या प्रकल्पात सहभागी झालेला अभिषेक बाविस्कर.
२६	मृदुला बेळे	बौद्धिक संपदा आणि फार्मसी विषयातल्या तज्ज्ञ प्राध्यापिका आणि 'कथा अकलेच्या कायद्याची' या पुस्तकाच्या लेखिका मृदुला बेळे.
२७, २८	अमेय गणपुले	अमेरिकन सैन्यातला अधिकारी आणि अफगाणिस्तान इथं प्रत्यक्ष युद्धभूमीवर काम करण्याचा अनुभव घेतलेला मराठी युवक अमेय गणपुले.
२९	दिनेश वैद्य	प्राचीन हस्तलिखितं आणि पोथ्याचं डिजिटायझेशन करण्याचं काम करणारे आणि याज्ञिकी या विषयातले तज्ज्ञ दिनेश वैद्य.
३०, ३१	श्रीनिवास नार्वेकर	'आवाज-साधना' (voice culture) या विषयातले तज्ज्ञ श्रीनिवास नार्वेकर.
३२	मिलिंद शिंत्रे	जगातील सर्वात मोठं मराठी शब्द-कोडं बनविण्याचा विक्रम करणारे मिलिंद शिंत्रे.
३३	प्रसाद कुलकर्णी	घरपोच पुस्तके पोहोचविणाऱ्या 'Book-Space' या ग्रंथालयाचे संस्थापक प्रसाद कुलकर्णी.

एपिसोड क्रमांक	पाहुण्यांचे नाव	संक्षिप्त परिचय
३४	माधवी चंद्रचूड	अमेरिकेत मराठी आणि robotics हे विषय शिकविणाऱ्या माधवी चंद्रचूड.
३५	प्रकाश यादगिरे	'एक गाव गणिताचा' हा अभिनव उपक्रम राबवून, शालेय मुलांमध्ये गणिताची गोडी निर्माण करून उत्कृष्ट निकाल मिळविण्यासाठी मदत करणारे कल्पक शिक्षक प्रकाश यादगिरे.
३६	अनघा गोडबोले	'Master Chef' या स्पर्धेच्या उपांत्य फेरीपर्यंत पोहोचलेल्या अनघा गोडबोले.
३७	दत्ता पाटील	'स्वदेस' या चित्रपटाची गोष्ट प्रत्यक्षात घडविणारे, आपल्या खेड्यातलं पाण्याचं दुर्भिक्ष कायमचं संपवून टाकणारे Silicon Valley executive.
३८	कौस्तुभ राडकर	'Ironman of India' हे बिरुद मिळविणारे कौस्तुभ राडकर.
३९	किशोर कुलकर्णी	'घडवा सुंदर हस्ताक्षर' हा उपक्रम चालविणारे किशोर कुलकर्णी.
४०	सुषमा भालेराव	नैसर्गिक पद्धतीनं पर्यावरण-पूरक सफाई-उत्पादने बनविणाऱ्या उद्योजिका सुषमा भालेराव.
४१, ४२	सचिन तायडे	आंतरराष्ट्रीय स्तरावर प्रसिद्धी लाभलेले आणि अनेकांना आत्महत्येपासून परावृत्त करणारे Motivational Speaker सचिन तायडे.

एपिसोड क्रमांक	पाहुण्यांचे नाव	संक्षिप्त परिचय
४३	वीणा गोखले	'देणे समाजाचे' या उपक्रमाच्या माध्यमातून अनेक सामाजिक संस्थाना काही कोटी रुपयांची मदत, कोणतीही फी न घेता मिळवून देणाऱ्या उद्योजिका वीणा गोखले.
४४	टीम DNA	अमेरिकेत तयार झालेल्या 'DNA' या मराठी चित्रपटाची टीम.
४५	देवांग अभ्यंकर	वयाच्या बाविसाव्या वर्षापर्यंत बावीस देशांना भेट देणारा देवांग अभ्यंकर.
४६	अपूर्वा जोशी	'Forensic Accounting' या क्षेत्रात प्राविण्य मिळवून महत्त्वाची कामगिरी करणाऱ्या उद्योजिका अपूर्वा जोशी.
४७	कौशिक लेले	कोणतीही फी ना घेता इंटरनेटवरून मराठी आणि गुजराती भाषा शिकविण्याचा उपक्रम चालविणारे कौशिक लेले.
४८	अतुल-प्राजक्ता	सामाजिक क्षेत्रात काम करू इच्छिणाऱ्या युवक-युवतींना त्यांच्या सुरुवातीच्या काळात, काहीही अपेक्षा ना ठेवता आर्थिक मदत आणि व्यावसायिक सल्ला पुरविण्याचं, 'एंजल मेण्टरिंग' या नावाचं एक नवीनच क्षेत्र निर्माण करून त्यात उल्लेखनीय काम करणारं दाम्पत्य अतुल आणि प्राजक्ता.
४९	सानिया किर्लोस्कर	शालेय शिक्षणाच्या क्षेत्रात करिअर करणारी सानिया किर्लोस्कर.

एपिसोड क्रमांक	पाहुण्यांचे नाव	संक्षिप्त परिचय
५०	काशिराज कोळी	'घर तिथे वाचक' निर्माण करण्याच्या ध्येयानं झपाटलेला आणि पुस्तकांवरच्या प्रेमासाठी बैलगाडीतून ग्रंथालय चालविणारा युवक काशिराज कोळी.
५१	नवी उमेद	महाराष्ट्रात जिल्हा-तालुका-गाव पातळीवर होणाऱ्या सकारात्मक कामांना प्रसिद्धी देणारी संस्था 'नवी उमेद'.
५२	बालाजी जाधव	आधुनिक तंत्रज्ञानाचा नावीन्यपूर्ण पद्धतीनं वापर करून शालेय क्षेत्रात अभूतपूर्व काम करणारे आंतरराष्ट्रीय पुरस्कार-विजेते शिक्षक बालाजी जाधव.
५३	अमोल खेडगीकर	वन्य-जीव संरक्षण आणि संवर्धन या क्षेत्रात भारत, इंग्लंड आणि अमेरिका या ठिकाणी मोलाची कामगिरी करणारे वन्य-जीव पशु-वैद्य अमोल खेडगीकर.
५४	आभा भागवत	लहान मुलांच्या सहभागातून देशभरात ३५०पेक्षा जास्त भित्तिचित्रांच्या आणि street art निर्मितीचा अनोखा उपक्रम राबविणाऱ्या आभा भागवत.
५५	चित्रा अभ्यंकर	हस्ताक्षर-विश्लेषण करून अपेक्षित असलेले वर्तन-बदल घडविण्यासाठी मार्गदर्शन करणाऱ्या चित्रा अभ्यंकर.

एपिसोड क्रमांक	पाहुण्यांचे नाव	संक्षिप्त परिचय
५६	शैलेश खडतरे	मराठी पुस्तक-प्रकाशनात eBooks चा नवीन प्रवाह सुरू करणाऱ्या प्रकाशकांपैकी एक आघाडीचे प्रकाशक, Bronatoचे शैलेश खडतरे.
५७	प्रियदर्शन सहस्त्रबुद्धे	ओल्या कचऱ्यापासून बायोगॅस निर्माण करणाऱ्या 'वायू' या उपकरणाचे निर्माते प्रियदर्शन सहस्त्रबुद्धे.
५८, ५९	विश्वास गोडबोले	Silicon Valley मधील ज्येष्ठ मराठी उद्योजक विश्वास गोडबोले.
६०	सुमेधा आणि योगेश चिथडे	भारतीय जवानांसाठी सियाचीनसारख्या प्रदेशात Oxygen Generation Plant उभारून देणारे दाम्पत्य सुमेधा आणि योगेश चिथडे.
६१	अशोक अकलूजकर	संस्कृत भाषेचं अध्यापन आणि संशोधन या क्षेत्रात गेली ६० वर्षं कार्यरत असलेले डॉ. अशोक अकलूजकर.
६२	दीपा पतके	जगातल्या विविध प्रदेशांमधल्या मसाल्यांची निर्मिती करणाऱ्या अमेरिकेतल्या मराठी उद्योजिका दीपा पतके.

'विश्वसंवाद Youtube channel'

सोबत दिलेला क्यू आर कोड स्कॅन करून या लिंकवर सहज जाता येईल.

https://www.youtube.com/c/vishwasamwaad

मन्दार कुलकर्णी : संक्षिप्त परिचय

- जन्मानं आणि वृत्तीनं अस्सल सदाशिव पेठी पुणेकर.
- शिक्षण : इलेक्ट्रॉनिक्स इंजिनीरिंग आणि सॉफ्टवेअर इंजिनीरिंगमध्ये पदविका. बी. ए. (इंग्लिश साहित्य) आणि एम. बी. ए. (कम्प्युटर्स).
- करियर : १९८७-१९९७ या काळात पुण्यात काही कंपन्यांमध्ये नोकरी केल्यानंतर १९९०पासून स्वत:ची सॉफ्टवेअर कंपनी चालवली. १९९७ ते आजपर्यंत अमेरिकेत कार्यरत. कम्प्युटर प्रोग्रामरच्या कामापासून सुरुवात. नंतर प्रोजेक्ट मॅनेजमेंट या विषयात स्पेशलायझेशन. अमेरिकन कॉर्पोरेट क्षेत्रातल्या नामवंत कंपन्यांमध्ये कन्सल्टंट आणि Agile Coach म्हणून कार्यरत. प्रोग्रामिंग आणि प्रोजेक्ट मॅनेजमेंट या विषयांमधले वेगवेगळे सर्टिफिकेशन कोर्सेस शिकवण्याचा अनुभव.
- २००३ पासून वेगवेगळ्या क्षेत्रात volunteering करण्याचा अनुभव. करियर कोचिंग आणि मेण्टरिंग या विषयात भरपूर रस आणि काम चालू.
- २००४-०९ या काळात लघुपट निर्मितीचं प्रशिक्षण घेऊन 'एक साधा प्रश्न' या लघुपटाची निर्मिती, लेखन, दिग्दर्शन.
- पॉडकास्टींग : १ जानेवारी २०१७ रोजी मराठीतला पहिला पॉडकास्ट 'विश्वसंवाद' सुरू केला. आजवर ६२ एपिसोडस प्रसिद्ध आणि पुढील वाटचाल सुरू आहे. (www.youtube.com/c/vishwasamwaad). 'The Agile Planet' या इंग्लिश ऑडिओ-विडिओ पॉडकास्टचे ७ एपिसोडस प्रसिद्ध. या दोन्ही पॉडकास्टस्‌ची संपूर्ण संकल्पना आणि निर्मिती-रेकॉर्डिंग आणि एडिटिंगसह-एकहाती करण्याचा अनुभव.
- मार्च २०१८मध्ये 'विश्वफोरम' या विडिओ कॉन्फरन्सिगवर आधारित जागतिक व्यासपीठाची सुरुवात. माहिती, ज्ञान आणि मनोरंजन यांचा समन्वय साधणाऱ्या २७ कार्यक्रमांची निर्मिती आजवर केली असून पुढील वाटचाल सुरू आहे. (www.facebook.com/vishwaforum).
- २०२१ मध्ये VoiceTech Labs या voice technologyवर आधारित सॉफ्टवेअर प्रॉडक्टस् तयार करणाऱ्या स्टार्टअपची सुरुवात. (www.voicetechlabs.com)
- वास्तव्य : फ्रीमॉण्ट, कॅलिफोर्निया.

राजहंस प्रकाशन

- १०२५ सदाशिव पेठ, नागनाथ पाराजवळ, पुणे ४११०३०. © २४४६५०६३/२४४७३४५९.
  E-mail : rajhansprakashan1@gmail.com I Website : www.rajhansprakashan.com
- राजहंस पुस्तक पेठ, साई सरस्वती, शिक्षकनगर, गल्ली क्र. ७च्या सुरुवातीस, परमहंसनगर, वनाजजवळ, पौड रोड, पुणे ४११ ०३८. © ९३२२६३०७०३
  E-mail : rajhanspustakpeth@gmail.com
- शॉप नं. २, सखारामकृपा अपार्टमेंट, अमर हिंद मंडळासमोर, गोखले रोड, दादर (प.), मुंबई ४०००२८. © २४२२३९०१.
- नरेश सबजीवाले, गुलमोहर हॉलसमोर, खामला रोड, नागपूर ४४००२५. © ९३७२२२५२०१.
- शुभांगी देशपांडे, १०, शून्य संकुल, सहजीवन कॉलनी, समर्थनगर, औरंगाबाद ४३१००१. © ९०९६९४३३६९.
- पंकज क्षेमकल्याणी, ईशकृपा, अद्वैत कॉलनी, कॅनडा कॉर्नर सिग्नलजवळ, नाशिक ४२२००५. © ९४२२२५२२०८.
- अक्षरदालन, निर्मलाय प्लाझा, कोळेकर तिकटी, कोल्हापूर ४१६०१२. © २६४६४२४.
- डॉ. उमेश करंबेळकर, ३२५ मंगळवार पेठ, रघुकुल अपार्ट., सातारा ४१५००२. © २८२५१०.
- बुक क्लब केंद्र, प्रसाद केळकर, ८५५ खण भाग, सांगली. © ९४२३८२९३३२.
- रेवती जोशी, २, सुंदर कॉम्प्लेक्स, गैबीपीर मशिदीजवळ, होटगी रोड, सोलापूर ४१३००३. © ९८५००६४०६६.
- मुग्धा शेवाळकर, ए जी ५, सुखसागर अपार्ट., टी.व्ही.एस. शोरूमजवळ, दुर्गाभाट, फोंडा, गोवा ४०३४०१ © ८६०५८९१०१९ / ७८४१०२०७६६.

राजहंस प्रकाशन प्रा. लि.

www.ingramcontent.com/pod-product-compliance
Lightning Source LLC
LaVergne TN
LVHW050846051026
849532LV00006BA/2128